Giai phẩm

CHÍNH VĂN

**TIẾNG NÓI CỦA NGƯỜI VIỆT
KHÔNG QUÊN GỐC**

Chủ biên
HỒNG DƯƠNG

Biên tập
**TÔ-NGỌC, SƠN TÙNG
TRẦN KIÊM ĐOÀN
HÀ MAI LAN, VY TRẦN
HOÀNG DUY ANH
HOÀI LINH PHƯƠNG
NGUYỄN HỮU LÝ
AMY DƯƠNG
TRẦN QUÝ TRÂM
HOÀI HƯƠNG**

ĐPV Sacramento: **Philip Nguyễn**
ĐPV San Jose: **Lê Diễm**
ĐPV Dallas: **Như Phước, Henry Đăng**
Bảo trợ QC:
Mỹ Tiên : 916-743-1447
TINA : 916-267-5680

CHÍNH VĂN
Đặc san kỷ niệm
TÔ NGỌC, GIA ĐÌNH
& BẠN HỮU

Thư từ và bài vở xin liên lạc
Giai phẩm CHÍNH VĂN
7005 Walter Ave.
SACRAMENTO, CA 95828
ĐT: (916) 509-4445, (916) 230-6172
e-mail: baochinhvan@gmail.com

Lá thư Tòa soạn

Kính thưa quý vị Bạn Hữu quý vị Độc giả CHÍNH VĂN.

Giai phẩm Chính Văn dự định tổ chức ngày TÔ NGỌC & BẠN HỮU, nhưng vì đại dịch đã không thực hiện được. Nên chúng tôi thực hiện số đặc biệt CHÍNH VĂN TÔ NGỌC, GIA ĐÌNH & BẠN HỮU mong ghi lại những kỷ niệm của văn hữu với anh Tô Ngọc và của gia đình với niềm Tiếc nhớ diết da ...

Kính mong quý vị Bạn hữu và Độc Giả đón nhận.

Chân thành cảm tạ quý văn hữu đóng góp trong Giai Phẩm đặc biệt này .

Thân kính.

Thay mặt BBT Giai phẩm Chính Văn...

Hồng Dương

TRONG SỐ NÀY

- ◙ **TIN TỨC THẾ GIỚI**
- ◙ **TIN CẦN BIẾT**
- ◙ **TIN GIỜ CHÓT**
- ◙ **Y HỌC THƯỜNG THỨC**
- ◙ **SỨC KHOẺ & ĐỜI SỐNG**
- ◙ **KHOA HỌC & ĐỜI SỐNG**
- ◙ **THẢO DƯỢC & ĐỜI SỐNG**
- ◙ **VĂN HỌC**
- ◙ **NHÂN VẬT**
- ◙ **TỬ VI**
- ◙ **PHỤ NỮ VÀ SỨC KHOẺ**
- ◙ **DINH DƯỠNG**
- ◙ **ĐỜI SỐNG**
- ◙ **THẾ GIỚI ĐÓ ĐÂY**
- ◙ **GIẢI TRÍ**

Báo CHÍNH VĂN
có tại các Đại lý:
- Hương Giang - Khu Lion-Sanjose
- Cô Hồng - Grand Mail-Sanjose
- Phước Lộc Thọ - Santa Ana
- Hồng Phát Gift Shop - Dallas
- Làng - Sacramento
- Phương Uyên Healthy - Washington
- Maria Nguyễn - Minesota
- Truherbs USA - Atlanta

PHIẾU MUA DÀI HẠN
GIAI PHẨM CHÍNH VĂN

Tên họ: ....

Địa chỉ:...

Điện thoại:.....................................

MUA 1 NĂM : **5 GIAI PHẨM**
(XUÂN - HẠ - THU - ĐÔNG - TẾT)
GIÁ: **30 USD** luôn cước phí

Chi phiếu gửi về:
GIAI PHẨM CHÍNH VĂN (Hồng Dương)
7005 Walter Ave.
Sacramento, CA 95828

Mọi ủng hộ xin liên lạc:
AMY NGỌC
ĐT: 916-230-6172
và
LÊ DIỄM
ĐT: 408-499-6720

CHÂN THÀNH CẢM TẠ
QUÍ VỊ ÂN NHÂN
ĐÃ ỦNG HỘ GIÚP ĐỠ
THÔNG TIN THƯƠNG MẠI
DÀI HẠN VÀ QUÝ ĐỘC GIẢ
ĐẶT MUA DÀI HẠN

<table>
<tr><td>

Cụ NGÔ VĂN THUẬT
Thẩm phán, nhà báo, kịch tác gia, thân sinh nhà báo Tô Ngọc.

</td></tr>
</table>

Ô HÔ, VĂN - THUẬT !

Ông Ngô-văn-Thuật tự Văn-Thuật, nguyên lục sự tòa án Đà-lạt, cộng sự viên của tuần báo Văn-Nghệ Tiền-Phong đã mệnh chung tại Đà-lạt ngày 4-4-1958. Cái chết đột ngột của một nhà văn có tên tuổi không khỏi gieo vào lòng một mối thắc mắc băn khoăn. Nhưng băn khoăn mà làm gì khi người bạn của chúng ta đã ra người thiên cổ. Chúng ta hãy kết ở đây., bằng lời văn thành thực và đơn giản, như một đóa hoa lòng để dâng người quá cố. Rồi đây cỏ xanh sẽ phủ lên nấm mồ lạnh lẽo, rồi đây ánh hoàng hôn sẽ trải buồn quạnh quẽ trên tấm bia đá. Nhưng bạn Văn-Thuật sẽ sống mãi trong văn giới và cuộc sống bất diệt này là danh dự độc nhất và cuối cùng của những con người đã chọn cho mình cái kiếp con tằm vương tơ.

Ký giả Văn-Thuật 60 tuổi, tức Hồ Tiêu, tức Bao Công, tức trưởng ban chèo cổ, tức nguyên lục sự tòa án Đà-lạt, và là cộng sự viên của VNTP chuyên trách về các mục Chuyện vui, Phiếm luận cùng Ba tòa ông lớn.

Hỡi ơi ! Văn-Thuật, anh có linh thiêng hãy về đây nghe bài văn tế này của chúng tôi, những kẻ còn lại và đã từng cộng sự với anh trong đàn văn trận bút.

Hỡi ơi !
Cõi báo mây mù
Rừng văn khói bủa
        Đất Đồng Nai hoa sầu cỏ úa
chuyện bất ngờ vì đâu kẻ gây nên,
        Trời Đà-lạt tuyết lạnh sương mờ
sự vô cớ biết cùng ai thổ lộ

Nhớ linh xưa :
Tướng người nho nhã khẳng khiu
Tóc mặt già nua khắc khổ,
        *Mục **Phiếm luận** bàn nghe nức tiếng,*
*cay quá **Hồ-Tiêu**.*
        *Câu **Chuyện vui** góp nghĩ càng hay,*
*vai ngang **Chèo cổ**.*
        Đàn văn nghệ đã một thời nổi trống,
*khi **Gió mùa**, khi lại **Phổ thông**.*
        *Chốn tụng đình đả đài lúc ở ngôi, nào **quan tòa**, nào là **lục sự**.*
Khi tuồng, khi kịch đủ ngón văn chương,
Lúc diễn lúc đăng, các ngành tài bộ
        ***Bao tòa ông lớn**, méc **Bao công** tưởng thế có đâu dè,*
        Một phút hỡi ơi, nơi dương thế biết bao giờ gặp gỡ ?
Phải chăng đời phù thế ghét ghen,
Hay giận cảnh nhân tình tráo trở ?
Hay ức sáu chục tuổi đầu rồi,
Lại rước mười lăm ngày tù ở ?
        Hay gai mắt thấy đời còn kẻ, lên hoài chẳng bị, thấy toàn người lịch sự thiếu niên ?
        Hay tức mình mang bệnh nhức xương, chữa mãi không xong, phải cậy ả phù dung tiên nữ.
Nhưng xui cho vận rủi thời quai,
Hóa đám ra bước cùng mạng lỡ,
Vật kia tang đó cỏn con,
Sức mòn hơi tàn thở thở,

Tức nỗi "họa vô đơn chí", thôi là vận đắt xui nên,

Rõ ràng "pháp bất vị thân", có đến ông trời mà gỡ,

Hay thấy mình bị nghèo, bị túng, tiền kiếm chẳng ra,

Hay thấy cảnh làm báo làm văn, người thường ghét bỏ

Hay chán chường ở cõi thế gian ?

Nên mượn chén về chầu âm phủ.

Hỡi thương ơi !

Quê người cứ lạ bơ vơ chim chích lạc đàn, não nùng thay vợ góa con côi,

Kẻ khóc người than, chiu chít bồ nông mất bạn, ai oán lẽ tình kia nỗi nọ.

Mây chiều những tưởng đó kia

Trăng tối chợt ngờ lại đó

Cửa nhà còn đấy anh vứt đi đâu ?

Bạn hữu dường nay, anh sao vội nỡ ?

Trời giết người chi kể gươm đao,

Kiếp như vậy sao mà lở dở ?

Nào phải lão Diêm phù rước khách, con mất cha, vợ mất chồng, khiến nỗi cho cam,

Nào phải tay quỷ bá đưa đường, lý nhường kia, tình nhường ấy, sao mà cởi mở.

Ôi thôi thôi !

Số kiếp đã đành,

Thân danh đã lỡ.

Nghĩ đến kẻ đồng tình, đồng nghiệp, ai chẳng thương đau,

Nhắc đến người làm báo làm văn, ai không tưởng nhớ,

Trên đàn văn nghệ, từ giờ đi, thôi khuất bóng cố nhân,

Dưới chốn dạ đài, hãy hỏi xem, vì đâu cơn vận số ?

Lũ chúng tôi nay :

Nghe tin sét đánh giật mình,

Tiếc nỗi lòng đau quá cỡ,

Ruột tằm đòi đoạn, bâng khuâng kẻ mất người còn,

Lệ ứa khôn ngăn, chan chứa tình kia nỗi nọ,

Mấy câu văn tế, chút gọi là làm lễ vãng vong,

Một tấm lòng thành xin chứng giám cho người còn ở.

Hỡi ơi !

Thế biết hay chưa ?

Đời là vậy đó !

Giá phải đừng mang nghiệp ký giả, chắc hẳn không sao,

Giá cứ phải ở chức ông tòa, thời đâu có khổ !

Ghế thầy lục sao trước lại thôi đi ?

Mặt đàn văn tưởng xoay là béo bở !

Bút luyện chưa thần, biết cách nào mà đặng giải oan nay ?

Hồn hỡi có linh, nhớ kiếp sau thôi đừng làm báo nữa !

Ô hô ai tai !

Phục duy thượng hưởng !

Ngày 23 tháng 2 năm Mậu Tuất - 11-4-58
T.M. Tòa soạn báo VNTP
CỬ-TẠ

━━━━━━━━━━━━━━━━━━

Viếng bạn
Ngô - văn - Thuật (1)

Ngọc bút văn chương hãy gác ngoài,
Nỗi niềm tâm sự thấu chăng ai !
Người đi kẻ ở lòng ngao ngán,
Đất khách đêm thâu lệ vắn dài.
Thôi hết băn khoăn đều quá khứ,
Đâu còn lo nghĩ chuyện tương lai.
Tiếng đàn ai oán như khêu gợi : (2)
Luyến tiếc, bi ai lẫn cảm-hoài.

Đời người thật chẳng khác gì hoa,
Ngẫm nghĩ ta càng nhớ bạn ta,
Nhớ lúc phòng riêng lời gắn bó,
Nhớ khi gác kín chuyện gần xa.
Nhớ nơi vườn rộng nghe chim hót, (3)
Nhớ chỗ cầu cao ngắm ác tà, (4)
Kẻ khuất người còn ngao ngán nhẽ,
Hoàng tuyền ai có thấu ru mà !

DƯƠNG-ĐÌNH-TẢY

(1) Ngoài tình văn hữu, bạn N.V.T. đối với tôi còn có danh nghĩa là bạn đồng song tại trường Bưởi cũ (Khóa 1918-1922)
(2) Bạn N.V.T. gẩy đờn bầu rất hay : khi còn là học sinh, mỗi lần tới nhà chơi, bạn lấy đờn bầu ra gẩy vài đoạn Tần-cung-oán, ai nghe cũng mủi lòng.
(3) Vườn Bách thảo Hà-nội.
(4) Cầu Long Biên trên sông Nhị-Hà.

Vài dòng tưởng niệm
Cụ NGÔ THUẬT
(Thân sinh của anh TÔ NGỌC)

Năm 1930 tại Hà Nội, kịch tác gia Văn Thuật sáng tác vở "Kén Chồng". Ban kịch Đông Thanh của ông đi lưu diễn tại hầu hết các tỉnh như Nam Định, Hải Dương, Hải Phòng, Hưng Yên, Thái Bình, Phú Thọ v.v... "Kén Chồng" có nội dung : Kiều Oanh, một thiếu nữ mới lớn thuộc loại "Phi cao đẳng bất thành phu phụ". Người cầu hôn không thuộc thành phần trên cô đều chê dốt nát. Sau có một ông phán đầu tòa (công chức người Việt "xếp lớn" tại toà công sứ Pháp trong tỉnh) vì bị Kiều Oanh cho de nên tìm cách trả thù. Phán đầu tòa toa rập với bạn cho thằng đầy tớ vốn là lính chào mào hồi thế chiến 1914-1918, giả sinh viên tốt nghiệp bên Tây về, rồi thuê người mai mối, tìm đủ cách tô điểm. Kết cuộc Kiều Oanh mắc lừa...

"Kén Chồng" phơi bày tất cả bề trong nhớp nhúa của cả đàng gái lẫn đàng trai, gây dự luận xôn xao kéo dài trong nhiều tháng đi lưu diễn. Ông Văn Thuật còn bị ông phán đầu tòa Nhật Nham Trịnh Như Tấu kiện về chuyện nhại bài thơ "Vịnh Cái Quạt" của ông, phang trong kịch bản. Nội vụ ra tòa, ông Văn Thuật phải chạy thầy cãi gần hết nghiệp mới trắng án. Sau đó ông tức mình học luật và trở thành một luật gia, cùng thời với Lê Tài Triển, Nguyễn Huy Đầu v.v...

Cụ Ngô Thuật là người đỗ đầu ở trường Bưởi vào thập niên 30.

Cụ Ngô Thuật dù đã trở thành Luật Gia, là Thẩm Phán ở HÀ NỘI nhưng sự yêu thích văn nghệ vẫn tiếp tục, cụ đã từng dành hẳn một gian nhà để sinh hoạt văn nghệ với các cụ cùng thời như cụ Lê Tràng Kiều, Vũ Hoàng Chương , cụ Thế Lữ .vv..

Cụ lập ban kịch, vừa đạo diễn vừa biên kịch nói lên những hủ tục của xã hội thời bây giờ và dĩ nhiên là không bỏ qua các màn hát Ả đầu.

Bà Hồ Điệp cũng là một trong những bạn trẻ của ông như Ông Hồ Anh, Nguyễn Thanh Hoàng (Văn Nghệ Tiền Phong) người đã hướng dẫn/rủ rê anh Tô Ngọc vào làng báo.

Theo lời anh Tô Ngọc,,, nhờ thỉnh thoảng được Hầu trà các cụ... anh đã nghe được nhiều chuyện từ các cụ... tự đó anh đã biết rất nhiều chuyện... trong giới văn chương thi phú thời đó... cũng như học được nhiều điều từ các cụ .

Rất tiếc anh đã không còn để... kể cho chúng ta nghe nữa ....

VNTP.

Cụ bà Trần thị Bào
thân sinh nhà báo nhà văn Tô Ngọc.

Mẹ anh Tô Ngọc

Mẹ là Bà Trần Thị Bào... sinh năm 1913, kết hôn với Luật gia Ngô Văn Thuật, là dòng dõi của Đức Trần Hưng Đạo, và là dòng họ xây dựng Đền thờ đức Trần Hưng Đạo, nay được chứng nhận là di tích lịch sử, là Hoa khôi một thời của Hưng Yên… Sau khi chồng mất, Bà không tái giá, một mẹ một con, đùm bọc nhau. Bà qua đời ở tuổi 92, với sự săn sóc, quý mến của đứa còn duy nhất, anh Tô Ngọc rất có hiếu với mẹ. Người Cậu ruột duy nhất ở Texas là Ông Trần Văn Kế cùng các con, là một gia đình rất nề nếp và thành tựu ở nước ngoài.

Cụ NGÔ HÙNG DIỄN
nhà tướng số nổi tiếng ở VN
Em trai của cụ Ngô Văn Thuật

Nhà Nhân tướng học Ngô Hùng Diễn là ai mà "phán xử" tướng mệnh ông Tập "ngon lành" vậy?

Kỳ trước, trong bài: "Vận mệnh nhà lãnh đạo TQ Tập cận Bình theo tướng pháp Ngô Hùng Diễn", chúng ta đã thấy được một góc nhìn thú vị về tướng pháp. Vậy, cụ Ngô Hùng Diễn là ai?

Cụ Ngô Hùng Diễn sinh năm Ất Tỵ 1905 tại một làng quê thuộc tỉnh Quảng Yên, là thứ nam trong một gia đình theo truyền thống Nho học. Người anh Cả là cụ Ngô Văn Thuật, bút hiệu Văn Thuật, là nhà báo kiêm kịch tác gia, một trong số những người viết kịch, diễn kịch đầu tiên cùng thời với Vi Huyền Đắc và Thế

Lữ. Cụ Văn Thuật cũng là người đem bộ môn Chèo Cổ từ miền Bắc phổ biến tại miền Nam khi có phong trào di cư năm 1954.

Trước khi trở thành nhà tướng học, cụ Diễn làm việc cho Ngân Hàng Đông Dương chi nhánh Hải Phòng, lúc đó cụ chưa tới 20 tuổi. Do cơ duyên mà cụ gặp và học hỏi được nhiều môn huyền bí do chính thầy Tàu (toàn là những bậc chân sư) truyền thụ. Nhưng sở đắc của cụ là các môn tướng mệnh học, phong thủy và hoán đổi phương vị sao để cứu người (còn gọi là "hành sao"). Môn thứ ba (hành sao) trong đời cụ chỉ thực hiện vài lần, trong đó có lần cứu đứa cháu trai (con của người anh ruột). Đứa cháu yếu tướng, èo uột có số chết non. Nhờ cụ áp dụng môn chuyển hoán phương vị sao nên tới nay vẫn còn sống và khỏe mạnh.

Quan niệm về tướng số của cụ rất rõ rệt : "Xem tướng xem số là để làm điều lành, tránh điều dữ". Cụ rất phiền hà khi có người muốn nhờ cụ đem phú quý vinh hoa tới cho mình, kiểu "muốn dỡ nhà người khác đem về làm chuồng heo !". Theo cụ thì nghề thầy số là nghề …tổn âm đức, vì trong mọi tình huống khi đã xem cho ai, hướng dẫn người xem làm này tránh kia đều là "tiết lộ thiên cơ". Có lẽ vì vậy nên cả đời cụ chẳng bao giờ dư dã, chỉ đủ ăn đủ mặc và không có con trai nối dõi (chỉ sinh duy nhất có một bà con gái, hiện vẫn còn ở Việt Nam).

Vì quan niệm trên (tổn âm đức) nên cụ không có học trò theo đúng nghĩa. Nếu có ai đó đăng báo vỗ ngực tự xưng mình là đệ tử đích truyền của cụ, thì có nghĩa là người đó đang … nói phét ! Tuy không nhận bất cứ ai là đệ tử nhưng vẫn có một số người theo cụ để học hỏi, và được cụ chỉ dẫn cho một số điều căn bản, với ý hướng chọn bạn tốt, làm điều lành. Những người được cụ chỉ dẫn đều có cách tướng nhân hậu, không tham lam, không dùng môn học do cụ chỉ dẫn làm phương tiện mưu sinh. Một số người hiện định cư tại Hoa Kỳ, như các ông

Sáng (cựu đại tá, San Diego), Thụy (giáo sư Santa Clara), Lộc (giáo sư, Garden Grove), Thành (cựu đại tá, Fairfax), Quyến (giáo sư, Falls Church) ... đều có nghề nghiệp khác để sinh sống. Tuyệt đối không ai mở văn phòng xem bói hoặc đăng quảng cáo đại ngôn.

Cụ được hầu hết các nhân vật chính trị lẫn quân sự thời đó mời tới hỏi ý kiến. Cụ nói tướng cách ông Nguyễn Văn Thiệu tai bạt hậu nên không chịu nghe ai, hạ đình bị phá cách nên hậu vận hư hết. Trong thời kỳ NVT làm Tổng Thống, cụ thường được mời vào dinh Độc Lập dùng cơm và nói chuyện thời thế, cụ chỉ yên lặng và nghe nhiều hơn là nói. Lần NVT độc cử, cụ có tìm cách khuyên khéo, nhưng NVT là người chỉ thích làm theo ý mình . Về bà vợ thì cụ khen là người nhã nhặn, có giáo dục và vượng phu ích tử.

Vợ chồng Nguyễn Văn Thiệu

Cụ thường trốn khách, nhất là những vị khách cầu danh cầu lợi. Cụ hay coi chiếu bóng, không giải trí mà để tìm xem những nét tướng không thấy ở ngoài đời. Có phim cụ xem tới 5-6 lần, ngồi liên tục trong rạp chiếu "thường trực" từ sáng đến tối mịt mới về nhà. Trong túi cụ ít khi có tiền. Có tiền cụ mua vé xem chiếu bóng hoặc cho trẻ con mua quà bánh. Tướng cụ cao lớn, dáng đi lắc lư, hai tay ve vẩy, là một trong các cách tướng rất xấu: cách tướng của người hành khất. Nhưng nhờ có những nét tướng khác bù đắp nên cuộc đời cụ tuy không giàu sang, nhưng lúc nào cũng phong lưu. Cụ không có con trai, nhưng khi qua đời cũng vẫn có người chống gậy, là đứa cháu trai gọi bằng chú được cụ "hành sao" cứu mạng năm xưa. Ngoài ra cụ còn có vô số người nhận làm cha nuôi. Đám tang cụ vào tháng 3 âm lịch năm Giáp Dần 1974 khăn trắng chít dài hàng mấy

cây số, được coi là một trong số những đám tang lớn nhất trong lịch sử Hòn Ngọc Viễn Đông. Thành phần tham dự ngoài thân nhân họ hàng không quá 50 người, còn lại đều là bè bạn và những người đã từng chịu ơn cụ.

Cụ nói xem tướng không khó, sửa tướng mới khó. Đối với môn địa lý cũng vậy. Có những ngôi nhà người tới ở thường bị đau yếu, nhờ cụ giúp đỡ, cụ chỉ cần thay đổi giường nằm, bàn thờ, hoặc có khi là vị trí cầu tiêu thì tự nhiên đời sống phấn chấn hanh thông hẳn lên.

Hồi sinh thời, cụ Chánh Trí Mai Thọ Truyền, Hội trưởng Hội Phật Học Nam Việt, mời cụ xem vị thế chùa Xá Lợi. Cụ nói Chùa cần xây cổng về hướng con đường nhỏ, bên cạnh, nếu không sẽ có đổ máu. Cụ MTT và ban quản trị đều không tin. Khi có vụ Phật giáo tranh đấu đưa tới cuộc cách mạng 1/11/1963, Chùa Xá Lợi trở thành bãi chiến trường người ta mới tin lời cụ. Sau này Chùa được sửa sang lại, làm thêm chiếc cổng bên hông. Cổng chính chỉ mở vào dịp lễ lớn ở mặt đường bà Huyện Thanh Quan, còn hàng ngày ra vào đều dùng cổng bên hông.

Sau cách mạng 1/11/1963 các vị tăng ni muốn tìm một vùng đất rộng để xây dựng một Trung Tâm Phật Giáo. Thượng Tọa Thích Tâm Giác mời cụ đến hỏi ý kiến. Cụ, sau nhiều ngày đi trực thăng xem đất, chỉ vào một khu thuộc Thị Nghè. Lúc đó xa lộ Biên Hòa chưa làm xong, cầu bê-tông nối từ Văn Thánh sang phía ấp Thảo Điền và xã An Khánh Thủ Đức chưa có... Lúc đó, Phật giáo không biết nghe ai bàn, quyết tâm xin bằng được miếng đất ở số 16 đường Trần Quốc Toản. Cụ lại được mời tới coi. Cụ hoàn toàn không đồng ý, vì lẽ khu đất này "hăng tê", vua chúa Triều Nguyễn khi xưa đã dùng nơi đây làm pháp trường. Thượng Tọa Tâm Giác một mực khăng khăng nói "Phật tới đâu, lành tới đó". Khi ngôi Chùa Việt Nam Quốc Tự dựng xong với gỗ và tôn ... thì nội bộ

Cháu cụ Ngô Hùng Diễn

Phật giáo bắt đầu lủng củng rắc rối. Thật ra thì sự lủng củng này đã có từ trước, nhưng vào thời gian đó mới vỡ tung ra. Cụ thường nói nơi thờ cúng cần chỗ đất tốt, vì quy tụ nhiều người lễ bái. Thế đất 16 đường Trần Quốc Toản có một con lạch như mũi dao đâm sâu vào trong, nhất là tam quan Chùa VNQT làm bằng gỗ và tôn có dáng dấp như cổng nghĩa trang thì dữ nhiều lành ít. Sau này TT Tâm Giác dù có quyết tâm xây ngôi bảo tháp nhưng vẫn không thể hoàn thành. Thời gian trước khi cụ Diễn qua đời, TT Tâm Giác tỏ ý hối tiếc về chuyện đã qua và ngỏ lời xin lỗi. Về miếng đất cụ Diễn "cắm" cho nhà Chùa, sau này trở thành khu Tân Cảng rộng lớn với sông nước hữu tình … thì ai nấy đều tiếc hùi hụi.

Khu du lịch Tân Cảng bây giờ

Năm 1945, Việt Minh nắm chính quyền, vua Bảo Đại thoái vị trở thành công dân Vĩnh Thụy, cụ tiên đoán thời của vua Bảo Đại hãy còn. Một hôm trong hàng chả cá Lã Vọng ở Hà Nội gặp vua Bảo Đại, cụ cúi mình chào "Hoàng Thượng". Vua Bảo Đại rối rít đỡ cụ và nói ông không còn làm vua nữa, nhưng cụ một mực gọi "Hoàng Thượng" và mách cho vài điều về mệnh vận trong vài năm sắp tới … Quả nhiên sau đó vài năm (1949), vua Bảo Đại thành vị Quốc Trưởng của chế độ Quốc Gia đầu tiên đương đầu với chủ thuyết CS.

Gần dinh Độc Lập có một biệt thự của Pháp để lại, biệt thự khá lớn, nhưng không ai có thể ở lâu được, vì trước sau người ở cũng gặp chuyện bất hạnh. Cụ có tới coi và nói "Nhà này chỉ có tướng tinh như Đức Thánh Trần Hưng Đạo mới ở được mà thôi". Sau

1/11/1963, tướng Dương Văn Minh mời cụ lại và cười tự đắc hỏi "Bây giờ cụ thấy sao ? Tôi ở được chứ ?". Không muốn đẩy đưa với tướng Minh, cụ đáp cho xong chuyện "Bây giờ ngài đã là Quốc Trưởng rồi mà !". Câu nói bỏ lửng ở đấy. Nhưng về nhà cụ nói với con cháu "Chết đến nơi rồi mà vẫn còn tự đắc !". Quả nhiên sau đó không lâu có cuộc chỉnh lý và tướng Minh bị hạ bệ. Sau này biệt thự thuộc chủ quyền một nhà tỷ phú VN. Biết thân biết phận nhà tỷ phú này xin ý kiến cụ. Cụ bảo "Có thể ở, nhưng không được ở phòng khách và toàn bộ ngôi nhà trên … Nơi đây chỉ có thể tiếp khách, làm văn phòng, còn ăn ngủ thì xuống nhà dành cho …. bồi bếp !" Nhà tỷ phú nghe lời cho sửa lại khu nhà phụ cận để ở và không gặp chuyện rủi ro nào.

Về sinh hoạt thế giới, khi đề cập tới nước Anh, cụ nói Thái Tử Charles, con của Nữ hoàng Elizabeth II, không có tướng làm Vua. Ngôi vua nước Anh rồi đây sẽ trở lại dòng vị cựu hoàng thoái vị. Cách đây trên nửa thế kỷ, vị cựu hoàng này đã từ bỏ ngai vàng cưới một phụ nữ Mỹ ly dị chồng, nhường ngôi cho người em, tức Vua George VI, thân phụ của nữ hoàng hiện nay. Tuy sự việc chưa xảy ra, nhưng dù sao cũng là một đề tài chiêm nghiệm. Một bài toán chưa có đáp số.

Cụ Ngô Hùng Diễn mất ngày 13 tháng 3 năm Giáp Dần (1974) tại Quân Y Viện Cộng Hòa, an táng tại nghĩa trang Phước Hòa, Gò Vấp Gia Định.

PV (t/h)

Kỷ niệm một năm nhà báo Tô Ngọc ra đi.

LỜI CẢM TẠ

Kính thưa quý vị bạn hữu !

Chân thành cảm tạ sự quan tâm của quý bạn hữu đến với gia đình chúng tôi, người bạn đã ra đi vĩnh viễn của chúng ta , và vẫn là một lời xin quý vị cảm thông sự thiếu sót không vừa ý quý bạn hữu để cho Ban tổ chức và gia đình chúng tôi một lời phê bình vị tha ....

Hôm nay với tôi là ngày tưởng niệm người chồng yêu thương , để được dịp khoe khoang với quý bạn hữu lần cuối cùng những Hạnh Phúc, nhưng tuyệt vời, niềm hãnh diện mà tôi cảm nhận được từ người chồng yêu quý, anh Tô Ngọc và về những đóng góp của anh Tô Ngọc vào ngành truyền thông của Việt nam Cộng Hoà.

Xin quý vị bạn hữu một phút tưởng nhớ, chia sẻ chân thành đến những kỷ niệm đẹp, vui buồn với anh Tô ngọc ...

Đến từ Sanjose, chị Lê Diễm..... Ngọc Khanh, anh Nguyen, anh Hải và văn hữu từ Sanjose , anh THANH THƯƠNG HOÀNG, ANH BẢY HÓA, CHỊ KIM THU (nhà văn Tôn nữ áo tím).

Ngọc Khanh và chị Lê Diễm như em gái của anh Tô Ngọc, họ đã có liên hệ với nhau từ đời quý cụ Thân sinh

Cụ TRƯƠNG ĐÌNH SỬU và CHỊ TRÂM và gia đình đã không ngại tuổi già, xa xôi đến viếng anh Tô Ngọc lần cuối ...chi NGỰ, ANH LEDO dù bận bịu với anh Ngự đang bịnh nặng.

Tôi , đại diện gia đình , xin chân thành cảm tạ tất cả bạn hữu đã đến đưa tiễn anh Tô Ngọc , Minh Thi , Chị Trùng Dương , chị Sương Mai , anh Bùi Lê Canh , anh chị Hà Hoàng , anh chị Nghĩa và Tina , Chị Tôn Thất Sang , anh chị Trần Văn Ngà , đặc biệt cháu Quỳnh Ngọc ,,,vẫn thương yêu bác Tô ngọc như ngày nào.... anh chị Lam Son và Bích Lan , Anh Giang Thiên Tường , Anh chị Diễm Buồn ,OB Nguyễn Khắc Lêe, Kenny và Cúc, Anh chị Hoá Huỳnh, Anh chị Tư Thành, Anh Moi , Chị Trang, Kim Anh đã lo chu đáo mâm cơm cúng cho anh Tô Ngọc .

...Anh chị Chung Văn Sang , Anh Quốc, Ông bà Bùi Trung , Anh chị Lợi , Ông bà Lai quốc Hùng, Thanh, Kiệt, Tân ...và nhóm tenis Sacramento, Anh Độ, Anh Võ Công Qúy (đã ra đi hai tháng sau anh Tô Ngọc) Anh Kiên người bạn từ thân thiết , cháu Thành .... trong hội Phật Giáo Hòa Hảo Sacramento... Hai cháu Trung va Huong (con anh Duong Phan) đã rất nhiệt tình có mặt trong ca hai ngày tang lễ, chụp hình rất nhiều Anh chị Huynh Mai Hoa , Trung Điệp , Việt Cường… và nhiều thân hữu… Anh Chị Mùi , Ông Larry Nguyễn , Giám đốc trung tâm Reha , Tin luôn hỏi thăm chia sẻ. Đặc biệt nhất là những người em, những người con kết nghĩa của chúng tôi, NHƠN TIÊN DƯƠNG, HẠNH, MINH, KHÔI, THẮM, MỸ TIÊN, cháu THANH -TÚ Đã đặc biệt quan tâm cũng như săn sóc từ miếng ăn… khi anh Ngọc trong bịnh viện... và những ngày tháng sau nầy... vẫn thường nghe tôi nói dù những lời vô duyên, vô bổ... cho tôi thoát khỏi cơn trầm cảm , cho tôi, có một lời tạ ơn tình nghĩa nhất …

Cũng như chị HỒNG, chị CÚC, OANH HOÀNG luôn luôn an ủi, Hộ niệm chân tình trong ngày thứ 49 ….

Anh chị NFSH, anh chị Trâm, chị TÂM... HƯƠNG NAM , chị Tina luôn điện thoại để an ủi.

Những Thân hữu ở xa điện thư và điện đàm gởi lời chia buồn. Cám ơn nhà văn Sơn Tùng, ông Tran Quang Tuyen đã gọi điện chia buồn cùng gia đình. Cám ơn **Hoài Linh Phương**, người cháu văn nghệ mà anh Ngọc có ấn tượng nhất "thơ rất khó bán mà tập thơ của HLP được tái bản vài lần"... Anh chị Thế Hải ở Hawai. Anh chị BS Trâm đang đi du lịch ở Úc, cháu Anh Nguyen The Hai o Hawai, Ông Nguyen Dinh Toan và cháu ở Santa Ana , Anh Doan, ANH THU …và nhiều thân hữu ngày xưa cũng ở Làng Báo chí ... cháu Tú Anh con của anh Trần Việt Hoài đã ghé thăm. Nhìn Hai bác cháu nhắc những kỷ niệm thân thương khi cháu còn bé, mà cháu vẫn nhớ, thật là ấn tượng ...

Và dĩ nhiên không thể không nhắc đến **VŨ NHÂN phóng viên đài SBTN** đã nhiệt tình đến làm Phóng sự cho buổi Tang lễ của anh Ngọc được phổ biến đến bạn bè Thân hữu, đọc giả yêu thích khắp nơi cũng như để lại cho gia đình chúng tôi một kỷ niệm vô giá .

Cũng xin gọi đến vợ chồng anh chị Ngọc Lauren, anh chị Liên, Ngọc Khanh, những người em gái thân thương của anh Tô Ngọc đã từ rất lâu, chị TÂM... HƯƠNG NAM, chị Tina luôn điện thoại để an ủi.

Đặc biệt nhất xin gởi đến Ban tổ chức ngày tưởng niệm hôm nay **Minh Thi, Ngọc Khanh , Lê Diễm** .

Và đặc biệt hơn nữa là Ông bà **Bùi Trung**... lo toan chu đáo phần tổ chức sắp xếp, cùng với ban nhạc do Trung Điệp, Viet Cường và các anh em đã nhiệt tình ủng hộ Ngày hôm nay .

Nguyễn Hữu Liêm Giám Đốc nhà xuất bản CỎ BA LÁ , đã cố gắng hoàn thành tác phẩm SỰ ĐỜI để công ty Amazon kịp phát hành vào dịp tưởng niệm.

Theo dự trù với Ông Bùi Trung , điều hành quỹ TPB Sacramento. Tất cả sự ủng hộ về Tác phẩm SỰ ĐỜI sẽ được đưa vào quỹ Thương Phế Binh với sự hỗ trợ của nhà sách Trang /Sacramento.

Buổi tập dợt cho ngày tưởng niệm cũng đã diễn ra rất chu đáo dưới sự điều khiển của Trung Điệp, Bui Trung đã hát bài **Anh còn nợ em** , Tiên Dương hát bài nhạc Pháp rất chuẩn **Et Si Tu N'Existais Pas** (vì cô đến từ Pháp ,bài hát mà anh Tô Ngọc rất thích... và bài **RULE SANS RULE** ,,, Hương Nam thì tập ở nhà với VC,,, và nhiều quý vị thân hữu khác ,,, dù chỉ mới là tập dợt, nhưng những bài ca, không khí ấm cúng đã cho mọi người thật sự xúc cảm , nhớ về anh Tô Ngọc … …chị Lan với **bài Tình nồng cháy**…

Cuối cùng , đã hai lần Ngọc Khanh và gia đình muốn làm một ngày cho anh Tổ Ngọc trước khi anh mất và sau khi anh mất,,, vẫn không thể thực hiện được,,, THÔI ĐÀNH! như ý muốn của anh... không phô trương, không bon chen chút Danh Hão, **anh đã NGỘ!**

CÁT BỤI TRỞ VỀ VỚI CÁT BỤI , BỤI HỒNG TRẦN XIN ĐỂ LẠI NHÂN GIAN... ANH RA ĐI VỚI NÉT MẶT BÌNH THẢN , AN LÀNH... ĐỂ LẠI BAO NUỐI TIẾC

THƯƠNG YÊU CỦA NGƯỜI TÌNH NGƯỜI VỢ, THÂN NHÂN VÀ BẠN HỮU...

Giai Phẩm CHÍNH VĂN với Tâm tư, ghi lại chút Kỷ niệm với Bạn Bè, thân hữu thân yêu . Và một lần nữa xin quý thân hữu một lời phê bình vị tha cho những thiếu sót của gia đình chúng tôi, cho tôi có một lời tạ ơn tình nghĩa nhất … Xin quý vị bạn hữu một phút tưởng nhớ, chia sẽ chân thành đến những kỷ niệm đẹp , vui buồn với anh Tô ngọc …

Anh Tô Ngọc ra đi, trái đất vẫn quay, bầu trời vẫn sáng , nhưng sự quan tâm chia sẻ của quý thân hữu thì không là "un peu soleil dans le froid ", mà là cả mặt trời trong giá lạnh cho gia đình chúng tôi .

Chân thành cảm tạ

(Lehong Duong và Gia đình)

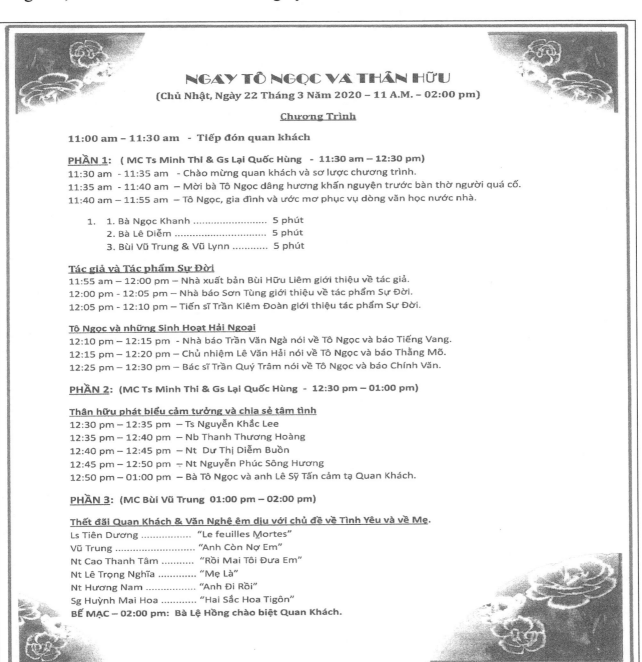

NGÀY TÔ NGỌC VÀ THÂN HỮU

(Chủ Nhật, Ngày 22 Tháng 3 Năm 2020 – 11 A.M. – 02:00 pm)

Chương Trình

11:00 am – 11:30 am - Tiếp đón quan khách

PHẦN 1: (MC Ts Minh Thi & Gs Lại Quốc Hùng - 11:30 am – 12:30 pm)
11:30 am - 11:35 am - Chào mừng quan khách và sơ lược chương trình.
11:35 am - 11:40 am – Mời bà Tô Ngọc dâng hương khấn nguyện trước bàn thờ người quá cố.
11:40 am – 11:55 am – Tô Ngọc, gia đình và ước mơ phục vụ dòng văn học nước nhà.

1. 1. Bà Ngọc Khanh .... 5 phút
   2. Bà Lê Diễm .... 5 phút
   3. Bùi Vũ Trung & Vũ Lynn .... 5 phút

Tác giả và Tác phẩm Sự Đời
11:55 am – 12:00 pm – Nhà xuất bản Bùi Hữu Liêm giới thiệu về tác giả.
12:00 pm - 12:05 pm – Nhà báo Sơn Tùng giới thiệu về tác phẩm Sự Đời.
12:05 pm - 12:10 pm – Tiến sĩ Trần Kiêm Đoàn giới thiệu tác phẩm Sự Đời.

Tô Ngọc và những Sinh Hoạt Hải Ngoại
12:10 pm – 12:15 pm – Nhà báo Trần Văn Ngà nói về Tô Ngọc và báo Tiếng Vang.
12:15 pm – 12:20 pm – Chủ nhiệm Lê Văn Hải nói về Tô Ngọc và báo Thằng Mõ.
12:25 pm – 12:30 pm – Bác sĩ Trần Quý Trâm nói về Tô Ngọc và báo Chính Văn.

PHẦN 2: (MC Ts Minh Thi & Gs Lại Quốc Hùng - 12:30 pm – 01:00 pm)

Thân hữu phát biểu cảm tưởng và chia sẻ tâm tình
12:30 pm – 12:35 pm – Ts Nguyễn Khắc Lee
12:35 pm – 12:40 pm – Nb Thanh Thương Hoàng
12:40 pm – 12:45 pm – Nt Dư Thị Diễm Buồn
12:45 pm – 12:50 pm – Nt Nguyễn Phúc Sông Hương
12:50 pm – 01:00 pm – Bà Tô Ngọc và anh Lê Sỹ Tấn cảm tạ Quan Khách.

PHẦN 3: (MC Bùi Vũ Trung 01:00 pm – 02:00 pm)

Thết đãi Quan Khách & Văn Nghệ êm dịu với chủ đề về Tình Yêu và về Mẹ.
Ls Tiên Dương .... "Le feuilles Mortes"
Vũ Trung .... "Anh Còn Nợ Em"
Nt Cao Thanh Tâm .... "Rồi Mai Tôi Đưa Em"
Nt Lê Trọng Nghĩa .... "Mẹ Là"
Nt Hương Nam .... "Anh Đi Rồi"
Sg Huỳnh Mai Hoa .... "Hai Sắc Hoa Tigôn"
BẾ MẠC – 02:00 pm: Bà Lệ Hồng chào biệt Quan Khách.

ANH TÔ NGỌC ĐÃ RA ĐI...

Đây là một chuyên tình thơ mộng tuyệt vời như chuyện tình Roméo Juliette ở Phương Tây hay chuyện tình buồn ở Đông Phương Lương Sơn Bá & Chúc Anh Đài.

Tổng hợp của Anh Phương

Nhà văn nhà báo Tô Ngọc - Ngô Quang Trụ, anh đã ra đi về miền miên viễn ngày 10.12.2019 tại Bệnh Viện Kaiser - Sacramento, hưởng thọ 85 tuổi, nguyên quán ở Hưng Yên Bắc Phần, di cư theo gia đình vào Nam năm 1954 lúc anh mới 19 tuổi, sang định cư ở Mỹ diện HO năm 1993.

Nhà văn nhà báo Tô Ngọc được hiền thê anh, chị Lệ Hồng và đứa con trai duy nhất Ngô Sỹ Tấn từ Tiểu bang Oklahoma bay về Sacramento thọ tang Bố. Vợ của Ngô Sỹ Tấn là Lý Lan Hương
và hai đứa cháu nội đích tôn dưới 20 tuổi đang đi học ở Oklahoma.

Vợ con anh Tô Ngọc cùng các bạn văn thi hữu ở miền Bắc California đã tổ chức một buổi tưởng niệm trọng thể trưa thứ hai 16.12.2019, tuyên dương nghề cầm bút viết báo viết văn chuyên nghiệp của Tô Ngọc hơn nửa thế kỷ qua. Cũng vì nghiệp văn viết báo bị cộng sản Bắc Việt khi cưỡng chiếm được miền Nam bắt giam Tô Ngọc suốt 13 năm dài lao lý khổ sai nghiệt ngã. May, Tô Ngọc không bị vùi thây nơi rừng thiêng heo hút trong những ngày tháng tù cải tạo. Nhà báo Tô Ngọc cùng với bà mẹ già và đứa con duy nhất của anh được theo anh sang Mỹ diện HO vào gần cuối năm 1993, định cư tại thung lũng hoa vàng San Jose nhiều năm. Từ

San Jose, anh và bà mẹ già di dời về sống tại Thủ Phủ Sacramento và Tô Ngọc có cơ may trở lại nghề làm báo viết báo đúng với nghề nghiệp. Tô Ngọc hợp tác với nhà báo Trần Văn - Trần Văn Ngà vốn thân nhau từ trong Nghiệp Đoàn Ký Việt Nam trước năm 1975 tại Thủ Đô Sài Gòn. Hai nhà báo chủ trương một tạp chi văn học - văn hóa nghệ thuật tại Sacramento - Bán nguyệt san Tiếng Vang, tạp chí Tiếng Vang phát hành được trên dưới 8 năm. Đến tuổi 75, cả hai cùng tuổi, cảm thấy mệt mỏi tự ý "tưng bừng đóng cửa" sau một tiệc mừng "dẹp tiệm" với nhiều văn thi hữu tham dự.

Ngày anh Tô Ngọc trút hơi thở cuối cùng có đông đủ vợ con và bạn bè thân thiết bao quanh anh.

Mùa đông là mùa thích hợp cho các cụ cao niên từ 80 trở lên, các cụ thích đi xa về cõi vĩnh hằng vào mùa đông có tuyết trắng dăng dăng có mưa phùn gió bắc, rất nên thơ và rất mát mẻ cõi hạc bay về Trời khỏe re, không có đổ mồ hôi gì hết.

Gia đình chọn ngày 16.12.2019 tiến hành Lễ Tang và các thi văn hữu, các nhà văn nhà báo từ xa như San Jose, Fresno, Stockton, Maryville cùng về Sacramento Memorial Lawn - Khu Little Saigon tham dự. Từ San Jose đến, nhà văn nhà báo cao niên nhất (90 tuổi) Thanh Thương Hoàng - nhà báo Lê Văn Hải Chủ nhiệm chủ bút tuần báo Thằng Mõ - nhà thơ Lê Diễm - nhà văn Tôn Nữ Áo Tím - phóng viên Vũ Nhân, đài truyền hình SBTN từ Fresno - nhà văn nhà thơ Dư Thị Diễm Buồn từ thành phố Maryville đến. Tại Sacramento gần như quy tụ hầu hết các văn thi hữu, nhà báo như: Lại Quốc Hùng - Trần Kiêm Đoàn - Nguyễn Phúc Sông Hương & Hoàng Thanh - Cao Thanh Tâm - Ngô Viết Trọng - Hương Nam - Khuê Dung - Nguyễn Thế Hải - Định Nguyên - Hoàng Ngân Hà - Bùi Lê Canh...Tất cả các văn thi hữu và thân hữu đều tỏ sự ngưỡng mộ Tô Ngọc, một nhà văn nhà báo chân chính, không khuất phục trước sự bách hại áp bức của nhà tù cộng sản. Những lời chia xẻ với tang quyến, nói lên những điều tốt đẹp những kỷ niệm thân thương quý báu về anh Tô Ngọc rất đáng trân quý.

Người phát biểu đầu tiên là nhà văn nhà báo cao niên Thanh Thương Hoàng (90 tuổi), cựu Chủ Tịch Nghiệp Đoàn Ký Giả Việt Nam mà Tô Ngọc làm Thủ Quỹ hay Thư Ký của Nghiệp Đoàn.

Nhà báo Lại Quốc Hùng, ngoài những chia xẻ tâm tư với tang quyến cũng như anh kể lại những giây phút thân ái bên anh Tô Ngọc. Anh Lại Quốc Hùng còn hát tiễn anh Tô Ngọc bản nhạc Aurevoir của Pháp vì anh Lại Quốc Hùng nói rằng chúng ta xa Tô Ngọc trong lưu luyến không phải vĩnh biệt (Adieu) Tô Ngọc, hàm ý có ngày sẽ gặp lại tại một nơi chốn tốt đẹp, bình an hơn ở tại trần thế nhiều bon chen này. Nhà văn nhà thơ Trần Kiêm Đoàn, với những lời chia xẻ chân tình, những kỷ niệm thân ái, anh còn đọc bài thơ rất cảm động, anh sáng tác ngay sau khi hay tin Tô Ngọc mất - Bài thơ Tiễn Biệt Nhà Văn Tô Ngọc đã được đăng trên tuần báo Làng ngày 13.12.2019. Nhà văn văn nhà thơ Cao

Thanh Tâm cũng có sáng tác bài thơ như là ai điếu với nhà báo Tô Ngọc cũng được trình bày trong phần nghi thức tưởng niệm này. Nhà thơ Hương Nam còn ngâm hai bài thơ tiễn biệt nhà văn nhà báo Tô Ngọc. Nhà báo Lê Văn Hải chủ nhiệm & chủ bút hệ thống tuần báo Thằng Mõ: San Jose, Sacramento và Nam Cali đã hết lời tôn vinh người đàn anh trong nghề viết báo. Ngoài ra, còn có Tiến Sĩ Lee Nguyễn, Chủ Tịch Cộng Đồng Người Việt Quốc Gia cũng tỏ bày sự tôn kính của mình đối nhà văn nhà báo chân chính Tô Ngọc - kế tiếp, nhà hoạt động xã hội cứu trợ thương phế binh ở Việt Nam Bùi Vũ Trung cũng tỏ lòng cảm phục một bậc đàn anh cao niên, nhà báo lão thành Tô Ngọc...

Lễ tang và Tưởng niệm nhà văn nhà báo Tô Ngọc có gần cả trăm người tham dự.

Hiền thê của Tô Ngọc - bà Lệ Hồng đã xúc động, qua nước mắt bà kể lại mối tình hồi bà còn tuổi teen tại Sài Gòn đã "mê" tài viết báo của Tô Ngọc. Sau mấy chục năm vật đổi sao dời, bà có gia đình cùng con cái sống ở nước Đức, chồng mất sau hàng chục năm đau ốm. Bà biết tin anh Tô Ngọc còn độc thân, còn bà thì chồng qua đời, vì vậy, mối tình hồi còn bé bỏng nổi dậy nối lại tình xưa được 13 năm, có lễ cưới đàng hoàng tại nhà hàng Happy Garden năm 2006... Xin mời quý bạn đọc bài viết của Lệ Hồng, bà viết trong đêm 16.12 khi bà đã thọ tang chồng về nhà.

Kết thúc, với những kỷ niệm Bố con, cháu Ngô Tấn Sỹ đã hết lời kính yêu Bố và cám ơn thân bằng quyến thuộc, các thi văn hữu và bạn bè của Bố có lời phân ưu cũng như gọi điện thoại, gởi email, đăng báo chia buồn cùng tang quyến... Buổi Lễ Tang và Tưởng Niệm nhà văn nhà báo Tô Ngọc chấm dứt lúc 5 giờ chiều.

Trong phần Tưởng Niệm, nhà báo Trần Văn có nhắc lại, nhà văn nhà báo cao niên Thanh Thương Hoàng, nguyên là Chủ Tịch Nghiệp Đoàn Ký Giả Việt Nam mà anh Tô Ngọc là

Thủ Qũy - Thư Ký trong nhiệm kỳ của ông và nhiệm kỳ kế tiếp vào năm 1970 với Chủ Tịch mới là nhà báo Thái Dương (sinh năm 1928), anh đã qua đời tại Việt Nam trên dưới 20 năm, anh Tô Ngọc giữ chức Tổng Thơ Ký của Nghiệp Đoàn Ký Giả Việt Nam cho đến ngày mất nước 1975.

Sau Lễ Tang do Hòa Thượng Đồng Trí - Viện Chủ Chùa Viên Chiếu chủ Lễ, và Hòa Thượng cùng tăng ni và phật tử tiến hành nghi thức lễ cầu siêu...

Phần kế tiếp, phần tưởng niệm do nhà báo Trần Văn điều hợp, có ngâm thơ và hát tiễn đưa hương linh người quá cố sớm về đất Phật.

Trần Văn cho biết, ngoài chức danh Tổng Thư Ký Nghiệp Đoàn Ký Giả Việt Nam, nhà văn nhà báo Tô Ngọc còn là phóng viên, biên tập viên của nhật báo Chính Luận - Ngôn Luận - tạp chí văn học Chọn Lọc... Tô Ngọc viết nhiều tác phẩm về truyện ma, truyện thiếu nhi, dã sử...Tuần báo Thằng Mõ Sacramento đã từng giúp Tô Ngọc tái bản hai tác phẩm mà Tô Ngọc ưng ý nhất.

Suốt đời Tô Ngọc sống với nghề làm báo, viết báo, viết văn từ trong nước ra đến hải ngoại. Ở Việt Nam, những nhà làm báo, viết báo chuyên nghiệp có đời sống khá đầy đủ mua được xe hơi , như Tô Ngọc - Thanh Thương Hoàng, có nhà cửa khang trang. Khác với hải ngoại, các nhà báo liền vách với nhà nghèo vì gởi bài đăng báo ít có tiền nhuận bút dù khiêm nhường, làm sao có tiền mua xe mua nhà như ở Việt Nam trước năm 1975.

Tô Ngọc sang định cư tại Hoa Kỳ năm 1993 diện HO, từ San Jose về Sacramento, Tô Ngọc cùng Trần Văn, hai nhà báo từng thân nhau ở Sài Gòn trước năm 1975 cùng tuổi, khởi xướng chủ trương tạp chí văn học - văn hóa nghệ thuật Tiếng vang, từ năm 2000 đến đầu năm 2008.

NHỮNG KỶ NIỆM CỦA HIỀN THẾ VÀ

BẠN BÈ VĂN THI HỮU CỦA TÔ NGỌC

Dưới đây, những dòng suy nghĩ và chia buồn của nhiều văn thi hữu ở xa như Sơn Tùng và Trần Quyền - Virginia và của Luật sư Tiên Dương, nhà thơ Hương Nam ở Sacramento và đặc biệt là của bà Lệ Hồng - hiền thê của Tô Ngọc...

* BÀ LỆ HỒNG - HIỀN THẾ CỦA TÔ NGỌC TỎ BÀY TÂM TƯ TÌNH CẢM CỦA MÌNH

Cảm ơn quý thân hữu, bạn bè đã đến với gia đình chúng tôi để tiễn biệt người chồng yêu dấu của tôi, cho tôi xin được vài phút chia sẻ mối tình của chúng tôi

Chúng mình yêu nhau vào thập niên 1970 gặp lại nhau cuối năm 2006 lần nói chuyện đầu tiên dài 9 tiếng đồng hồ, khi em tìm được anh qua thông tin của Minh ở báo Văn Nghệ Tiền Phong, mới biết anh vẫn chưa lập gia đình và 13 năm tù tội dưới chế độ cộng sản toàn trị.

Sau 3 lần nói chuyện anh ngỏ ý muốn kết hôn, vì ngày xưa không kịp, anh có hoàn cảnh, không vợ mà có một con, anh hứa với con anh phải 18 tuổi mới lập gia đình, và anh nghĩ em còn quá trẻ, vẫn còn thời gian, nhưng em đã vội lấy chồng, em cứ suy nghĩ, anh còn chờ em?

Với em, lúc gặp lại anh qua điện thoại, nếu em rời khỏi Đức, quê hương thứ hai là một điều khó khăn. Em cũng không còn trẻ để quyết định mà chỉ còn lòng đam mê của thời em mới lớn. Nhưng mỗi lần định nói chuyện chia tay với anh xem nhau là bạn, lòng em lại có cảm giác buồn và khó chịu HỤT HẰNG

Anh gởi cho em tấm hình thân phận, già nua, hằn nét phong trần ...và những tấm hình anh đã chụp cho em ngày xưa khi còn yêu nhau, làm cho em rất cảm động, chứng tỏ anh vẫn rất còn yêu em, cũng như anh luôn nhắc mùi hương tự nhiên trên mái tóc, cơ thể em. Vì vậy, em quyết định sang Mỹ với anh dù cũng có trở ngại trong gia đình, con gái lớn thì không đồng ý em sang đây, con gái nhỏ thì không chịu đi theo. Lúc đầu ở Mỹ, hai lối sống cũng có phần khác nhau, nhưng nhờ tình yêu chúng ta đã vượt qua. Có những lúc cãi nhau nói chữ xa nhau rồi lại ôm nhau hôn tha thứ, anh vẫn thường nói khi em xin lỗi, anh không bao giờ giận em cả...

Mốc thời gian của chúng ta là anh sẽ có tuổi thọ như bà cụ là 92, lúc đó em cũng hơn 70 và chúng mình sẽ cùng ra đi một lượt với nhau ... Nhưng, nay anh đã bỏ em mà ra đi, chúng ta đang rất hạnh phúc mà. Câu nói mỗi ngày: Vợ ơi! thương chồng không ? Chồng ơi yêu vợ không? Anh luôn luôn nghĩ mốc thời gian của chúng ta là từ năm 1970 là anh sống thọ bằng tuổi bà Cụ, anh luôn nói ..”thế mà chúng mình cũng đã lấy nhau hơn 40 năm rồi em nhỉ …” (dù thực tế mới có 13 năm).

Mỗi ngày chúng ta yêu thương nhau, và cắn đắng nhau, chúng ta xin lỗi nhau …khi lỡ lời tổn thương đến nhau …và cuối cùng luôn luôn là câu “anh rất hạnh phúc vì có em, anh rất hạnh phúc vì có vợ...Và em cũng nói em rất hạnh phúc vì được có anh bên cạnh cuối đời, em cảm ơn anh, Tô Ngọc ơi! Anh đã cho em những ngày tháng cuối đời hạnh phúc. Em học được ở anh nhiều điều khôn ngoan, sự hiểu biết sâu rộng và tìm thấy ở anh là một chính nhân quân tử, điều đặc biệt anh rất quý bạn bè, anh rất sòng phẳng, không bon chen, kiêu ngạo, sống trong khiêm tốn .

Anh Tô Ngọc ơi! anh còn nợ em 7 năm, cuối đời …sao anh đành bỏ em mà ra đi! Câu nói cuối cùng của em trong bịnh viện: anh ơi! mau hết bịnh về với em để cãi nhau, em cãi với hàng xóm họ đánh em đó, và anh đã cười, đã hôn em mà. Anh đã rất tinh táo mà …tai sao anh lại ra đi để em trên cõi đời lạnh lẽo, đau khổ này! Những ngày tháng cuối đời của em sao lê thê ..sống để chờ chết, anh Tô Ngọc ơi!anh đã nói anh rất hạnh phúc khi lấy vợ, em cũng đã nói với anh, em rất yêu anh, thời gian này chúng ta cứ hạnh phúc không cần nghĩ đến ngày mai …chúng ta đang rất HẠNH PHÚC MÀ, SAO ANH LẠI NỠ ĐÀNH RA ĐI, TÔ NGỌC ƠI! EM CÁM ƠN ANH NHỮNG NGÀY THÁNG CUỐI ĐỜI …VÀ CŨNG TRÁCH ANH CÒN NỢ EM 7 NĂM CỦA KIẾP NÀY, chỉ 7 năm nữa thôi mà, sao anh lại thất hứa với em lần nữa hả anh? Anh vẫn thường nói khi em xin lỗi, anh không bao giờ giận em cả, cũng như em không bao giờ giận được anh lâu, chúng mình đang rất là hạnh phúc, mỗi buổi tối mình uống rượu cùng nhau, anh lim dim đôi mắt cười có đuôi đa tình của anh, trời cho thế này thì còn đòi hỏi gì nữa, em nhớ anh…em nhớ anh nhiều lắm trong tổ ấm của mình đâu đâu cũng là kỷ niệm, anh Tô Ngọc ơi!!!

* Sơn Tùng - bạn văn đồng tuế cùng di cư vào Nam năm 1954 - Sơn Tùng là nhà văn từng giữ chức Chủ Tịch Văn Bút Việt Nam Hải Ngoại - Hiện đang định cư tại Virginia:
Tô Ngọc thân thương!
Lần cuối cùng anh gọi điện thoại cho tôi cách đây vài tháng, anh nói nhiều và vui như "ngày xưa thân ái", khi mình gặp nhau tại Sài-Gòn vào giữa thập niên 1950 của thế kỷ trước và trở thành bạn thân với nhau lúc mái tóc còn xanh nhưng đã vướng nhiều cát bụi trong cơn bão loạn của đất nước. Chúng ta đã sống và cùng nhau chia sẻ những hy vọng, ước mơ cũng như những khó khăn, đau buồn

trong một đất nước đang chiến đấu cho sự sống còn của Tự do. Hai mươi năm sau, Tự do đã chết tại Miền Nam VN và chúng ta đã tan tác như cát bụi bị bắn tung đi khắp nơi.

Hai mươi năm sau nữa, năm 1994, chúng ta lại gặp nhau tại Mỹ, và anh vẫn còn độc thân lúc tuổi đã sáu mươi. Tôi nghĩ anh sẽ "ở vậy" vì "cao số" hay vì khó tính, nhưng vài năm sau anh báo tin lấy vợ. Tôi mừng cho anh và đã có vài tò mò về cuộc sống mới của anh.

Ít lâu sau, chị giúp anh xuất bản Tạp chí "Chính Văn", tôi rất vui và phục cả hai, đồng thời gửi bài tiếp một tay, hy vọng có dịp sang miền Tây thăm anh chị.

Bức thư của chị dưới đây do anh Trần Văn Ngà chuyển đi đã làm tôi rơi vào một tâm trạng khó tả. Tôi có cảm tưởng như vừa thức dậy sau một giấc mơ dài, giấc mơ về kiếp nhân sinh trên cõi trần gian này. Những gì chúng ta có trong đời sống cũng không khác gì trong một giấc mơ.

Anh Tô Ngọc, mặc dù anh chị sống với nhau không lâu dài nhưng đã có một tổ ấm hạnh phúc thật, anh đã có một người tình, người vợ và người bạn thật đáng quý.

Thưa chị: Cảm ơn chị về bức thư rất chân thành đã hé mở cửa cho bạn hữu nhìn vào đời sống riêng tư của anh chị, cũng như tâm cảm thầm kín của chị với nỗi đau thương xé lòng. Mong sự chia sẻ ấy sẽ giúp chị vơi bớt buồn đau trước sự ra đi vội vàng của anh Tô Ngọc.

Sơn Tùng

* Chị Lệ Hồng viết: Anh To Ngoc van thuong noi voi toi , Ban than cua anh va tri ky cua anh la anh Son Tung.
Ban be con do .....vo anh con day ....ma anh o dau ? anh To Ngoc oi !

* **Trần Quyền**
Toi xin cam on anh Son Tung va chau Thanh da cho toi duoc biet tin anh To Ngoc da ve coi binh an va nhan day toi duoc biet them nhieu chi tiet rat cam

dong ve moi tinh cua anh chi Hong-Ngoc. Toi xin thanh that chia buon cung chi Ngoc (Hong) va cau xin huong linh cua anh To -Ngoc som ve coi binh an.
Tran Quang Quyen/ Tam Dat - Virginia

* **Tiên Dương**
Cô thương,
Cô và bác có một chuyện tình rất đẹp và thơ mộng. Con rất tiếc bác đã ra đi sớm hơn là hai người mong mỏi. Con biết cô rất buồn. Tuy nhiên cô cố gắng giữ vững tinh thần đừng để bị suy sụp.
Cô biết con lúc nào cũng sẵn sàng khi cô cần với những gì trong khả năng của con**Tiên Dương** (nữ luật sư trẻ hiện có văn phòng làm việc tại Thủ Phủ Sacramento)

* **Hương Nam**
Chị Hồng thương mến,
Xin Chị Hồng bớt buồn! Đời người không ai thoát khỏi những nỗi đau như thế nầy!
Mối tình của Anh Chị thật là hiếm quý! Nay Anh Ngọc đã bất ngờ ra đi trước, chắc chắn vẫn nhớ thương về Chị nhưng vì âm dương cách biệt nên không thể biểu hiện như khi còn sống bên nhau... Nhưng với tình yêu nầy mong Chị giữ vững tinh thần để cho Anh được yên nghỉ! Khi Anh đã yên rồi là tới lúc Chị phải mạnh mẽ lên để tự lo cho chính mình để Anh được an lòng! Hãy tin Anh vì Anh vẫn yêu thương và muốn mãi bên Chị...
Em rất cảm thông với nỗi sầu của Chị và cũng biết Chị là người có rất nhiều tình cảm và nghị lực... Rồi Chị sẽ vượt qua tất cả!
Thương Chị nhiều,
HNam

Để Chính Văn được tiếp tục phục vụ Quý vị... Đọc giả xin hãy tiếp tục ủng hộ và giới thiệu đến bạn bè, thân hữu... đọc báo Chính Văn.

Chân thành cảm tạ.

TÁC PHẨM CUỐI CÙNG CỦA NHÀ VĂN NHÀ BÁO TÔ NGỌC

Sự Đời

(Vietnamese Edition) Paperback – February 9, 2020

by Trụ Quang Ngô (Author) Amazon phát hành hay l/l Giai phẩm Chính Văn 916 230 6172

SƠN TÙNG

TUYỂN TẬP TÔ-NGỌC

SỰ ĐỜI

Thưa chị Tô Ngọc,
Thưa qúy vị,

Nhiều người thường nói sống lâu buồn lắm, vì càng già càng khổ và bạn bè lần lượt "ra đi", đến khi mình nằm xuống không còn ai tiễn đưa. Anh Tô Ngọc cùng tuổi với tôi và anh đã ra đi trước mà tôi không tới tiễn đưa anh được. Hôm nay, lễ tưởng niệm anh, tôi cũng không có mặt, dù rất muốn chính mình đứng đây, nói vài lời tiễn đưa anh, người bạn hơn 60 năm qua, một trong vài người thân nhất với tôi, dù đã trải qua biết bao biển dâu, chìm nổi.

Tôi đã vắng mặt trong tang lễ, và hôm nay cũng không tới được vì lực bất tòng tâm. Tôi ở miền đông xa xôi không thể tới đây bằng xe hơi mà từ hơn hai năm nay tôi đã không còn lên máy bay để đi đâu xa. Trong trường hợp này tôi nghĩ chị Tô Ngọc cũng hiểu và không buồn trách tôi.

Quả đúng như vậy, khi nghe tôi nói vì lý do sức khỏe không đi được, chị hiểu ngay không phải là một lời "cáo lỗi" suông cho có cớ và còn cho biết anh Tô Ngọc có nói với chị "Sơn Tùng là người bạn tri kỷ". Tôi thật cảm động và nghĩ răng anh Tô Ngọc đã nói với chị nhiều về tình bạn giữa chúng tôi. Do đó chị hiểu sự chân tình của tôi, nên chị đã ngỏ ý muốn tôi viết một bài cảm nghĩ về cuốn Tuyển tập "SỰ ĐỜI" của anh Tô Ngọc. Tôi ngạc nhiên vì chưa biết và chưa nghe ai nói về cuốn sách này. Hỏi chị Hồng Ngọc, chị cho biết Tuyển tập này đã do chính chị vừa chọn lọc trong những bài anh Tô Ngọc viết đã đăng rải rác trong Tạp chí Chính Văn.

Khi nhận được cuốn Sự Đời do chị Hồng Ngọc chuyển qua Internet, tôi đã đọc ngay và rất cảm phục chị đã đứng vững trong khi bàng hoàng và khổ đau trước sự ra đi đột ngột của người chồng đang sống bên nhau tràn đầy hạnh phúc, như chị đã chân thực viết ra trong bức thư ngắn báo tin cho bằng hữu.

Tôi càng cảm phục chị hơn khi đọc xong cuốn Sự Đời vì những bài chị chọn để đưa vào Tuyển tập này chính là hình ảnh của Tô Ngọc và tư chất con người của Tô Ngọc.

Thực vậy, hình ảnh Tô Ngọc đã hiện ra qua mỗi trang sách, và mỗi dòng chữ như đã biến thành lời nói của Tô Ngọc với âm sắc trong và cao mà tôi đã thân quen từ nhiều năm qua, không thể lầm với giọng nói của ai khác. Anh phát âm nhanh nhưng rõ ràng và mạch lạc, bộc lộ tâm tính của loại người năng động, trung hậu và ngay thẳng. Có lẽ đó là lý do mà chị Hồng Ngọc đã gọi đùa bạn tôi là "quân tử tàu"!

Khi tôi đọc cuốn Sự Đời, với hình ảnh Tô Ngọc trước mặt và tiếng nói Tô Ngọc bên tai, tôi đã lần lượt biết được nhiều điều nhiều chuyện mà tôi chưa hề biết, vì chưa nghe ai nói và chưa thấy ai viết. Hay đã có người nói và có người viết, nhưng tôi đã không nghe và không đọc vì còn lo dùng thì giờ vào những việc mà tôi nghĩ là "quan trọng hơn', "cao cả hơn", và đã tự tin vào kiến thức của mình.

Bây giờ, đọc xong cuốn Sự Đời, tôi mới nhận ra là mình đã sai lầm, và thiếu hiểu biết về nhiều mặt, nhiều khía cạnh trong "cuộc sống quanh ta", mà nay, nhờ những bài viết thú vị trong Tuyển tập Tô Ngọc, sự hiểu biết của tôi được mở rộng thêm nhiều, và thật là đáng ngạc nhiên, những thiếu sót trong kiến thức của tôi đã được bổ túc qua một cuốn sách non 300 trang mà tôi đã thưởng thức như một móm ăn tình thần hiếm có.

Thật vậy, những đề tài được nói tới trong cuốn "Sự Đời" hầu hết là những chuyện trong đời sống quanh ta, gần ta, hay của

chính ta, như "Ngứa và gãi", "Bắc Kỳ rau muống", "Cái khoái thư tư", "Chửi", "Háo danh", "Hầu bóng", "Khoe khoang", "Nói phét", "Rượu và đàn bà", và thuốc phiện, vân vân...

Qua những đề tài có vẻ tầm thường ấy, Tô Ngọc đã đào sâu, mở rộng tới mọi ngõ ngách, hang hốc liên quan đến chủ đề, đến lịch sử, thời sự, triết thuyết, đến những chuyện xưa và nay, từ Đông sang Tây, kể cả chuyện ma hiện hồn, nhưng không phải là chuyện bịa đặt, nhảm nhí.

Sau ngày 30 tháng 4, 1975, Tô Ngọc bị đi "học tập cải tạo" 13 năm nên trong "Sự Đời" không thể thiếu những chuyện liên hệ tới đời sống trong trại tù cộng sản ở Việt Nam. Tuy nhiên, viết về những chuyện trong tù, ngòi bút Tô Ngọc không gay gắt, thù hận, mà chỉ "vuốt nhẹ" thôi nhưng có thể đau tới tận xương tủy, trong đó có những chuyện thật về các anh hùng "liệt sĩ", như Lê Văn Tám, Nguyễn Văn Bé, và đặc biệt là trường hợp Nguyễn Văn Trỗi, đã được bộ máy tuyên truyền của đảng CSVN dựng ra, tô vẽ thành những thần tượng cao đẹp tuyệt vời để quyến rũ, thúc đẩy thanh thiếu niên trên cả hai miền Bắc và Nam VN dấn thân vào chỗ chết.

Sự thật về "liệt sĩ" Nguyễn Văn Trỗi, qua ngòi bút tả chân của Tô Ngọc đã trở thành một câu chuyện cười ra nước mắt, có một không hai về số kiếp hẩm hiu của người dân VN trong chiến tranh, và về "tài nghệ láo phét" của tuyên truyền cộng sản.

Sau khi dẫn lời nhân chứng có thẩm quyền để lật tẩy câu chuyện về Nguyễn Văn Trỗi, một thợ điện không dính dáng gì tới VC, đã bị bắt và nhận tội gài mìn mưu sát Bộ trưởng Quốc phòng Hoa Kỳ McNamara vào năm 1964, Tô Ngọc viết tiếp:

Cái hôm đem Trỗi ra bắn, duy nhất chỉ có một nhà báo tham dự: ký giả Lâm Thao của tờ báo quân đội (Tiền Tuyến). Nguyễn Văn Trỗi mặt mày xanh như tàu lá, run rẩy đi không vững. Thật tội nghiệp cho anh ta. Một Thượng Tọa tới cầu nguyện, anh ta lắc đầu. Có lẽ Trỗi thấy nhà chùa không có thế lực, nên khi một linh mục xuất hiện (nếu tôi nhớ không lầm thì là cha Hoàng Yến, nguyên Hiệu Trưởng trường Saint Joseph Hải Phòng, nguyên Hội Trưởng Hội Bảo Vệ Luân Lý thời Đệ Nhất Cộng Hòa) thì Trỗi quỳ mọp xuống, ôm lấy hai chân vị linh mục kêu van xin cứu mạng. Nhưng khi vị linh mục nói rằng ông chỉ có thể cứu phần hồn của Trỗi, chứ không thể cứu Trỗi khỏi tội nơi trần thế, thì Trỗi từ chối phép rửa tội. Chân tay rũ liệt mềm như bún, người ta phải xốc nách kéo lết đưa Trỗi tới chỗ hành quyết. Mặt Trỗi xám ngoét, mắt lạc thần trắng rã vì sợ, miệng lắp bắp kêu oan nhưng không ra tiếng... Ấy thế mà không hiểu sao ngay sau khi Trỗi chết, cả "nước Sài Gòn" đã loan truyền tin Trỗi hùng dũng hô to trước khi bị bắn: "HCM muôn năm, VNDCCH muôn năm!" Còn trên báo "Nhân Dân" xuất bản tại Hà Nội, nhà "thi sĩ máy" Tố Hữu đã bấm nút "xịt" ra ngay một bài thơ ca tụng Trỗi trong đó có câu: "Phút lâm chung anh gọi Bác ba lần!"

Cho tới bây giờ, sau hơn 50 năm, hầu hết dân Việt Nam vẫn còn tin vào câu chuyện về "liệt sĩ" Nguyễn Văn Trỗi do tuyên truyền của CSVN bịa đặt, cùng với những chuyện hoàn toàn tưởng tượng về Lê Văn Tám, về Võ Thị Sáu, Nguyễn Văn Bé, và nhiều "anh hùng liệt sĩ" khác đã được in trong nhiều sử sách của của CSVN..

Trước 30 tháng 4, 1975, tôi biết Tô Ngọc là một nhà báo yêu nghề, có lương tâm, có lý tưởng và chịu khó tìm tòi, học hỏi, nên có kiến thức rộng, hiểu biết nhiều, nhưng không ngờ anh còn là một kho chuyện sống bao gồm cả đông, tây, kim, cổ mà cuốn Sự Đời chỉ là một phần.

Anh Tô Ngọc đã vội vã ra đi, trong nỗi thương nhớ và mất mát to lớn tột cùng của chị Hồng Ngọc, chị đã không bị gẫy đổ mà còn sáng suốt và đủ năng lực hoàn thành Tuyển tập Sự Đời để ra mắt trong Lễ Tưởng niệm anh hôm nay.

Một việc làm rất đáng ca ngợi, và trên cõi Niết Bàn, chắc anh đang mỉm cười thanh thản đã giữ sạch nợ trần gian.

SƠN TÙNG

Hotel T.C.Đ (Vũng Tàu) - 1973.

Nhà báo Tô Ngọc khi còn trẻ

Nhân dịp kỷ niệm Tô-Ngọc và Thân hữu, kính xin gửi lời cảm tạ chân thành đến anh Trần Minh Lợi và anh Lê Văn Hải bên báo Mõ đã thương mến và giúp đỡ anh Tô-Ngọc từ những ngày còn ở Việt Nam cũng như ở hải ngoại.

Tô-Ngọc & Lệ Hồng

Anh TÔ NGỌC và TÔI

Bs. Trần Quý Trâm

Tôi biết anh chị Tô Ngọc nhờ người bạn học BS Tôn thất Sang , nay đã quá cố , Sang đem vợ chồng tôi tới nhà anh Ngọc chơi , 2 anh Ngọc Sang thân nhau vì cả 2 ở tù với VC xấp xỉ 13 năm , anh Ngọc không đi lính vì là con một , anh là một nhà báo chủ bút tờ Chính luận thời kỳ VNCH .Trong các tờ nhật báo xuất bản trước 1975 tôi thích đọc nhất là tờ Chính luận , thời ký VNCH chính trị ổn định ,cuộc sống dân chúng sung túc và an lành , nên tôi mê đọc tờ báo không phả là theo dỏi tin từc về chính trị , chính em mà trái lại tôi mê một trang báo đăng truyện chưởng Kim Dung , riêng tờ báo Chính Luận là đăng dài và mới ra lò từ Hồng kông gửi về nhanh nhất. Ngày nào cứ đúng 2 giờ chiều trước khi vô lớp học (lúc đó tôi học y khoa khoảng nam thứ 2 hay 3 gì đó) là tôi dựng cái xe đạp màu đỏ cà tàng thường hay trật sên , trước kiosk nhà sách Thượng Tứ ở trước mặt đài phát thanh Huế , để mua tờ báo hay nói đúng hơn là để coi báo cọp.

Mới đầu thì mua sau là coi cọp. Tôi giở tờ báo ra, thường là báo Chính luận , mở trang trong, đây rồi, Lộc Đỉnh Ký hôm nay quá hấp dẫn, coi cọp xong, cám ơn ông chủ rồi lên con ngựa sắt đi học. Có một điều là ông chủ và hai người con tên Lộc và cô gái tên Chi rất tử tế , biết tôi coi cọp nhưng vẫn vui vẻ . Có ngày tôi đang chờ bào về , Lộc gặp tôi la lên : Anh Trâm ơi ! báo Chính Luận Lộc đỉnh Ký hôm nay đăng gấp đôi ! lấy 1 tờ mà coi

Được biết anh Tô Ngọc làm ở báo Chính Luận tôi vui mừng giống như gặp bạn tri kỷ ! Từ đó tôi thường hay tới chơi và thăm anh., sau đó chị Hồng vợ anh có ý định ra giai phẩm Chính Văn mà anh là chủ bút , được cọng tác với anh chị Ngọc - Hồng là một niềm vui lớn với tôi !Tôi đến với Chính Văn cũng vì thích anh Tô Ngọc !

Với tôi anh Ngọc là một cây cổ thụ trong làng báo hải ngoại , những bài viết của anh rất hay và hấp dẫn người đọc.

Ngày chúng tôi đang ở Úc được hung tin anh Tô Ngọc đã ra đi . Anh đi những câu chuyện của Há Nội 36 phố phường xưa mà anh kể cho tôi nghe chưa kết thúc. Tôi đang còn muốn nghe anh kể nhiều hơn nữa. Tôi đang còn muốn tới thăm anh nhiều lần nữa. Nhưng ông trời không cho anh em mình gặp nhau nữa. Thôi vĩnh biệt anh. Nguyện cầu anh có cuộc sống thật an vui bên kia thế giới !

BS Trần quý Trâm

Anh TÔ NGỌC và tôi

NHỚ ANH NGỌC

Bùi Lê Cảnh

Chị Hồng,

Hình ảnh anh Ngọc trong tôi là một người cao lớn, đẹp trai, có duyên nhất là nụ cười…nhưng tại sao không có người bạn đời bên cạnh! Tôi thắc mắc nhưng không giám hỏi và anh cũng chưa bao giờ nói đến chuyện này.

Tôi biết anh Ngọc từ khi anh định cư ở Sacramento làm báo Tiếng Vang với anh Ngà.Qua anh tôi được nghe anh kể về Hà nội một cách thích thú vì tôi vào Saigon năm lên 11 nên những gì về quê cũ tôi chỉ lờ mờ trong trí nhớ,có nhớ chăng chỉ là nhựng đêm hè đi bắt ve sầu ở bờ Hồ hay khu nhà Chung nhà thờ lớn hoặc những buôi trốn học đi đổ dế ở bờ sông Hồng hà.

Anh kể những vui buồn trong nghề làm báo của anh,nhất là thời gian làm báo Chính luận giữ mục My Baby.

Rồi một buổi trưa khi tôi đến chơi anh nói:

-Tớ mới liên lạc được với cô Bồ ở bên Đức quen nhau khi làm báo Chính luận.Nói chuyện điên thoại hàng ngày cả tiếng đống hồ.

Tôi ngạc nhiên và thầm nghĩ"Á !thế ra ông này cũng ghê thật!" và nói với anh"Đúng là chuyện tình trong mơ"

Tôi mừng vì anh có người bạn đời ,anh chị về với nhau trong Hạnh phúc và tôi cúng ít lại thăm vì tôn trọng cuộc sống riêng tư của anh chị nhưng lúc nào anh chị cũng coi tôi như người thân trong nhà.Mỗi lân về Đức thăm gia đình khi trở lại Mỹ thế nào cũng được chị cho một món quà nhỏ.Xin cám ơn chị.

Chị Hồng,
Anh Ngọc đã xa chúng ta nhưng tình cảm mãi mãi vẫn còn chị ạ…
BLC.

Anh Bùi Lê Cảnh là người bạn tốt của gia đình chúng tôi... dù anh Ngọc đã ra đi, mãi mãi anh vẫn là người bạn chân thành của gia đình chúng tôi.

Tô Ngọc & Lệ Hồng

Cám ơn chú đã gửi cho cháu " thiệp TN &
bằng hữu " cùng những bài viết, tài liệu hình
ảnh sau khi chú TN đã rời xa...

Hàng năm, cháu vẫn gửi thiệp chúc Noel và
năm mới cho chú TN, cũng như với chú, nên
thật bàng hoàng xúc động khi nghe chú ấy đã
không còn nữa..

Bạn thân từ thời còn ngậm ô mai của cháu và
cùng có bài đăng ở nhật báo Ngôn Luận,
Chính Luận ngày xưa : Ngô Kim Thu - mà có
lần chú đã gặp khi tụi cháu cùng đi với Vũ
Uyên Giang, lên thăm các chú và cùng ăn
lunch tại tệ xá chú TN năm 2008, sẽ tham dự lễ
100 ngày của chú TN, và đại diện cho cháu gửi
lời chia buồn cùng thím LH và gia quyến.

Bạn cháu cũng rất muốn chuyện trò thăm hỏi
chú trong ngày ấy.

Cầu chúc chú dồi dào sức khỏe. Hy vọng có
dịp sẽ được gặp lại chú, khi cháu đi San Jose
thăm gia đình.

Tôi Trên Miền Thơ Ấu

(thơ mhhoàilinhphương)

**Cung kính gửi về hương linh
chú Tô Ngọc- cựu ký giả nhật
báo Ngôn Luận, Chính Luận
Saigon xưa…**

Tôi thấy lại… tuổi thơ văn mình qua hình bóng
chú..
Thuở mười ba, mười bốn biết bâng khuâng.
Thơ học trò vụng dại gửi báo đăng…
Mang nồng ấm hậu phương về chiến tuyến..
Tôi - cô bé thành đô thời binh biến
Biết yêu người nơi gió cát miềnz xa…

Anh dũng, hy sinh - người lính Cộng Hòa…
Cho phố thị an vui tà áo trắng…
Trời Saigon qua bao mùa mưa nắng.
Là cũng bao mùa tình đã mênh mông…
Hồn thơ bay cao… vang tiếng xa, gần
Chú hãnh diện tài năng cô cháu nhỏ….

*

Và .. bỗng một ngày quê hương nhuôm đỏ.
Lưu lạc quê người, nước mắt nhìn nhau.
" Tha hương ngộ cố tri ", trong mừng tủi nghẹn
ngào…
Như chú đã một phần trong gia tộc….
Cháu lại viết tiếp đoạn buồn trong tiếng khóc…
Ký ức Saigon rực rỡ giữa nơi xa…
Chú lại đăng lời tha thiết, đậm đà
Thương biết mấy Saigon ngày tháng cũ….

*

Mang hình ảnh của một thời quá khứ….
Chú bây giờ đã … biền biệt, về đâu?
Gửi theo khói nhang vang tiếng kinh cầu…
Chú thanh thản bên vùng trời miên viễn…

M.H.HOÀI-LINH-PHƯƠNG
Washington D.C tháng 02/2020

Nhà văn nhà báo Tô Ngọc

Nhà văn nhà báo Tô Ngọc - Ngô Quang Trụ, đã ra đi về miền miên viễn ngày 10.12.2019 tại Bệnh Viện Kaiser - Sacramento, hưởng thọ 85 tuổi. Xin thành kính chia buồn cùng bà Tô Ngọc, tức PS Lệ Hồng và người con trai duy nhất Ngô Sỹ Tấn cùng vợ là Lý Lan Hương và hai cháu nội đích tôn.

Nguyện cầu hương hồn ông sớm tiêu diêu về an nghỉ nơi cõi Niết Bàn.

Thành kính phân ưu: **Đài Phát Thanh Tiếng Nước Tôi và cơ sở Đảng Việt Tân**

Đôi dòng tiểu sử:

Ông Tô Ngọc nguyên quán ở Hưng Yên Bắc Phần, di cư theo gia đình vào Nam năm 1954 lúc 19 tuổi. Trải qua hơn nửa thế kỷ, từ trong nước ra tới hải ngoại, ông gắn bó với nghiệp cầm bút trong vai trò một nhà báo, nhà văn chuyên nghiệp, chân chính. Ông từng là phóng viên, biên tập viên của nhật báo Chính Luận - Ngôn Luận - tạp chí văn học Chọn Lọc..., tác giả nhiều truyện ma, truyện thiếu nhi, dã sử được độc giả yêu thích. Ông giữ chức Tổng Thư Ký của Nghiệp Đoàn Ký Giả Việt Nam cho đến ngày mất nước 1975. Cũng vì nghiệp văn viết báo, ông đã bị cộng sản Bắc Việt bắt đi tù khổ sai suốt 13 năm dài. Ông sang Mỹ định cư cùng gia đình theo diện HO năm 1993.

Ông ra đi để lại nhiều tiếc thương cho gia đình, bằng hữu, để lại hình ảnh hiền hòa, khiêm cung của một trí thức Việt Nam thức thời, và gương sáng của một người con hiếu hạnh, tận tụy thương yêu và chăm sóc mẹ già cho đến cuối đời.

Ngày lễ phát tang và cầu siêu cho người quá cố hôm 16.12.2019, các thi văn hữu, các nhà văn nhà báo từ xa như San Jose, Fresno, Stockton, Marysville đã cùng về Sacramento tham dự đông đảo. Tất cả đều bày tỏ sự ngưỡng mộ Tô Ngọc, một nhà văn nhà báo chân chính, không khuất phục trước sự bách hại áp bức của nhà tù cộng sản.

Nhà văn, nhà báo Tô Ngọc
tức Ngô Quang Trụ

VUI BUỒN VỚI VĂN-NGHỆ TIỀN-PHONG

Tô-Ngọc

Tiền thân của VNTP hải ngoại hôm nay là tờ "Gió Mùa", xuất bản tại Đà-Lạt trước năm 1954, cũng do ông Hồ-Anh Nguyễn-thanh-Hoàng làm chủ nhiệm. Gió Mùa là tờ báo duy nhất được phát hành rộng rãi trên toàn quốc vào thời kỳ đó. Nhiều cây bút Bắc Hà tham gia đóng góp cho Gió Mùa. Lúc đó tôi còn đi học - trường Chu-Văn-An Hà-Nội - nhưng rất ham đọc sách báo. Gia đình tôi có người thường xuyên viết cho Gió Mùa. Khi báo gửi ra Bắc, cả nhà đọc xong tôi có nhiệm vụ cắt bài dán vào một cuốn vở.

Năm 1954, khi gia đình tôi di cư vào Nam, thì Gió Mùa đã đổi măng-xết thành VNTP. Toà soạn đặt tại nhà in Long-giang 126 Lê-Lai Saigon, chung với toà soạn nhật báo Ngôn-Luận, cả hai đều do ông Hồ Anh làm chủ nhiệm. Được vài năm báo Ngôn-Luận phát triển lớn mạnh, dọn về 86 Lê-Lai cách toà soạn cũ đúng 20 căn. Còn VNTP vẫn ở chỗ cũ.

Một sự kiện hi hữu trong làng báo VN thời đó : một cây bút trọng tuổi của VNTP qua đời năm 1958, VNTP ra một số đặc biệt tưởng niệm với di ảnh người quá cố và tấm băng tang in trên bìa báo, thay cho hình mỹ nhân in ốp-xét.

Thời gian từ 1955 đến 1959, VNTP do ký giả Văn-Giang làm thư ký toà-soạn. Sau đó là ký giả Vi-Bằng. Anh Vi Bằng trước đây là một cây bút có tầm vóc trong làng điện ảnh, chuyên dịch và làm phụ đề Việt ngữ cho các hãng phim ở Sài gòn từ năm 1949.

Đây là thời gian tôi chính thức bước chân vào nghề cầm bút, khởi đầu với *"Một truyện tình"*, đăng nhiều kỳ, phỏng dịch theo truyện trinh thám "Lucille et les inconnus". Anh Tử Vi Lang chịu khó ngồi hiệu đính cả một tập bản thảo dầy cộm tôi gửi. Khi anh Tử Vi Lang qua đời ở Mỹ thì tôi còn đang cuốc đất trong một trại khổ sai. Tin anh mất do bằng hữu nhắn vào. Tôi đã dành phần cơm chiều ăn muộn cùng chén nước mắm "ruồi bay qua không thèm dừng cánh" với điếu thuốc lá Điện-Biên thắp thay nhang để tưởng nhớ đến anh.

Đầu năm 1960 anh Giang-Tân thay anh Vi-Bằng. Lúc đó VNTP nổi tiếng về trang báo *"Tin tức...mình"*, vừa có nghĩa tin trong nước mà cũng có nghĩa *tin làm mình tức anh ách* ! Một lối chơi chữ. Hai nhân vật Quận Hách và Ba Phải do hoạ sĩ Văn Đạt vẽ biểu trưng hai giai cấp thống trị và bị trị. Quận Hách với bản chất ngu dốt, nịnh trên nạt dưới, hách xì xằng... Còn Ba Phải tượng trưng cho người dân thấp cổ bé miệng nhưng đầy tính Trạng Quỳnh, Ba-Giai, Tú-Xuất.

1

Báo ra ngày thứ năm, chiều thứ hai bài vở xong xuôi. Ban biên tập họp vào buổi tối tại nhà ông chủ nhiệm ở cư xá Chu-Mạnh-Trinh Phú-Nhuận. Thường xuyên gồm : Hồ-Anh, Lê-Tâm-Việt, Hoàng-Tùng, Tử Vi Lang, Giang-Tân, hai hoạ sĩ Đức-Khánh / Văn Đạt, cô Linh-Lan và tôi. Ban biên tập rút ưu khuyết điểm tờ báo mới in xong, đồng thời bàn thảo đề tài cho số tới. Buổi họp đôi khi mời thêm vài bạn đọc tham dự, chung góp ý kiến.

Đầu năm 1961, VNTP phát động một cuộc thi lớn với các giải thưởng như tủ lạnh National, radio Philips, bút máy Parker, đồng hồ treo tường v.v... Và cũng có thêm nhiều... lô thuốc bổ thận do nhà thuốc Võ-văn-Vân gửi tặng làm giải thưởng. Cả toà soạn hân hoan thấy ông Võ-văn-Ứng, tức Bầu Ứng, đại diện nhà thuốc nhãn thiệu "Em bé che dù" này nhiệt tình tham gia. Ai cũng vui vẻ tiếp nhận, kể cả toà soạn lẫn người trúng giải. Ông trúng thì ông uống, còn bà trúng thì ông cũng uống luôn. Có sao đâu ! Úm ba la, trực tiếp hay gián tiếp thì cả hai ông bà cùng "hưởng" cả !

Cũng thời điểm này, cô Linh-Lan phụ trách mục trả lời bạn đọc, nêu trường hợp : một nữ sinh hiếu học nhà ở ấp Voi Nhỏ Hốc Môn, gia đình gặp khó khăn, mỗi ngày tới trường Trưng Vương Sàigòn bằng phương tiện di chuyển hết sức cơ cực... Một nhà hảo tâm nhờ cô Linh-Lan xem thực hư. Tôi được phái đi cùng Linh Lan, tìm tới tận nhà... Sự kiện thực 100%. Cô nữ sinh được nhận khoản trợ cấp của nhà hảo tâm. Và sau này cô nữ sinh đã bước chân vào nghề cầm bút và trở thành một ký giả nổi tiếng, từ trước 1975 : Kiều Mỹ Duyên.

Anh Giang-Tân làm thư ký toà soạn cho VNTP được hơn một năm thì anh Trọng Tấu về thay thế. Trọng Tấu trước kia là thuỷ thủ một tầu binh Pháp, tầu La-mốt Pích-kê, đồng thời cũng là vũ sư có hạng cùng thời với Quách Chín, Mạo Xương, Hiếu Cận, Jim Lê, Nguyễn-Trọng, Trần Quốc v.v...Trọng Tấu cũng có nghề nuôi và huấn luyện chó. Một người đa tài đa năng nhưng lại đói rách triền miên ! Tưởng cũng nên nhắc lại sự việc : cuối thập niên 60, khi VN có phong trào mở super-market, trong một buổi họp tại Tổng-cục Tiếp-Tế, chính Trọng Tấu là người đề nghị dùng hai chữ "SIÊU THỊ" để chỉ "super market". Do tình cờ sau 30.4.75, tôi được đọc bản sao biên bản buổi họp trên, khi văn kiện này thành giấy gói hàng (anh Trọng Tấu qua đời vài năm sau khi CS cưỡng chiếm miền Nam, anh chết do bệnh "vẩy nến").

Anh Trọng Tấu đầu quân cho báo Tiếng Vang, tôi thay anh làm thư ký toà soạn VNTP. Lúc này toà soạn dọn về nhà in Hương Vân, 20 Phan văn Hùm Sàigòn, trước bến xe đò Tây-Ninh. Toà báo cũng tăng thêm nhân lực : cô Trần-thị-Lâm, phụ trách mục "Kết bạn thư tín".

Cũng thời gian này, hoạ sĩ Trần-Vũ góp một truyện dài bằng tranh nơi bìa tư. Với lối vẽ bay bướm, hoạ sĩ Trần Vũ mô tả cuộc tình duyên giữa viên phi công hào hoa và một thiếu nữ trẻ đẹp. Cuộc tình đầy lãng mạn nhưng không thiếu tính chiến đấu và bổn phận với đất nước... Trần Vũ là sĩ quan bộ binh, rời quân trường chưa lâu, góp mặt với VNTP với tính cách tài tử. Không ngờ truyện bằng tranh của Trần Vũ đã tạo ấn tượng tốt với binh chủng Không quân. Sau đó bên Không quân tìm cách xin Trần Vũ về binh chủng mình.

2

Cô Trần-thị-Lâm sau một thời gian giữ mục "Kết bạn thư tín", thường xuyên phải quần là áo lượt đi... ăn cưới những cặp vợ chồng tới với nhau qua cuộc "xe duyên" này, chính cô cũng lên xe hoa luôn.

Cuộc chính biến 1.11.1963 lật đổ chế độ của Tổng-thống Ngô-Đình-Diệm khiến nhiều báo ở Sàigon bị đóng cửa, trong đó có tờ Ngôn-Luận, là báo "người nhà" với VNTP. Một số báo mới ra lò, như Tân Luận (của Tử Vi Lang), Công-Luận, Khởi Hành, Dân Chúng v.v... Các báo, kể cả nhật báo lẫn tuần báo, đều long đong. VNTP không thể là một ngoại lệ. Để giảm bớt chi phí, ông chủ nhiệm buộc lòng phải đề nghị tôi thôi giữ chức vụ thư ký toà soạn, trở về vai trò biên tập viên. Là người trong cuộc tôi hoàn toàn thông cảm với VNTP gặp lúc khó khăn.

Tôi đầu quân cho nhật báo Chính-Luận, làm việc liên tục đến ngày mất nước 30.4.1975. Trong thời gian tôi làm cho Chính Luận, tôi vẫn tiếp tục viết bài cho VNTP (và sau này cho "đàn em" của VNTP là *Khoa-học Huyền-bí*).

Cũng có khoảng thời gian chừng hai năm, tôi ngưng viết cho VNTP khi tôi và các anh Tử Vi Lang, Lê-Tâm-Việt và Đậu-Phi-Lục hùn vốn ra tờ tuần báo khổ nhỏ *Chọn Lọc* và xuất bản sách truyện. *"Đời pháo thủ"* của Nguyên-Vũ là cuốn sách mở đầu do nhóm chúng tôi xuất bản. Sau năm Mậu Thân (1968) báo Chọn Lọc chết không kèn không trống, vì các đại lý nại cớ chiến sự quịt tiền !

Thời gian tôi làm báo Chọn Lọc và xuất bản sách thì VNTP chấn chỉnh về mọi mặt. Cây bút chủ lực lúc đó là anh Trần-Việt-Sơn. Anh có tài viết thật ngắn mà đầy đủ. Anh dịch và thâu gọn hàng trăm trang sách thành vài trang. Chính anh là người đã bơm ô-xy vào không khí thể thao Sàigon với cách mô tả và diễn giải các trận bóng tròn quốc tế rất sôi động. Lúc đó dân Sàigon - quảng đại quần chúng - mới biết nhiều đến Pélé, rồi Cruif... cũng như các chiến thuật trên sân cỏ, mặc dầu trước đây Sàigon đã từng có những tờ báo chuyên về thể thao. Các thư ký toà soạn kế tiếp tôi, như cô Quỳnh Như, cô Lý Thuy Ý v.v... đã góp công sức rất nhiều cho việc chuyển mình đi lên của VNTP. Năm 1976, anh Trần-Việt-Sơn bị CS bắt cùng với hơn 40 nhà văn nhà báo và nghệ sĩ sân khấu điện ảnh, trong chiến dịch truy quét văn nghệ sĩ miền Nam có thành tích chống cộng. Anh Sơn đã qua đời tại quê nhà sau khi ở tù ra không lâu.

VNTP đáp ứng được những đòi hỏi của giới trung lưu, công tư chức, quân nhân, sinh viên học sinh v.v... Với mục tiêu *"đọc ít biết nhiều"* kèm *"cười để sửa đổi thói hư tật xấu"*, nên số bán ngày một gia tăng. Nhiều sạp báo Sàigon ra chậm mua không còn. Thừa thắng xông lên, tờ *Khoa-học Huyền bí* ra đời, cùng chung toà soạn với VNTP, lúc đó ở 86 Lê Lai, được xây cất lại khang trang và tiện nghi.

Trong thời gian mấy năm liền sau khi được thả khỏi trại tù Z.30D (Hàm Tân), trước khi xuất cảnh, tôi được đọc VNTP hải ngoại do một số thân hữu từ Pháp, Úc, Anh... đem về nước. VNTP đã bước sang một kỷ nguyên mới, với những cây viết mới mà văn phong cũng như hào khí người viết toát lên tình yêu và niềm tin của mình đối với dân tộc và đất nước. Ở quê nhà, người ta đọc lén, làm photocopie sách báo hải ngoại rồi truyền tay nhau xem, y như vào giữa thời kỳ chiến tranh ác liệt 1965-66 dân Hà-Nội đã chép tay hầu hết sách truyện của nhóm Tự lực Văn đoàn, để nhâm nhi

3

từng lời văn, thưởng thức cái hương vị văn chương đích thực : phục vụ nghệ thuật và con người.

Rời quê hương với mái tóc bạc và một dẫy những tên bệnh mà nhà thương Lenzen của Mỹ moi ra sau các xét nghiệm bằng máy điện tử tối tân (dĩ nhiên miễn phí !), tôi trở lại với VNTP như một định mệnh...

Tô-Ngọc

(Thung lũng Hoa Vàng 1.1.1995)

Nhà văn Tô-Ngọc thời trẻ và Thẻ Đặc phái viên báo nhật báo Chính-Luận

Kính gửi toà soạn
Diễn-Đàn Phụ-Nữ,

Tôi đã nhận được DĐPN số 150. Xin thành thật cám ơn. Riêng về những ký giả nằm vùng của CS, tôi xin được ghi nhận một số sự kiện tôi biết như sau :

1.- Lê-Hiền, tên thật Cao Minh Hựu, đúng là cháu của Cao Minh Chiếm (còn Cao Trần tôi không rõ tên thật). Cao Minh Chiếm bị tống xuất ra Bắc dưới thời đệ nhất cộng hoà, cùng với BS "Sinh lực tố" thân phụ bà Ngô-Bá-Thành. Lê Hiền trước 1975 là chủ nhiệm nhật báo Bút Thép, ở đường Lê-Lai Saigon, toà soạn hai tầng trông sang khu ga xe lửa.

Vào tháng 4/1976 Lê-Hiền bị CS bắt, giam chung với tôi tại khu tập thể B Sở An-Ninh Nội Chính, sau chuyển sang Trại T.20 (tức 4 Phan Đăng Lưu). Theo tiết lộ của Lê-Hiền thì y bị bắt vì lý do có sự kình chống nhau giữa hai phe tình báo của CS miền Bắc và miền Nam. Ít lâu sau Lê-Hiền chuyển sang trại giam khác... Theo tin ghi nhận từ ngoài vào thì cuối năm 1976 Lê-Hiền được thả, và tiếp tục hoạt động cho CS. Lê-Hiền không chính thức nhận mình góp công sức vào việc thực hiện bản danh sách "văn nghệ sĩ chống cộng", nhưng theo bà vợ của Tyca (Trần Văn Sơn) cho tôi biết vào năm 1988 (sau khi tôi ở tù về), thì sau 30.4.1975 Lê-Hiền hoạt động rất mạnh trong ngành tình báo của CS, đặc biệt chú trọng tới các cây bút chống cộng trước đây tại Sàigon mà Lê-Hiền với cương vị chủ nhiệm chủ bút báo Bút Thép có nhiều điều kiện tiếp cận, biết rõ...

2.- Nếu có một cây bút nào đó mang bút hiệu Sơn-Tùng là CS nằm vùng, thì chắc chắn không phải là nhà văn Sơn Tùng (tên thật : Nguyễn-Minh-Ngọc) hiện định cư tại Falls Church. Nhà văn Sơn Tùng NMN là người Bắc, gia đình sinh sống tại Lào. Do chiến cuộc đông dương năm 1946, phải chuyển sang Thái-Lan. Năm 1954 cả gia đình về Sàigon. Thân mẫu ông là giáo viên dưới chế độ VNCH, mới qua đời năm 1993 tại Saigon. Có thời gian ông là cán sự y tế làm việc tại Blao với Bs. Phạm-Trọng (hiện định cư tại Đông Bắc Mỹ), rồi chuyển lên Dalat... Sau khi đậu cử nhân luật, ông làm cố vấn pháp lý cho hãng nước suối Vĩnh Hảo sau đó là luật sư thuộc văn phòng Ls. Nguyễn Phượng Yêm, toạ lạc tại đường Lê-Lai Sàigon. Sau 1975, ông làm nghề chụp và rửa ảnh cho Photo Mai-Linh (của người em rể) tại đường Trần quốc Toản (sau đổi là 3-2). Ông vượt biên sang Mỹ, sau đó bảo lãnh cho vợ và con.

TÔ-NGỌC 15/10/1996

Kính gửi anh Diệu-Tần,

Xin gửi anh bài trả lời phỏng vấn theo yêu cầu. **Riêng việc đăng ảnh tôi trên báo thì xin anh miễn cho.** Đây không phải là chuyện khiêm tốn, nhưng bản tính tôi xưa nay như vậy, mong sẽ được anh thông cảm.

Thân ái,

Tô-Ngọc
(408) 296-2841

Bài trả lời

1.- Hỏi : Xin anh cho biết qua, anh đã cộng tác với những báo nào trước năm 1975 và từ khi định cư tại đây, anh đã viết cho những báo nào ?

Đáp : Tôi chính thức gia nhập "hàng ngũ viết lách" vào năm 1959 tại Sàigon. Là biên tập viên của các báo : Văn-Nghệ Tiền-Phong, Khoa-Học Huyền-Bí, Ngôn-Luận, Chính-Luận, Tân-Luận, Chọn-Lọc, Tiểu-Thuyết Thứ Năm, Bạn Gái Sàigon v.v... Khi định cư tại Mỹ, tôi cộng tác với các báo : Chiến-Sĩ Quốc Gia, Đất Đứng (San José, CA), Văn-Nghệ Tiền-Phong (Arlington VA), Thế-giới Ngày Nay (Wichita KS), Diễn-Đàn Phụ-Nữ, Saigon Post (Nam Cali), Quốc-Gia (Montreal Canada), Quyết-Tâm (Hoà-Lan)...

2.- Hỏi : Qua những bài anh viết về ẩm thực, độc giả đoán anh phải là người sành ăn, và anh có văn phong như Vũ-Bằng cộng thêm chút vui tươi tế nhị. Anh có định cho xuất bản một cuốn sách tả "Miếng ngon miền Bắc" không ?

Đáp : Tôi không phải người sành ăn, nhưng hay tò mò tìm hiểu ngọn ngành những món tôi ưa thích. Trong giới cầm bút, về sành ăn phải kể đến các cụ Tản-Đà Nguyễn-Khắc-Hiếu (trước 1975 có một con đường mang tên Tản-Đà trong Chợ-lớn, nơi qui tụ nhiều nhà hàng nổi tiếng như Thiên-Hồng tức Arc-en-ciel, Thẩm Ký v.v...), cụ Nguyễn-Tuân, cụ Vũ-Bằng... Là kẻ sinh sau đẻ muộn, kinh nghiệm và kiến thức không có bao nhiêu, thực tình tôi không dám có ý so sánh với các bậc cha chú.

Về miếng ngon miền Bắc thì có nhiều, hầu hết qui tụ tại Hà-Nội, đã được cụ Vũ-Bằng mô tả trong *Miếng ngon Hà-Nội*. Do đó, nếu tôi xuất bản một cuốn sách như anh nêu - cho dù có những khác biệt nào đó - thì chẳng khác nào "đánh trống qua cửa nhà sấm", chỉ tổ làm trò cười cho bàn dân thiên hạ !

BTLPV 1

3.- Hỏi : *Sau năm 1975, chắc anh có dịp tiếp xúc với các nhà báo, biên tập viên, phóng viên... từ miền Bắc vào. Theo anh trình độ kiến thức và trình độ nghiệp vụ của họ ra sao ?*

Đáp : Trước khi bị bắt trong chiến dịch *"truy quét văn nghệ sĩ chống cộng"* vào tháng 4/1976, tôi có tiếp xúc với một số đồng nghiệp ngoài Bắc vào Nam công tác. Hầu hết họ thuộc loại *"ngoan ngoãn, bảo sao nghe vậy"*. Trình độ kiến thức, nghiệp vụ cũng như tầm nhìn của họ đối với thế giới bên ngoài rất hạn chế, nhưng họ có rất nhiều mánh khoé luồn lách nhằm mục đích xoay tiền, nhất là đối với các viên chức địa phương...

Một thiểu số khác, do quen biết từ trước 1954, có dịp quan hệ với giới làm văn học nghệ thuật miền Nam, phần nào đem lại cho họ những cái nhìn đúng đắn hơn, nhưng sợ bị phê bình kiểm điểm, sợ bị đánh giá *"chao đảo, mất lập trường"* nên cũng chẳng dám viết gì khác ngoài đơn đặt hàng của CS. Sau này do chủ trương "đổi mới" của CS, một số ý kiến khác biệt với đường lối của CS trước đây được phản ảnh trên sách báo, nhưng tìm hiểu kỹ thì nguyên nhân chính đều là giành ăn, phe nọ tố phe kia. Ngoài ra ta cũng không nên loại bỏ sự kiện CS cố tình tạo ra những *"đối lập cuội"* để đánh lừa dư luận trong và ngoài nước. Với CS thì *"cứu cánh biện minh cho phương tiện"* !

4.- Hỏi : *Các văn nghệ sĩ nhà báo miền Nam thuộc loại nằm vùng và thiên cộng, theo anh biết, sang thập niên 90 này, vị thế và tâm trạng họ biến chuyển ra sao ?*

Đáp : CS chỉ tin tưởng ở đám "con đẻ" tức đảng viên do CS đào tạo, còn thứ "con nuôi" hay "ngoại đạo" (danh từ các văn nghệ sĩ dưới chế độ CS thường dùng) thì chỉ xài trong một giai đoạn nào đó. Sang thập niên 90, có thể khẳng định đa số các văn nghệ sĩ thuộc loại này đều chán nản, muốn có sự thay đổi nào đó, nhưng họ ở vào tình thế chẳng đặng đừng thì đành phải nín nhịn...

5.- Hỏi : *Các văn nghệ sĩ miền Bắc vào Nam sau 1975 như Huy-Cận, Chế-Lan-Viên, Nguyễn-Tuân... chắc anh có gặp ? Xin anh kể lại một vài mẩu chuyện về họ.*

Đáp : Tôi có gặp hai vị, đó là cụ Nguyễn-Tuân và Thế-Lữ (Nguyễn-Thứ-Lễ). Riêng cụ Ngọc-Giao (Nguyễn-Huy-Giao) thì năm 1992 nhân dịp ra Hà-

BTLPV 2

Nội tôi tới thăm cụ tại ngôi nhà mới mua sau này, gần khu nhà máy đèn Hà-Nội (nay hết hoạt động), nhưng tiếc không được gặp. Trước 1954, gia-đình cụ Ngọc-Giao sống trong một ngôi nhà có gác trên con đường nhỏ thông từ phố Quan Thánh sang phố có chiếc cổng thành phía Bắc nơi lãnh phát đạn đại bác đầu tiên còn ghi dấu, do quân Pháp bắn khi tấn công Hà-Nội vào thế kỷ trước. Ngôi nhà mới của cụ Ngọc-Giao thì trước 1954 là của gia đình anh Lê-Thanh-Phong, sau là sĩ quan cấp tá trong QL/VNCH. Tôi cũng là bạn học cùng trường Chu-Văn-An với anh Nguyễn-Ngọc-Dzu, con trai cụ Ngọc-Giao.

Các cụ Nguyễn-Tuân, Thế-Lữ và Ngọc-Giao đều là bạn văn nghệ với thân phụ tôi, khi nhỏ tôi thường đóng vai tiểu đồng hầu trà các cụ. Riêng cụ Thế-Lữ, còn là thày dạy chữ Nho cho tôi khoảng từ tháng 4/1946 cho tới ngày toàn quốc kháng chiến 19.12.1946 tại Hà-Nội.

Tôi có hỏi cụ Nguyễn-Tuân về việc cụ bị CS "hỏi thăm sức khoẻ" sau khi theo phái đoàn CS đi Phần-Lan (năm 1957) về nước viết một bài ca tụng phở, thì cụ cười vỗ vai tôi, nói :

- Cháu ạ, có gì đâu... Chả là vì dân miền Bắc lúc đó đói rã họng, phải ăn độn đủ thứ... Củ khoai, củ sắn, củ mài, lẫn củ chuối ! Đang có phong trào vận động "ăn trộn" thế mà bác lại phang một bài ca tụng phở làm mấy ông khó chịu... Mấy ông kết tội bác chưa tiến bộ, chưa giác ngộ, hãy còn cái đuôi "tạch tạch xè" (tiểu tư sản) dài lê thê !

Về cụ Thế-Lữ, tôi nói tôi có đọc một số bài báo viết về hoạt động kịch nghệ của cụ và bà Song-Kim (vợ cụ Thế-Lữ) trong thời gian kháng chiến, tôi cũng nói rất thích bài *Tiếng sáo Thiên-Thai* cụ làm trước đây và được Phạm-Duy phổ nhạc.

Tôi nói :

- Bài *Thiên-Thai* của bác Văn-Cao là một bức tranh thuỷ mạc cho thấy cảnh non Bồng nước Nhược... Nhưng *Tiếng sáo Thiên-Thai* thơ của thày hoà hợp với nhạc của Phạm-Duy, nhịp Tango Habanera, thì con có cảm giác chính con là Lưu-Thần Nguyễn-Triệu... thày ạ !

Cụ Thế-Lữ cười nhỏ nhẹ :

- Anh nói quá đáng ! Giờ đây làm gì còn có Thiên Thai nữa...

Rồi bỗng cụ hỏi tôi :

- Ngoài bài trên, anh có thuộc bài nào khác không ?

- Dạ có... Bài *Lời con hổ trong vườn bách thú*...

Đáp xong, tôi đọc lại bài thơ mà tôi thuộc từ hồi còn đi học.

Cụ yên lặng, mắt rưng rưng...Rồi, cụ khẽ nói với tôi :

- Bây giờ già rồi, trí nhớ kém, thày cũng chỉ còn nhớ ...độc có bài đó mà thôi !

BTLPV 3

6.- Hỏi : *Nhiều người cho biết rằng ngôn ngữ ở bên nhà do chế độ chỉ huy kiểm duyệt, bây giờ đã đổi khác. Họ cho rằng họ đã từ "du kích" trở thành "chính qui hiện đại" rồi. Họ đã bỏ bớt ngôn từ Trung-Hoa cộng-sản và dùng lại nhiều từ có trước năm 1975 ở miền Nam như : phu-nhân, tướng lãnh... Như vậy, theo anh chúng ta có chút hy vọng nào là ngôn ngữ Việt-Nam dần dần sẽ trong sáng trở lại không ?*

Đáp : Đây là một vấn đề hết sức tế nhị. Công tâm mà nói về vấn đề dùng chữ, nhất là các từ Hán-Việt, thì cả hai miền Nam và Bắc đều có những cái đúng và những cái chưa đúng hoặc hoàn toàn sai, nhưng vì nói riết đâm quen miệng và rồi khăng khăng tự cho mình là đúng.

Thí dụ :
- Bắc : đi khẩn trương - Nam : đi mau lên.
- Bắc : máy bay lên thẳng - Nam : phi cơ trực thăng.
- Bắc : quý 1 - Nam : đệ nhất tam cá nguyệt.
- Bắc : phòng thương nghiệp - Nam : phòng thương mãi
- Bắc : tổ quốc ghi công - Nam : tổ quốc ghi ơn
- Bắc : truyện khoa học viễn tưởng - Nam : truyện khoa học giả tưởng.
- Bắc : xe ra vào thường xuyên - Nam : xe ra vô trường trực
- Bắc : đăng ký - Nam : ghi danh, ghi tên v.v...

Theo tôi cần phải có một hàn lâm viện lo về việc chữ nghĩa này. Ngoài các nhà ngôn ngữ học, khoa bảng còn phải có sự đóng góp của đông đảo quần chúng nhiều địa phương. Năm 1931 Hội Khai Trí Tiến Đức tại Hà-Nội có soạn bộ *"Việt-Nam từ-điển"*, được coi là một công trình tu thư có giá trị. Sau này nhiều học giả soạn những bộ từ điển khác, nhưng nhiều chỗ chú giải không đồng nhất, nhất là các từ địa phương. Một từ mà chính tôi hiện không biết nên theo ai : các từ điển tiếng Việt do Hà-Nội và một số khác do Sài-gòn xuất bản trước đây đều viết NỀN NẾP, trong khi từ điển của Thanh-Nghị (cũng xuất bản tại Sài-gòn) thì ghi NỀ NẾP.

Việc CS đã buộc lòng phải dùng lại những từ miền Nam trước 1975 cho ta thấy trên mặt trận văn hoá người Việt quốc-gia đã dành được phần nào thắng lợi.

7.- Hỏi : *Nguỵ quyền Hà-Nội mới đây có chủ trương là phải sửa đổi lại cách viết báo, loan tin. Họ tự phê bình và nhận xét những tờ báo nhắm vào độc giả ngoại quốc và người Việt hải ngoại : "Nói chung thì rất nhiều bài vở thường viết dài giòng, tẻ nhạt, đọc chán ngắt." Tại sao họ phải có chủ trương sửa đổi này ?*

BTLPV 4

Đáp : Ta có thể ví CS như con thò lò sáu mặt, quay quắt, trở mặt như trở bàn tay. Trước đây Trương Tửu đứng trên lập trường Mác-xít chửi "Truyện Kiều" và Nguyễn-Du, được CS phụ hoạ, khẳng định "Truyện Kiều" là sản phẩm bẩn thỉu của chế độ phong kiến cần phải dẹp bỏ... Nhưng sau này do nhu cầu chính trị, CS trở lại nắc nỏm tôn vinh "Truyện Kiều" hơn bất cứ ai !

Việc CS tự phê bình và chủ trương sửa lại cách viết báo loan tin v.v... theo tôi, chỉ là một trong những chiến thuật nằm trong chiến lược chính trị nhằm lôi kéo những người nhẹ dạ cả tin. Nhưng dù sao thì đó cũng là một thắng thế của xu hướng tự do dân chủ, đã bẻ gẫy - ít ra về mặt hình thức - cái mà CS vỗ ngực tự hào là "khuôn vàng thước ngọc" trong ngành truyền thông XHCN.

Một giọt nước chẳng làm nên cơm cháo gì, nhưng một đốm lửa có thể thiêu rụi cả khu rừng rộng lớn... Hy vọng việc "sửa sai" do nhu cầu chính trị của CS sẽ "lộng giả thành chân", sẽ là đốm lửa nhỏ, chẳng chóng thì chày, sẽ đốt cháy tan tành chủ thuyết phi nhân XHCN tại quê hương Việt-Nam thân yêu.

22/10/1996

Bìa truyện ma của nhà văn Tô-Ngọc trước 1975

NHỚ VỀ MỘT NGƯỜI VỪA ĐI :
KÝ GIẢ TÔ NGỌC

KIỀU MỸ DUYÊN

Nhà văn, nhà báo Tô Ngọc
tức Ngô Quang Trụ

Lê Diễm, cựu nữ sinh Trưng Vương gọi tôi và nói :

- Chị ơi, anh Tô Ngọc mất rồi , tụi em sẽ làm lễ tưởng niệm anh ấy, chị đến nhé; chị Hoàng Vĩnh, báo Người Việt, người bạn sinh viên Sài Gòn cùng phục vụ nạn nhân chiến cuộc Tết Mậu Thân 1968 cũng đến.

Lê Diễm đang ở San Jose, hoạt động hăng say trong sinh hoạt cộng đồng về nhiều lĩnh vực , cho cơm homeless, viết báo, viết văn, nhà Lê Diễm như tựu nghĩa đường, cựu học sinh Trưng Vương hợp hội về San Jose thì một số ở nhà Diễm, Diễm tiếp đãi bằng hữu ân cần niềm nở, nếu người nào không ở lại nhà Lê Diễm thì cũng ở đó ăn tối, ca hát rồi về khách sạn hoặc về nhà bạn khác lúc nữa đêm về sáng.

Tôi nhớ một lần họp mặt nhà Lê Diễm, bạn từ khắp nơi về San Jose, từ các quốc gia khác, từ các tiểu bang về; hôm đó tôi cũng gặp Hoàng Vĩnh, Hoàng Vĩnh lúc nào cũng ăn mặc đẹp, con gái Bắc kỳ bao giờ cũng điệu và đẹp, hễ điệu và đẹp thì hao tốn quần áo theo thời trang.

Lê Diễm rất có lòng hễ mỗi lần có cựu nữ sinh Trưng Vương nào có hữu sự là Lê Diễm gọi ngay băng hữu thông tin, giúp đỡ.

Hôm nay Lê Diễm lại gọi tôi :

- Chi ơi, dịch cúm Coronavirus nên không tựu hợp được, không tổ chức tưởng niệm anh Tô Ngọc nên làm một tờ báo, chị viết cho một bài về anh Tô Ngọc nhé.

Hoàng Cung Fa, Nhung, Hoàng Dung DC, Lê Diễm, 7676, Hồng, Tô Ngọc - Lake Tahoe, California 07/2019

Còn một tuần lễ nữa là tôi đi thi, bài thi rất khó, nhưng vốn thương Lê Diễm, không muốn làm mất lòng cô em này nên tôi nhận lời ngay.

- Chị sẽ viết, chị sẽ gởi cho em.

Tôi nhắc về nhà văn Ngô Kim Thu, học trò Trưng Vương, trường Trưng Vương đào tạo rất nhiều người có tài , Thu viết văn, làm thơ, mối tình của Thư với chiến sĩ Biệt Động Quân, góc Võ Bị Đà Lạt tuyệt vời, tôi nói với Lê Diễm

- Có gọi Ngô Kim Thu không? Ngày xưa Ngô Kim Thu viết cho nhật báo Chính Luận chắc là biết ký giả Tô Ngọc .

Báo Chính Luận thông báo cho học bổng, tới nộp đơn, tôi được học bổng vì nhiều năm học ở tiểu học năm nào tôi cũng được giải thưởng, khi được đơn xin học bổng của tôi, thì ký giả Tô Ngọc và chị Linh Linh Lan đến nhà tôi để gặp tôi, sau đó tôi được học bổng. Học bổng này của một ận nhân ẩn danh tặng, tôi không biết là ai, nếu vị ân nhân này còn sống chắc trên 100 tuổi, tôi rất cảm động lần đầu tiên được học bổng, cầm tiền trong tay tôi rơi lệ, học bổng được phát tại tòa soạn báo Chính Luận, tôi nài nỉ để được biết tên của ân nhân nhưng tòa soạn không ai cho tôi biết tên của vị ân nhân này, Thượng nghị sĩ Đặng văn Sung chủ báo cũng lắc đầu, ký giả Tô Ngọc và chị Linh Linh Lan cũng im lặng. Chị Linh Linh Lan rất đẹp, ăn mặc sang trọng, sau này tôi gặp lại chị ở Houston, chị vẫn rất đẹp, ở ngôi nhà đẹp, vào nhà đi ngang một sân rộng trồng nhiều hoa, màu sắc rực rỡ, tôi cũng hỏi về ân nhân cho tôi học bổng, chị cũng không nói; có thể chị quên tên của vị ân nhân.

Ký giả Tô Ngọc được nhiều người thương, nhà văn Ngô Kim Thu tâm sự :

- Em viết cho báo Chính Luận, đến tờ báo để lãnh nhuận bút , ký giả Tô Ngọc đưa tiền cho em, xong em đi, không gặp ai hết.

Lúc đó ở báo Chính Luận có luật sư Phạm Kim Vinh, biết bình luận cho báo Hoà Bình nơi tôi làm việc, Luật sư Vinh vừa làm cho báo Chính Luận và báo Hòa Bình được rất nhiều người thích những bài bình luận nổi lửa của ông.

Sau này làm cho báo Hoà Bình, tôi thường thăm luật sư Phạm Kim Vinh ở báo Chính Luận, tới nơi này tôi ít được gặp ký giả Tô Ngọc hay chị Linh Linh Lan, nhưng tôi vẫn đọc những bài viết của chị Linh Linh Lan và ký giả Tô Ngọc; ngày xưa làm báo ít ai đi xe hơi chỉ đi xe gắn máy nhưng lúc đó ký giả Tô Ngọc và chị Linh Linh Lan đi xe hơi.

Tôi viết cho báo Hòa Bính, một số độc giả cho tiền, tôi cho học bổng lại cho những em học giỏi, một trong những em được lãnh học bổng của báo Hòa Bình là Ngọc Vũ làm cho báo Người Việt sau này và nhiều em lãnh học bổng sau này rất thành công trong đời .

Có một lần tham dự hội thảo gần nhà ký giả Tô Ngọc, tôi đến thăm ông, cụ bà mở cửa, cụ bà rất hiền, dễ thương ân cần, niềm nở mời chúng tôi vào nhà. Ba thế hệ ở chung với nhau.

Chúng tôi nhắc chuyện ngày xưa, tôi nói :

- Nhờ anh cho tôi học bổng mà sau này tôi cho nhiều học trò học bổng, anh và chi Linh Linh Lan đến tận nhà tôi , còn tôi khi cho học bổng chỉ gọi các em và gia đình các em đến tòa soạn lãnh học bổng. Anh và chị Linh Linh Lan công phu quá.

Ký giả Tô Ngọc cười, và bà cụ cũng cười . Khi bà cụ mất tôi cầu nguyện cho cụ và khi ký giả Tô Ngọc mất tôi cũng cầu nguyện .

Mẹ anh Tô Ngọc

Email: baochinhvan@gmail.com

Cho học bổng phải mất công đến tận nhà, có lẽ chỉ có ký giả Tô Ngọc và chị Linh Linh Lan làm như thế, khi tôi nộp đơn ở bộ Quốc Gia Giáo Dục cho học bổng Columbo ở Úc; chỉ nộp đơn sau đó tòa đại sứ Úc gọi đến tòa đại sứ để thi, thi xong gởi về trường đại học Úc chọn lựa, hơn mấy ngàn đơn nhưng chỉ có 12 sinh viên được chọn. Tôi học ở Canberra, còn các sinh viên khác về các tiểu bang khác như New South Wales, Queensland, Adelaide v..v

Đã hơn 60 năm qua tôi vẫn chưa quên ân nhân đã cho tôi học bổng qua tờ báo Chính Luận mà ký giả Tô Ngọc và chi Linh Linh Lan phụ trách, tôi mong được biết tên, ở đâu, nếu qua đời tôi sẽ cầu nguyện, trong mấy chục năm qua tôi đã cho rất nhiều học bổng cho học sinh nghèo để hồi hướng công đức cho vị ân nhân (nhà binh) ẩn danh này.

Ký giả Tô Ngọc bây giờ đã ra đi, chắc chắn anh ra đi bình thản vì khi còn sinh tiền anh làm nhiều điều tốt lành cho những người xung quanh, anh rất có hiếu với bà cụ, anh chăm sóc cụ bà một cách cẩn thận, là người con hiếu thảo, chắc chắn anh đã gặp cụ bà rồi.

Tôi kể cho Lê Diễm và nhiều người nghe về học bổng đầu tiên của tôi. Tôi vô cùng xúc động, sau này tôi được nhiều học bổng, du học, và sang Hoa Kỳ tôi cũng được học bổng học báo chí, không tốn tiền trường, ra trường không thiếu nợ tiền học của chính phủ, được nhiều học bổng nhưng không bao giờ tôi quên học bổng đầu tiên và người cho học bổng này, một ân nhân ẩn

danh qua trung gian ký giả Chính Luận Tô Ngọc và chị Linh Linh Lan.

Tôi rất cảm phục những vị làm việc thiện không ngừng nghỉ, nhất là những nhà từ thiện ẩn danh, không cho ai biết tên dù người mang ơn nài nỉ.

Ký giả Tô Ngọc đã qua đời, chị Linh Linh Lan chắc không còn nhớ tên của vị ân nhân này; tôi chỉ cần biết tên, ở đơn vị nào ngày xưa, với truyền thông nhanh chóng, kỹ thuật quảng bá tối tân tôi có thể tìm ra vị ân nhân ẩn danh không khó.

Ký giả Tô Ngọc qua đời, chị Linh Linh Lan ở Houston, mà ân nhân ẩn danh cho học bổng ở phương nào không ai biết, thở đó mà nhà binh cho học bổng là điều rất ít thấy, rất hiếm.

Nguyện cầu linh hồn người quá cố về cõi Vĩnh hằng.

Kiều Mỹ Duyên
kieumyduyen1@yahoo.com
Orange County tháng 4/2020

Nhà văn, nhà báo Tô Ngọc
và phu nhân

TƯỞNG NHỚ ANH **TÔ NGỌC**

Trần Thị Ngọc Khanh

Vào cuối đông năm ngóai tháng 12 năm 2019 tôi vừa trở về sau chuyến du lịch Châu Âu 2 tuần.. đang chập chờn trong giấc ngủ tôi tỉnh giấc và như có linh tính chuyện gì xảy ra, tôi mở Email rõ ràng email từ chị Tô Ngọc : " anh Tô Ngọc ra đi rồi "... Bàng hoàng không tin là sự thực .. Cách đây một tháng, 2 anh em còn nói chuyện với nhau mà ? có gì nghèn nghẹn trong tôi.. Mơ chăng ? một giấc mơ buồn thật buồn và là thật, thật 100% ...

Từ sự tình cờ gập lại anh qua Cố Nhà Báo Ký Giả Cao Sơn trong một buổi Rally của TỔNG LIÊN ĐOÀN LAO ĐỘNG HOA KỲ (AFL-CIO), đơn vị Thực Phẩm UFCW428 (Lúc đó tôi đang giữ chức vụ Đại Diện Representative cho nghiệp Đoàn lao Động Hoa Kỳ) và Ký Giả Cao Sơn đang thi hành nghiệp vụ..phỏng vấn phong trào đòi thành lập Nghiệp Đoàn của Công Nhân chợ 99 Ranch Market năm 1996.. Từ chuyện nghiệp vụ cho đến chuyện đồng hương vô tình Cao Sơn cho biết san Jose có nhà báo lão thành Tô Ngọc (Bạn thân ông anh Cả của tôi Trần Việt Hoài, Bút hiệu Thiết Bảng Đạo Nhân)anh Tô Ngọc định cư san Jose năm 1993 cùng mẹ già và cậu con trai…Tôi qúa mừng vội hỏi địa chỉ và

đến thăm..Mặc dù chưa bao giờ gập anh,và cũng không hề biết mối giao hảo thân tình giữa Trần Việt Hoài , Tô Ngọc như thế nào

Nhưng tôi rất trân trọng những nhà báo , nhà Văn họ còn có nhân cách , sĩ diện của kẻ sĩ không bẻ cong ngòi bút , họ có thể nghèo nhưng không hèn, (mà anh Tô Ngọc còn sót lại trong những hiếm hoi đó!)

Trí nhớ của tôi rất kém không nhớ rõ căn nhà đến thăm anh ở đường nào.. Bước vào căn nhà trước mặt mình là một người đàn ông to cao, trắng trẻo, vui vẻ, linh hoạt ,giọng nói sang sảng , thân mật như anh em trong nhà , anh riú rít kể về những ,kỷ niệm đáng nhớ giữa anh và ông anh Cả Trần Việt Hoài…

Làm tôi xúc động, bồi hồi (Anh tôi đã mất khi Sài Gòn thất thủ 1975) còn anh Tô Ngọc bị giam cầm suốt 13 năm… Rồi cuộc đời đổi thay … Anh định cư qua Hoa Kỳ năm1993 và cặm cụi sống với nghề cạo giấy : Viết lách,sưu tầm.. bên cạnh bà mẹ già và cậu con trai . Anh rất hiếu thảo, tận tụy săn sóc Mẹ,hình ảnh đó làm tôi xúc động vô cùng,tôi đùa hỏi anh: Anh giữ chữ Trinh đến bao giờ? Anh chỉ cười không nói gì ! Trở lại chuyện làm báo anh lại nổi tiếng là :

Nhà báo Lão Thành " High Tech " quả thật không sai anh rất giỏi trong lãnh vực lay out , anh luôn luôn giúp đỡ ai cần đến(trong đó tôi là ngườì làm phiền anh nhiều nhất) nhưng anh không bao giờ ta thán

Và luôn hỏi có cần gì cứ cho anh biết.. Để không phụ long anh năm 1998 chúng tôi Sinh Viên, Học Sinh vùng Hoàng chiều cương thổ Dalat tổ chức buổi văn Nghệ có Danh ca sị Phú nữa .. đương nhiên là có anh rồi (Bởi anh tình nguyện làm Video)…và anh là người yêu tiếng Kèn Saxo của Trung Nguyên đêm đó.(Tôi thấy mình tội lỗi quá lợi dụng lòng tốt của anh) Nhưng thôi ! ai bảo làm Anh lớn là chịu thiệt thôi !?

Bằng đi thời gian vì bận rộn công tác triền miên , tôi ít đến thăm anh coi như mất liên lạc với nhau khá lâu… Sau này anh dọn xuống Sacramento với một căn nhà ấm cúng có bóng dáng của một giai nhân. Chị chính là nhân vật đã đem lại sự hồi sinh, ấm áp cho cuộc đời còn lại của anh sau bao mất mát, đổi thay… Tôi mừng và ngưỡng mộ hơn khi biết được đây là mối tình đầu khi anh mới lớn..Chao ơi ! đẹp làm sao..(cái thuở ban đầu lưu luyến ấy, ngàn năm hồ dễ mấy ai quên) chúc mừng cho anh Tô Ngọc.., thì ra anh đã gặp lại người xưa, nhưng dấu kín.. có lẽ ít ai được diễm phúc như anh ? Tôi đem tin vui này báo cho con gái lớn anh Hoài hay (cháu Tú Anh) xin số phone gọi hỏi thăm, nhưng mấy lần cháu liên lạc không được ngay cả tôi cũng thế! Sau này biết được anh qua chơi với mấy cháu Nội bên Alabama .. Hạnh phúc bên anh to lớn nhất bây giờ là người vợ và những đứa cháu nội đáng yêu , anh thường tâm sự : Đã đến lúc dũ áo từ quan , quá đủ cho một hành trình của người cầm bút hơn 60 năm..giờ chỉ muốn nghỉ ngơi , xem thế sự xoay vần(Thế sự thăng trầm quân mặc vấn…) Ý tưởng của một kẻ sĩ thức thời.. cảm phục anh vô cùng,trong khi có những người vẫn say sưa , ru ngủ trong quá khứ (quên đi hiện tại mình là ai?)

Lời cuối cho Anh
Thưa Anh, em nghĩ rằng còn gì hạnh phúc hơn khi mình ra đi vẫn có những giọt nước mắt của người bạn đời đầu gối tay ấp , thủy chung, trọn vẹn cho đến cuối đời phải không anh? Người vợ đáng yêu đang sống, nâng niu từng kỷ vật còn lại trong căn nhà ấm cúng, hạnh phúc một thời..
Anh hãy ngủ yên đi nhé ! chắc hẳn mọi người ao ước được giấc ngủ như anh!

Trần Thị Ngọc Khanh
Gần cuối đông 2020

TIỄN ANH TÔ NGỌC

Mới gặp nhau đó trong ngày Hội Ngộ
Thuyền Nhân Xứ Huế và Tỉnh Thừa Thiên
Mà nay Tô Ngọc đã vội Quy Tiên
Đời Vô Thường Vô Tâm là thế đó.

Đến tuổi Bát Tuần, Cửu Tuần thấy rõ
Là rủ nhau đi thoát cảnh ưu phiền
Chú Bá ra đi vào Cõi Thần Tiên
Để gặp nhau đó trong Miền Miên Viễn.

Sacramento, 22.3.2
Trần Gia Tướng

Buồn nhất không phải là
Không có ai ở bên cạnh
Mà... Buồn nhất
Là khi
Có người bước vào cuộc đời mình
Và...
Lại bước ra đi...

Lời trái tim

LỆ HỒNG

NHỚ
Mỗi buổi sáng... em nhớ anh... nhớ "Vợ ơi yêu chồng không ? " mỗi buổi tối... em nhớ anh "chồng ơi !yêu vợ không ?"
Nhớ ngày đầu tiên gặp nhau sau 35 năm, anh tặng em Hoa Cẩm Chướng... vì anh gọi em là Hoàng Hậu Amelie của Đức Quốc ... đã được đón về cung bởi thảm hoa Cẩm chướng nên em từ đó yêu hoa Cẩm Chướng... Và có thêm tên Amelie...Amy.
Nhớ những lần giận nhau, cãi nhau... anh xin lỗi mới làm em Nervos vì căn bịnh Quên của anh ..
Nhớ "Tôi chưa từng thấy bao giờ ..." của anh làm em nổi giận ,,, và em xin lỗi nhưng "Anh không bao giờ giận em cả"

Nhớ mỗi buổi tối, trời lạnh... mình quyện lấy nhau tìm hơi ấm... 37 độ và nói... I LOVE YOU... I NEED YOU...
HƠI ẤM CỦA ANH CÒN ĐẦY ! ANH Ở ĐÂU ?

NUỐI
NUỐI... Những ngày tháng Hạnh Phúc không đủ dài .
NUỐI tại sao bộ não Trời sinh cho Chúng ta có những tế bào HỈ NỘ ÁI Ố ! để có THAM SÂN SI.
NUỐI... Có những lúc Anh muốn Yêu mà em mệt mỏi !
NUỐI... anh đã nói quỹ thời gian Yêu nhau của chúng ta không còn nhiều, Hãy tin tưởng Anh để mà Yêu nhau nhưng Tham Sân Si đã làm mất đi dù một chút Quỹ thời gian Yêu nhau ngắn ngủi của chúng ta.
NUỐI... môi hôn mỗi sáng, mỗi tối... mỗi lần cãi nhau ...
NUỐI... bàn tay mềm mại cho đến phút ra đi ...
NUỐI... chưa học hết sự khôn ngoan ,Quân

tử của anh dù luôn trêu
anh QUÂN TỬ TÀU !
NUỐI... mùi mồ hôi đậm đặc của anh ,
em quằn quại trong nỗi nhớ, nỗi
NUỐI ....TÔ NGỌC ƠI !
*Em vẫn chờ anh trở về

Thời gian vẫn trôi, em ngồi, nằm đếm thời gian trôi, vẫn chờ anh trở về... mâm cơm nguội lạnh, hương nhang cháy tàn, nhưng anh vẫn chưa trở về một ngày rồi trôi qua, cũng như trái đất vẫn quay, mặt trời vẫn mọc lên, gió vẫn thổi... lá chết vẫn rơi... và em vẫn chờ anh về… hay vẫn chờ ngày gặp anh ?

Tất cả trong tổ ấm của chúng mình, vẫn còn nguyên đó, vẫn một chút bừa bộn trong phòng làm việc của riêng anh... áo quần, hương ấm của anh vẫn treo đó, em ôm ấp hơi anh... tìm hơi ấm như mọi ngày mình ôm nhau tìm hơi ấm… hay tìm hương yêu câu đối thoại hàng ngày "I love you, I need you"

*Em nghe những bản nhạc mà chúng ta thường thưởng thức cùng nhau ,,,,và thèm nụ hôn của anh, thèm vòng tay của anh cùng nhau đi điệu Rumba tình tứ... chúng ta đã rất tâm đầu ý hợp... phải không anh,,, chừ... thì cũng chỉ là nỗi niềm nuối tiếc thiết tha của em... anh ở nơi xa xôi có ... nuối tiếc cùng em ?

LỆ HỒNG

Vì nước mắt ....không màu
Nên sẽ chẳng ai
Hiểu được niềm đau trong đó !

Diễn văn tưởng niệm nhà báo Tô Ngọc

(Bùi Vũ Trung & Vũ Lynn)

Văn sĩ Ngô Quang Trụ, bút hiệu Tô Ngọc
một nhà báo lão thành tài hoa, khí khái trung trực của
Nghiệp Đoàn Ký Giả Việt Nam Cộng Hoà.
Kính chào Vĩnh Biệt

Văn sĩ nhà báo lão thành Ngô Quang Trụ, bút danh Tô Ngọc sinh năm 1935 tại Hưng Yên, Bắc Việt. Thân phụ là cụ Ngô Văn Thuật, một kịch tác gia nổi tiếng, làm Thẩm phán ở Hà Nội và Chánh lục sự toà Thượng Thẩm tại Đà Lạt. Năm 1954 đất nước chia đôi, anh Tô Ngọc lúc đó 19 tuổi, đã cùng gia đình di cư vào Miền Nam Tự Do.

Quyết tâm noi theo đường lối văn học của cụ thân sinh (chiều hướng của cụ là viết phiếm luận, soạn kịch bản để đả phá hủ tục và bất công xã hội) nên anh Tô Ngọc đã ngày đêm miệt mài cùng bút sách từ thủa niên thiếu. Anh chính thức bắt đầu sự nghiệp văn chương báo chí năm 1959 khi 24 tuổi. Với một tâm hồn chân chính và một cá tính trung trực do thấm nhuần triết lý đạo Phật anh hấp thụ tại Phân khoa Phật giáo, Đại học Vạn Hạnh, nhà báo Tô Ngọc đã dùng ngòi viết và kiến thức của mình để phơi bày các hủ tục xã hội và nói lên những thói hư tật xấu như tranh giành chiếm đoạt, thượng đội hạ đạp, kết bè lập phái hãm hại lẫn nhau. Anh đã dồn hết khả năng tâm trí vào các bài viết với mục đích là nâng cao dân trí hầu mang lại sự công bằng cho mảnh đất Việt Nam đau thương nghèo đói đang tràn ngập những bất công khắp nơi.

Ngoài lãnh vực săn tin, tường thuật, sưu tầm, bình luận, làm phóng sự, anh còn sáng tác rất nhiều tiểu thuyết về nhi đồng, xã hội, kinh dị, và dã sử như "Con Rùa Vàng", "Gió Nam", "Bâng Khuâng", "Đoạn Hồn Đao", "Kỹ Thuật Lấy Chồng", "Quỷ Sống Ăn Người", "Sự Đời" v.v... các tiểu thuyết ly kỳ hấp dẫn của anh được đăng thường xuyên trên các nhật báo tại Sài Gòn, và nhiều tác phẩm đã được tái bản tại Việt Nam cũng như tại Hoa Kỳ. Nhà báo Tô Ngọc đã cống hiến cuộc đời mình cho văn chương và nghiệp báo. Anh từng là phóng viên, biên tập viên cho các nhật báo lớn như Chính Luận, Ngôn Luận, các tuần báo Văn Nghệ Tiền Phong, tuần báo Chọn Lọc, và nhiều tạp chí văn học nghệ thuật khác. Anh đã giữ các chức vụ thủ quỹ và thư ký cho Nghiệp Đoàn Ký Giả Việt Nam trong nhiều năm, và là tổng thư ký của Nghiệp Đoàn từ năm 1970 cho đến ngày mất nước 30 tháng 4 năm 1975. Cũng trong năm 1975, nhà báo Tô Ngọc đã ra ứng cử Dân Biểu Hạ Viện VNCH, anh được Tổng thống phu nhân thời đó ủng hộ và bình phẩm là một ứng cử viên rất sáng giá, không phải vì anh là cháu ruột của nhà tướng số nổi tiếng Ngô Hùng Diễn (dưỡng phụ của Tổng thống phu nhân) mà là vì khả năng và nhân cách của anh.

Với cá tính ngay thẳng của một người làm báo chân chính, anh đã luôn tường thuật những tin tức chiến sự, xã hội, cũng như đã viết các bình luận chiến tranh một cách chính xác và trung thực, thường là bất lợi cho đảng cộng sản Việt Nam, lúc đó đang âm mưu thôn tính Miền Nam Tự Do. Anh cũng từng là Cảnh Sát Mật Vụ thi hành những công tác và đặc vụ gây nhiều tổn thất cho phe xâm lăng. Sau khi cưỡng chiếm miền Nam năm 1975, chính quyền cộng sản trả thù, bắt giam và đày đọa anh trong suốt 13 năm lao tù khổ ải. Năm 1993, anh Tô Ngọc cùng mẹ và con trai sang Mỹ định cư theo diện HO. Ai biết anh Tô Ngọc cũng đều biết anh là một người con rất hiếu thảo. Là con một nên sau khi cha qua đời lúc 57 tuổi, anh Tô Ngọc đã tận tình chăm sóc mẹ rất chu đáo. Anh cũng không bao giờ quên hình bóng của mẹ già đã khổ cực gian nan, lặn lội ngàn dặm để thăm nuôi an ủi anh trong hơn 13 năm anh bị cộng sản giam cầm đày đọa. Khi con trai lập gia đình và đi xa, anh một mình phụng dưỡng mẹ già cho đến khi cụ bà quy tiên chầu Phật năm 92 tuổi.

Sau khi đến Hoa Kỳ, anh cư ngụ tại thành phố thung lũng hoa vàng San Jose, tiểu bang California một thời gian và sau đó di chuyển về sinh sống tại thủ phủ Sacramento. Nhà báo Tô Ngọc trở lại sự nghiệp viết lách, cộng tác với tuần báo Thằng Mõ và nhiều tạp chí khác tại hải ngoại. Vào năm 2000, anh đã cùng nhà báo Trần Văn Ngà khởi xướng bán nguyệt san Tiếng Vang, một tạp chí văn học văn hoá tại Sacramento, CA cho đến năm 2008. Nghiệp báo đã mang đến cho anh Tô Ngọc sự tù đày khổ ải nhưng nghiệp báo cũng đã đền bù lại cho anh một hạnh phúc tuyệt vời. Năm 2006, qua trung gian thông tin của tạp chí Văn Nghệ Tiền Phong tại hải ngoại,

anh đã tìm lại được người tình cũ là chị Amy Lệ Hồng đang định cư tại Đức Quốc, anh chị đã bị phân tán chia ly vì hoàn cảnh và chiến cuộc quê hương. Năm đó cho dù đã 72 tuổi nhưng anh vẫn độc thân như ngày nào, chị thì cũng không còn ràng buộc gia đình. Thiên duyên tiền định (và anh cũng tin rằng đây chính là mẹ hiền thương con nên đã đưa đường dẫn lối cho anh gặp lại chị) anh và chị đã nối lại mối tình đầu dang dở tại thành phố Sacramento vào năm 2006 bằng một đám cưới trang trọng, tuy có hơi muộn màng, nhưng tràn đầy thơ mộng, tình tứ, và nước mắt.

Khi tuổi cỡi hạc lên mây gần kề, anh Tô Ngọc đôi lúc cũng ước mơ được Thân Tâm An Lạc nhưng vì nặng nợ cùng văn học nên anh vẫn phải miệt mài với sách báo khi vợ xuất bản Giai Phẩm Chính Văn năm 2016 tại Sacramento. Anh đã luôn sát cánh cùng hiền thê Amy Lệ Hồng lèo lái con thuyền "Nguyệt San Chính Văn" cho đến ngày từ biệt cõi đời ở tuổi 85, để lại một niềm thương tiếc vô biên cho hiền thê, gia đình, và bằng hữu. Hôm nay chúng tôi tề tựu nơi đây để thân thương tưởng nhớ đến anh.

(Bùi Vũ Trung & Vũ Lynn)

Tô Ngọc,
Khách Văn Chương
Nếm Trải Sự Đời Qua Tác Phẩm

T/s: Trần Kiêm Đoàn

Kỷ niệm 100 ngày tạ thế quy hương của Tô Ngọc, bằng hữu không biết xưng danh hiệu là gì cho đúng trước bút danh của anh như: Nhà báo, nhà văn, nhà phê bình, nhà kỹ thuật... Tô Ngọc (?); bởi anh xuất thân là nhà báo, nhưng bên cạnh những thiên phóng sự gây tác động sâu xa về lĩnh vực thông tin, anh còn là tác giả của nhiều truyện ngắn, hồi ký giàu tư tưởng sáng tạo và đầy cảm xúc. Anh cũng là tác giả của những bài phê bình, nhận định cập nhật và sắc bén. Chính tài năng và bản lãnh đã đưa anh lên giữ chức chủ tịch Hội Ký Giả Việt Nam một thời trước năm 1975... Và, trên bước đường tỵ nạn, tôi được gặp anh tại Sacramento, thành phố thủ phủ tiểu bang California khi anh vừa làm nhà báo vừa là nhà kỹ thuật "lay out" vi tính cho báo Tiếng Vang.

Ra đi ở chặng đường đời 85, sau hơn nửa thế kỷ chung thủy với nghiệp văn chương, Tô Ngọc đã thành danh và xác định được cho mình một chỗ đứng vững vàng và được độc giả cũng như giới văn bút mến mộ.

Kẻ đang viết những dòng nầy được tiếp cận khá thường xuyên với anh Tô Ngọc khi anh từ San Jose lên Sacramento làm báo.

Tô Ngọc là một mẫu người Việt Nam "thuần chủng". Tôi xin mượn tạm một hình dung từ đầy tính biểu tượng như thế vì nhân vật Tô Ngọc tuy sinh ra ở miền Bắc, nhưng nếm vị tình yêu ở miền Trung, trải nghiệm sự đời ở miền Nam và kết thúc chuyện đời ở miền... Phương Ngoại Hoa Kỳ! Khi một người không bị cột buộc vào một chuỗi thói quen gọi là... văn hóa thì người ấy là một nhân vật tự do về những ràng buộc không đâu của định kiến là dân xứ nầy, người xứ nọ. Thật vậy, anh Tô Ngọc có một điệu sống nhẹ nhàng, đơn giản nhưng có sức cuốn hút như tiếng huýt gió của người viễn khách từng trãi nhưng hóa ra là một điệu nhạc vui tai.

Là người xứ Bắc, Anh có sự tinh tế đáo để trong khôi hài. Cười cợt nhẹ huênh như không mà hàm chứa nội lực đủ làm cho đối tượng bị cười ngậm đắng làm vui. Khi viết những phóng sự hay phân tích tâm lý, nhân vật thù cũng như bạn, bút pháp Tô Ngọc cũng rất ít khi khoan nhượng nửa vời mà mở ngõ tới nơi. Vũ khí châm chọc cái dở và phân tích cái hay của Anh không đến từ kinh điển mà từ kinh nghiệm sống. Bởi vậy, tinh thần hiện thực phê phán của Anh trong quá trình sáng tác văn truyện là trực diện và xông xáo của một nhà báo hơn là nhà văn.

Là người có tình yêu thanh tân cô gái Huế, nhà báo Tô Ngọc sẽ tự nguyện thành nhà văn và có khi là nhà thơ sau những trận mạc xông pha của một nhà báo không sợ "thắng mực Tàu đau lòng gỗ" trong bút luận của Anh có sức thuyết phục riêng đối với người đọc.

Tôi được chị Lệ Hồng phân công giới thiệu tác phẩm Sự Đời trong ngày Bằng Hữu

Tưởng Niệm 100 ngày mất của Anh nhưng dịch Covid-19 đã làm ngăn ngại nên chương trình không thực hiện được. Thế là tôi có thêm thì giờ "cách ly" để đọc và nhớ nhân vật cũng như tác giả TôNgọc.

Buổi đầu gặp và làm quen với Anh đâu khoảng chừng 20 năm trước tại thành phố Sacramento, thủ phủ tiểu bang California nầy, đã có lần anh Tô Ngọc ở độ tuổi "cổ lai hy U-70" khoe với tôi rằng, ngày xưa lẽ ra Anh làm rể Huế. Tôi... hù anh tả tơi, rằng là, nghe nói "Những ông chồng lấy vợ Huế khi chết đều được vào trót lọt cổng Thiên Đường vì Thần Luyện Ngục cho rằng, việc khó như thế mà khi sống làm được thì mọi chuyện khác đều dễ dàng thôi!". Nhưng Anh vẫn quyết tâm "dẫu ai nói ngã nói nghiêng, Ngọc đây vẫn giữ như kiềng ba chân..." là Anh vẫn mãi mãi mơ ước làm người tình xứ Huế. Thế rồi hơn hai mươi lăm năm sau, cũng chính nơi cái thành phố Sacramento Cali nầy, tôi ngờ ngợ khi gặp anh Tô Ngọc đi với người vợ nói giọng Huế: Chị Lệ Hồng, người tình núi Ngự sông Hương của Anh từ cái thuở ban đầu "thương dễ sợ" ấy đã đi hơn nửa vòng đời từ Việt Nam, qua Đức và về Mỹ để xây tổ ấm trong hết nửa đời sau nơi vùng đất tha hương xa xôi nầy. Tôi thật sự cảm động. Phải chăng vì tôi là dân Huế? Thưa không... tôi chỉ là con nhà Huế lang bạt nhưng trân quý những hẹn hò chung thủy một đời. Rứa thôi!

Đặc biệt nhất là hồng nhan tri kỷ Lệ Hồng của Tô Ngọc, một thời tóc thề, áo trắng, nón bài thơ... Ngày xưa, lần đầu gặp nhau trên đất Mỹ, biết tôi là dân Huế nên người nghệ sĩ Tô Ngọc đã tỉ tê tâm sự về mối tình rất Huế "lấy nhau không đặng thương hoài ngàn năm" ấy. Không ngờ giấc mơ lãng tử lại biến thành hiện thực. Chuyện tình ba mươi năm trước trên quê hương và cuộc hội ngộ tình nhân ba mươi năm sau nơi quê người (khi chị Lệ Hồng đang ở Đức và anh Tô Ngọc ở Mỹ) đã thành tình sử vợ chồng ở vùng đất Sacramento, thủ phủ của tiểu bang California. Thiên tình sử nầy là phần mở đầu duyên dáng và thú vị nhất của tác phẩm Sự Đời: Những cảnh tri ngộ bất ngờ, những dòng thư và thơ ân tình trao gửi, những trăn trở và hạnh phúc, những mơ ước và hiện thực của mảnh đời tỵ nạn tha hương... đã mở đầu làm tươi mát cả cả không gian và thời gian. Nếu chọn những trang mở đầu nầy như là phần khai bút, là lời phi lộ cho tác phẩm thì thật là ý vị.

Bẵng đi một dạo, chị Lệ Hồng (và anh Tô Ngọc?) cho ra đời "đứa con". Xin chớ vội giật mình vì đây là đứa con văn nghệ: Tạp chí Chính Văn. Tôi được mời tham gia trong ban biên tập. Vốn là người viết lách a-ma-tơ, cộng thêm tuổi đời quá lứa thất thập cổ lai hy, tôi chỉ dám hứa thỉnh thoảng có bài với Chính Văn cho vui thôi. Được biết anh Tô Ngọc tuy đã "gác kiếm" văn chương. Nhưng khách văn chương dẫu có gác bút thì cũng không đến nỗi như ngựa chiến giã từ sa trường thành ngựa thồ vì vẫn còn đôi khi góp mặt với đời vài câu thanh nghị. Mấy năm báo Chính Văn đều đặn ra mắt bạn đọc, những khuôn mặt văn bút Bắc Cali lại có dịp hội ngộ với anh chị Tô Ngọc – Lệ Hồng. Sinh hoạt văn bút đã làm anh chị linh hoạt và tươi mát hơn trong độ tuổi cao niên "biết sông về đâu mà hẹn, biết đời bao xa mà chờ..." nên tinh thần của Chính Văn "vui là chính".

Nhưng cuộc vui nào cũng có lúc tàn, cuộc tình nào cũng có lúc tán và cuộc đời nào cũng có lúc tan! Cứ an nhiên gối trên vô thường mà ngủ. Anh Tô Ngọc đã đi về miên viễn vào ngày 10-12-2019. Anh đã nhanh chân ra đi ngay trước khi Cô Vy bùng nổ nên người thân, văn hữu và bằng hữu còn được dịp trực tiếp đến thăm Anh, chia buồn cùng tang quyến và nói lời từ ly.

Những ngày tiễn biệt cuối cùng anh Tô Ngọc, có lẽ rất ít người ở thế hệ U-80, U-90 lại chứng kiến một cuộc chia ly đẫm nhiều nước mắt của "đôi lứa tình già" Lệ Hồng-TôNgọc lại miên man ngập tràn cảm xúc đến như thế. Người tình xứ Huế hơn 50 trước khóc sướt mướt, khóc mùi mẫn ngày này qua ngày nọ như nước sông Hương vì lấy nhau không đặng; nhưng 50 năm sau còn khóc vùi như khúc sông American River ở Sacramento ngày đưa Anh về vĩnh cửu…!

Khách văn chương Tô Ngọc chia tay tại thành phố Sacramento ở tuổi thượng thọ, đủ thời gian nếm trải sự đời. Tuổi thọ của nghệ thuật và nghệ sĩ thường không đếm bằng năm tháng mà đếm bằng dấu ấn để lại trong lòng người và tầm sâu, tầm lâu và tầm xa của tác phẩm. Anh an lạc ra đi trong sự tiếc thương của người thân và bằng hữu. Tác phẩm cuối cùng của nhà báo, nhà văn Tô Ngọc góp mặt với dòng văn học nghệ thuật tiếng Việt Hải ngoại là tuyển tập văn bút Sự Đời. Vì tác phẩm được thành hình và dự tính ra mắt trong dịp kỷ niệm 100 ngày anh Tô Ngọc ra đi nên bằng hữu – nhất là những "cụ bạn" cao niên rắn mắt và dí dỏm dàng trời – cảm nhận được niềm vui thú vị qua cái tên đặt cho tác phẩm là Sự Đời. Ôi! Cái "Sự đời" trong góc khuất đầy hài tính của dân gian rất đơn giản mà cũng lắm nhiêu khê và đầy góc cạnh đã làm chết đuối bao nhiêu gã mày râu… một mảnh tài hoa thiên cổ lụy. Sự Đời với nhà báo, nhà văn Tô Ngọc là một "tập đại thành" đầy âm thanh và màu sắc của cuộc sống xung quanh cũng như trải nghiệm qua hiện thực dòng sống của chính mình.

Cầm quyển Sự Đời trên tay tôi mỉm cười lặng lẽ, nhớ đến lời nhận xét "ngoài luồng" của nhà văn Ngô Viết Trọng khi anh gọi tôi và thắc mắc về khái niệm khá phong phú của hai chữ "Sự Đời" như trong thế giới bình dân đầy hài tính. Cả hai chúng tôi – đều vô hình trung – đồng tình tán dương sự nhạy bén của người chọn lựa cái tên Sự Đời cho tập văn cuối cùng của Tô Ngọc. Cái tên thật là khéo bởi nó nói lên được nhiều mặt thanh và thô, nghiêm trang và dí dỏm, thánh thiện và đểu cáng của cuộc đời mà tác giả Tô Ngọc thường dư bản lĩnh khai thác tận tình trong tác phẩm.

Với hơn 250 trang, tác phẩm Sự Đời đã dành phần mở đầu là phần thương tưởng và hoài niệm của gia đình cùng thân hữu khi anh vĩnh viễn ra đi. Với nguồn cảm xúc sâu lắng trong những giờ tiễn biệt, sự đồng cảm của người thân, giới hâm mộ cũng như anh chị em văn bút có mặt trong giờ tang lễ, tất cả tình cảm chân thành và hoài niệm ấm áp dành cho Anh đã tạo ra cảm giác rằng, sự ra đi của anh Tô Ngọc không phải là sự biến mất giữa đời mà tưởng như là một chuyến về thăm êm đềm chốn quê hương thiên cổ.

Đến với anh Tô Ngọc bằng tình thân hữu văn bút trong bao năm qua tại Sacramento tôi thường nghĩ đến Anh như một nhà báo vì chỉ đọc những bài phóng sự cũng như tường thuật thời thượng và nóng bỏng của anh. Và cho đến khi đọc Sự Đời với 16 bài viết của anh dàn trải trên 250 trang tôi mới vỡ lẽ ra rằng, Tô Ngọc cũng là nhà văn độc đáo tài hoa. Qua những bài Ngứa và Gãi, Bắc Kỳ Rau Muống, Cái Khoái Thứ Tư, Chửi, Nói Phét, Phi Yến Thu Lâm… Tô Ngọc đã để lộ nguyên hình một Tôn Ngộ Không thỉnh kinh – Kinh phá tà giữa một thời đầy tà ma quỷ ám – cho đời và cho thiên chức của những người cầm bút. Đó là sự cực tả, mỉa mai, phê phán và quyết đấu tận cùng một trong những tội ác diễn ra mọi thời và mọi nơi trong xã hội loài người: Quân tử trá hình (ngụy quân tử), lẽ phải về hùa với kẻ mạnh và đạo đức là trò chơi trong tay người quyền thế.

Nếp sống chuộng nhân văn, nhân ái nhưng cũng lắm lúc thật phi nhân và bất nhân trên quê hương Việt Nam trong thế hệ chiến tranh và hòa bình tao loạn đã làm cho chúng tôi mỏi nản trước sự đời vinh nhục. Những bài viết trong Sự Đời qua lối nhìn hiện thực của một nhà báo, kết hợp với tầm nhận định dí dỏm mà tinh tường, sắc nhọn bằng sự trải nghiệm đa diện và dạn dày của một tay bút bản lĩnh và từng trải như Tô Ngọc đã dấy lên một sức hút do sự tò mò, ngạc nhiên, tra hỏi và thú vị. Mỗi bài viết là một đề tài độc đáo của sự khám phá mới từ những khía cạnh ngỡ như là quá cũ. Đọc Sự Đời, ngoài cái thú thưởng thức văn chương và cảm xúc ấm lạnh qua nội dung của từng câu chuyện, người đọc còn gặp nhiều bất ngờ thú vị khi biết được những điều về cách ứng xử khác nhau và lạ lẫm đến kỳ quái giữa các giai tầng xã hội; những thói quen nghề nghiệp lạ đời, những sự đểu cáng lừa lọc ở một mức độ ảo thuật…

Toni Morrison, nhà văn da đen được giải Nobel có viết về "cái hậu" của người chiến sĩ và là người cầm bút:"Cuộc chiến tàn nhưng dư âm chiến trường còn vang vọng; tác giả đã khuất núi nhưng dòng tư tưởng thấm mực vẫn còn góp tiếng với nhân gian…" Mong Sự Đời là "dòng tư tưởng thấm mực" của nhà báo, nhà văn Tô Ngọc vẫn còn mãi với người thân, bằng hữu và nhân gian.

Sacramento, giữa mùa Covid -19, 2020
T/g: Trần Kiêm Đoàn

Tiễn biệt nhà văn
TÔ NGỌC

Bác Tô vừa mới ra đi,
Sắc-Tô bỗng lạnh Ca-Li chợt buồn.

Ai cũng biết vô thường tan hợp
Kiếp nhân sinh lớp lớp phù vân
Dẫu cho đi trọn đường trần
Trăm năm rồi cũng chỉ ngần ấy thôi

Nhớ Bác mãi cái thời làm báo
Ngồi layout sáng tạo bốn mùa
Độc thân vui tánh bông đùa
Mơ duyên người đẹp bóng lùa Liêu Trai

Tình viễn mộng nào ai biết được
Cứ như hư như thật vì đâu
Cao niên gặp khúc Phượng cầu
Thiên duyên tình mộng má đào Amy

Mới gặp bác ngày đi họp bạn
Khách văn chương tay bắt mặt mừng
Nâng ly chúc tụng tưng bừng
Chiêm bao một giấc bác ngừng cuộc chơi

Người tự cố dòng đời ngắn ngủi
Có ai sinh chẳng tử xưa nay
Tám mươi tư giữa trần ai
Bước chân thanh thản dặm dài Bác đi

Tôi quý Bác từ ly buồn lắm
Bạn tuổi già nước mắt như sương
Chia tay vĩnh biệt đôi đường
Bác về an nghỉ Tây Phương Cõi Lành

Tiễn biệt Bác chân thành khẩn nguyện
Nhẹ nhàng đi như tiếng mây trời
Khép yên một giấc mộng đời
Buông thư giải thoát kiếp người hoàn không

Chân thành tiễn biệt
Trần Kiêm Đoàn

Tô Ngọc & tâm tư

Ảnh hưởng ông Cụ thân sinh, cụ Ngô văn Thuật Kịch tác gia vào những năm của thập niên 1930, qua văn hóa dựng lên những vở kịch để mong muốn nói lên những hủ tục, thói quen thượng đội hạ đạp tranh đấu cho công bằng, của xã hội VN thời bây giờ, thời pháp thuộc… cụ đã bị kiện và từ đó là động lực thôi thúc cụ học Luật để có Phương tiện tìm công bằng cho những người bị hà hiếp. Cụ đã được bổ làm Quan Tham tán (thẩm phán Hà nội...) và khi di cư vào Nam cụ được bổ làm Chánh Lục sự Tòa Thượng Thẩm Đà lạt... và vẫn tiếp tục sáng tác nhiều vở kịch, đạo diễn kịch (Bà Hồ Điệp cũng là một trong những bạn diễn trong ban kịch/ngâm thơ của cụ.) hy vọng sẽ được tài bản tại Hải ngoại .

Anh may mắn học hỏi được nhiều từ Văn Hữu Chú Bác ,Bạn bè của Cụ Ngô Thuật qua những buổi hầu trà các cụ, **như cụ Thế Lữ, CỤ LÊ TRÀNG KIỀU** cũng là nhà biên kịch nổi tiếng ở Hà Nội, Nhà văn Lê Văn Trương cũng như hầu hết những Thân hào nhân sĩ trong giới cầm bút Hà Nội thời bấy giờ v.vv.. nên anh cũng biết được nhiều chuyện dí dỏm, của các cụ lúc trà dư tửu hậu với nhiều chuyện trong thế giới VĂN CHƯƠNG để học hỏi kinh nghiệm đời sống. Nhà báo nổi tiếng **NGUYỄN THANH HOÀNG HỒ ANH (Văn nghệ tiền phong)** là người dẫn dắt... rủ rê khi nhận thấy anh Ngọc có văn tài, hướng anh vào Nghiệp LÀM BÁO dù Ông cụ Thân sinh mong anh tiếp tục học Luật...

Anh Tô Ngọc đã theo nghiệp văn học của Cụ thân sinh chiều hướng phiếm luận nói lên những hủ tục của xã hội... mong góp vào nâng cao Dân trí, anh chọn viết nhiều cho thanh Thiếu niên với Tâm ý góp một chút giáo dục qua truyện **thiếu nhi (Mai Bé Bi), văn nghệ học sinh (CHÍNH LUẬN), bé Ngôn bé Luận (CHỌN LỌC)** anh chuyên về dịch thuật Kiến thức từ đó anh đã học được nhiều Kiến thức, và được Bạn bè cho danh xưng Leader maker, cuốn từ điển sống và là nhà Dược học (Anh là **HỘI VIÊN HỘI Y DƯỢC HỌC VIỆT NAM**), Anh cũng là chủ lực của Tuần báo Văn Nghệ Tiền Phong với nhiều chuyên mục, chuyện phiếm, Kiến thức sắc đẹp, Phong tục, Y dược, Phóng sự, truyện kinh dị, dưới nhiều bút hiệu,... cũng một thời được yêu thích. Là nhà đồng sáng lập công ty Truherbs USA tại Mỹ. Và một điều ít người biết đến: anh là nhà sáng lập đạo Washington hiện có cơ sở tại HOUSTON !

Anh cũng là một Cảnh sát mật vụ thực hiện những đặc vụ ..Năm 1974-1975 anh ứng cử Dân biểu… và đã được Cựu Tổng thống phu nhân chấm là ứng cử viên sáng giá không phải vì anh là cháu của cụ NGÔ HÙNG DIỄN nhà TƯỚNG SỐ NỔI TIẾNG THỜI VIỆT NAM CỘNG HÒA rất được Cựu TỔNG THỐNG và TỔNG THỐNG PHU NHÂN đương thời ngưỡng mộ, mà vì nhân cách và khả năng.

Cuối cùng vào tuổi cuối đời anh tâm sự với vợ " Xã hội là như thế rồi -100 năm trước cũng thế... mình chẳng thay đổi gì được đâu, khi mới ra làm báo, anh đã viết nhiều mong mỏi thay đổi được một chút, mong muốn xã hội tốt đẹp hơn… nhưng… xã hội là như thế rồi cuối cùng cũng chỉ là ba chữ THAM SÂN SI.

Sau 13 năm tù tội dưới chế đó Cộng sản, trong những năm tù tội, hướng về triết lý Phật Giáo… anh đã thật sự NGỘ để BUÔNG BỎ hết những bon chen thế sự... Trước những kẻ hợm hĩnh, hãnh tiến, học đòi, kể cả học đòi văn tài, kiếm chút danh hão... ở Hải ngoại này anh cũng chỉ mỉm cười... vị tha...

Và Anh đã hướng nhiều về Triết lý Đạo Phật (anh đã học ở Đại học Vạn Hạnh phân khoa Phật Giáo), mong cùng vợ mở được một Đạo tràng ở ALABAMA với lý tưởng giữ lại những tinh hoa của NỀN TRIẾT LÝ PHẬT GIÁO cho thế hệ sau vì ở đây chưa có Chùa... nhưng cũng chỉ là ước mơ.

Vì... và vì...

Anh ước mơ thực hiện nhiều lắm - ước mơ có chỗ thờ Hùng Vương, Tam thánh (ĐỨC TRẦN HƯNG ĐẠO, TƯỚNG NGÔ QUYỀN, TẢ QUÂN LÊ VĂN DUYỆT), những vì tướng VNCH, đã hy sinh... ở Hải ngoại để giữ lại Văn Hoá Việt Nam cho thế hệ sau... nhưng không dám thực hiện khi có người nói tại sao anh cạnh tranh với... (cuối cùng thì là một tên lợi dụng cộng đồng) vì,,, và vì,,, dù đã đặt tiền cọc mua...

Anh ước mơ Thân tâm thường An lạc... nhưng đã không An lạc khi vợ phát hành giai phẩm Chính Văn! dù anh đã... không thèm nhúng tay vào... để một mình vợ làm cho vợ ngán ngẩm mà từ bỏ!

Anh đã giữ trọn đạo Hiếu, bổn phận với đứa con trên cả trách nhiệm... trọn vẹn được với tình vợ chồng với mối tình năm xưa... đối xử với bạn bè, xã hội luôn giữ chữ SĨ và Chính nhân quân tử.

Một người Quốc Gia chân chính, không bao giờ về VN, khi còn CỘNG SẢN.

Tác phẩm cuối đời Sự Đời "phiếm luận" cũng nói lên được những hủ tục tầm thường nhưng bình thường của xã hội khó thay đổi, cũng như những chiêu trò Mỵ dân của chế độ Cộng sản Việt Nam.

Những năm cuối đời anh đã NGỘ, an cư hướng dẫn vợ và cùng vợ sống một cuộc sống của một triết gia Học giả...

Mỗi buổi chiều trong buổi cơm, nhâm nhi rượu Vang với Vợ, trao đổi với nhau nhưng cũng là hướng dẫn vợ về triết lý cuộc đời, hài lòng với cuộc sống an cư, không email, không tel, không màng thế sự... ngoài đọc những tác phẩm về Đạo, anh nói để đầu tư cho cuộc đời kiếp sau và nghe vợ khoe... Hoa đã nở nhiều, năm nay em trồng được hai trái Cà... em đã trồng nhiều hoa Tulip và Tiên Ông tháng hai mình sẽ có Hoa nhiều lắm... vợ mới mua được đồ rẻ mà đẹp nè chồng ơi!

Tất cả Tham Sân Si... rồi cũng chỉ là một nắm tro tàn!

Hình bóng

Rời Trị Thiên người đi trong mưa bụi
Mái tranh xa thấp thoáng dưới chân đồi
Khói Lam tỏa, che dáng rừng bóng núi
Rặng cây buồn le lói ánh chiều rơi

Hơi gió thu nhuộm lá vàng tháng tám
Đảo Trí Vân mờ ảo nước liền trời
Hải âu lượn, trời buồn giăng mây xám
Sóng chập chờn hiền dịu lắm biển ơi!

Vách đá bốn bề, nước xanh bát ngát
Đảo nghiêng nghiêng, tha thướt bóng dừa soi
Đêm dần đến, ánh tà dương sắp tắt
Bóng trăng lên lộng lẫy sáng chân trời

Muôn sóng lụa nhấp nhô dài xa tít
Trên trời cao lác đác ánh sao rơi
Càng về khuya không gian càng tĩnh mịch
Sóng rì rào vọng lại tiếng trùng khơi

Vầng hồng tỏa tím, vàng loang mặt nước
Đàn hải âu xoãi cánh lướt ra khơi
Gió biển mặn đùa mây bay đi trước
Tiếng dân chài đưa tình biển lên ngôi

Thời gian đi, nước trời không hẹn ước
Trên tầng không, hiện rõ cánh chim bay
Tàu xuôi ngược trăm hải trình vấn bước
Khi qua rồi vết tích cũng mờ phai...

Người thủy thủ sao trầm ngâm đứng đó?
Đã xa rồi, trời nước vẫn xanh lơ
Có còn chăng trùng khơi rền trong gió
Ta hữu tình... trời biển vẫn nên thơ!

T/g: DƯ THỊ DIỄM BUỒN
Email: dtdbuon@hotmail.com

MỘT BÀI THƠ HAY

Một bài thơ rất hay và cảm động bằng tiếng Pháp
không rõ tác giả , xin tạm dịch bằng tiếng Anh
và tiếng Việt để bạn đọc thưởng lãm.

BS Trần quý Trâm

QUAND LES ANS S'ADDITIONNENT . L'auteur inconnu

Le coin de la rue est deux fois
Plus loin qu'auparavant !
Et ils ont ajouté une montée que
Je ne jamais remarquée.
J'ai du cesser de courir après l'autobus
Parce qu'il démarre bien plus vite qu'avant
Je crois que l'on fait les marches
d'escaliers bien plus hautes
Que dans notre temps !
L'hiver le chauffage est beaucoup
Moins efficace qu'autrefois !
Et avez-vous remarqué les petits caractères
Que les journaux se sont mis à employer ?

Les jeunes eux-mêmes ont changé !
Ils sont plus jeunes que
Lorsque j'avais leurs âge !
Et d'un autre côté les gens de mon âge !
Sont bien plus vieux que moi.
L'autre jour je suis tombée sur
Une vieille connaissance ; elle avait
Tellement vieilli qu'elle ne
Me reconnaissait pas !
Tout le monde parle si bas qu'on
Ne comprend quasiment rien !
On vous fait des vêtements si serrés,
Surtout à la taille et aux hanches ,
Que c'est désagréable !
Je réfléchissais à tout ca
En faisant ma toilette ce matin .
Ils ne font plus d'aussi bons mirois qu'il y a 40 ans .....

MỘT BÀI THƠ HAY

Một bài thơ rất hay và cảm động bằng tiếng Pháp
không rõ tác giả , xin tạm dịch bằng tiếng Anh
và tiếng Việt để bạn đọc thưởng lãm.

BS Trần quý Trâm

BẢN DỊCH BẰNG ANH NGỮ .

WHEN THE YEARS ADD UP

The corner of the street is two times
Farther than before !
And one has added a slope that
I had never noticed.
I have to stop running after the bus
Because it starts faster than it used to.
I believe one makes the steps
Of the stair higher
Than it was in our times.
In winter heating now is much less
Efficient than in the past !
And did you notice the small letters that newspapers have begun to use ?
Young people themselves have changed !
They are a lot younger than
Me when I was their age !
And the other side people of my age
Are much older than I am.
The other day I hit upon
An old acquaintance , she grew so old she could not recognize me ,
People speak so low we
Nearly do not catch what they say
One makes clothes so tight
Especially at the waist and the hips
That it is disagreeable to see!
I reflected on all this
When taking a bath this morning,
Bathroom mirrors made today are not as good as
They were forty years ago ....

MỘT BÀI THƠ HAY

Một bài thơ rất hay và cảm động bằng tiếng Pháp
không rõ tác giả , xin tạm dịch bằng tiếng Anh
và tiếng Việt để bạn đọc thưởng lãm.

BS Trần quý Trâm

BẢN DỊCH RA TIẾNG VIỆT - Phỏng dịch : Trần quý Trâm

KHI NHỮNG NĂM THÁNG
GIÀ NUA CHỒNG CHẤT

Góc phố hai lần xa hơn trước
Con dốc nầy ai đắp tự bao giờ
Mà tôi chưa một lần bước tới
Trạm dừng xe buýt chờ tôi nhưng không kịp rồi
Xe rồ đi xe chạy nhanh hơn trước
Tôi chạy theo xe chới với bước chân mòn
Cái cầu thang giờ đây sao cao quá !
Bước chân tôi leo lên nhưng không nổi

Mùa đông nay không đủ ấm như năm trước
Tờ báo hàng ngày chữ nhỏ đọc không ra
Có lẽ họ đang đăng một mẩu tin nào đó
Những thanh niên trạc tuổi tôi năm xưa
Trông lẫm cẫm và già trước tuổi !

Tôi gặp được em người yêu năm củ
Em ngó tôi không nói được một lời
Em nhìn tôi như nhìn người lạ
Hai đứa nhìn nhau đau đớn xót xa
Người xung quanh nói nhau nghe rất nhỏ
Âm vang tôi nghe thật mơ hồ
Áo quần tôi mang chật không chịu nổi
Bởi xác thân tôi béo mập khó coi
Sáng nay soi gương nhìn thật rỏ
Hính hôm nay không phải của năm xưa
40 năm tươi đẹp đã phai mờ !

Sacramento mùa Valentine 2020
Trần quý Trâm

NHÀ VĂN TÔ NGỌC

"TÔI ĐÃ KHÓC"

Dư Thị Diễm Buồn

Thời tiết vào buổi giao mùa ở cuối hè chớm sang thu, có mặt trời ửng một vầng hồng sáng cả vùng rộng lớn ở phương đông. Lá của hàng cây hai bên đường đã ngã màu xanh sẫm, thỉnh thoảng có chiếc lá úa rơi nhanh vì cơn gió mát hiu hiu không ảnh hưởng chi sức lá lớn hay nhỏ. Những vầng mây trắng đục in trên nền trời xanh lơ tha thướt, chậm chạp lừ đừ đi chuyển về nơi vô định. Bầy chim bay lượn nhịp nhàn, con trước con sau chí chóe đáp xuống tìm mồi, nơi bãi đất trống chưa cất nhà bên kia đường.

Sáng sớm hôm nay chúng tôi đã rời nhà, vì làng Yuba City đến nhà anh chị Tô Ngọc phải mất 1/giờ lái xe. Đó là vùng đông người Á Châu cư ngụ, nhất là người Việt ở Sacramento. Nơi đây tuy thành phố lớn, là Thủ Phủ của tiểu bang California ở miền Nam nước Mỹ, có đất rộng, nhưng người ít nên nếp sống không rộn ràng, ồn ào như các thành phố ở tiểu bang khác so với Texas, hay Washington. Về mùa đông không lạnh tái tê như Chicago, và mùa hè không nắng cháy như Arizona. Mùa thu thì thời tiết mát mẻ, thỉnh thoảng có những đám mưa thu tí tách rỉ rả rơi dai dẳng... thanh tịnh và êm ả vô cùng. Còn mùa xuân thì khỏi phải nói, trời cao xanh ngắt, không gian trong vắt và thắm tươi với trăm hoa đua nở muôn hồng ngàn tía tạo cho Sacramento vẻ đẹp thiên nhiên rực rỡ êm đềm.

Nhà anh chị Tô Ngọc tọa lạc trên vuông đất rộng nối liền ranh đất hàng xóm có hàng rào cây dựng cao. Cái nhà sau (phatio) có mái che phần đất nối dài từ cửa nhà sau ra ngoài chừng 5 thước, lộp "tông" nhựa, không vách chỉ là những tấm chắn ruồi muỗi bằng ni-long trong suốt. Nên ngồi bên trong chúng ta có thể thấy ra hồ sen bán nguyệt tượng Phật Quan Âm trơ gan cùng tuế nguyệt sừng sững dưới trời như mỉm nụ cười an nhiên tự tại ở bầu trời tự do, no ấm, hùng mạnh của nước Mỹ vĩ đại nhất nhì thế giới nầy. Đôi mắt hiền dịu như tha thứ, như bao dung... nhìn thấu tâm tư của những ai đang chiêm ngưỡng Phật bà. Giữa buổi sáng có ánh bình minh như trải lụa, gió hiu hiu man mác thấm đậm hương cỏ cây quanh nhà đưa vào... khiến cả chủ nhà và khác khoan khoái dễ chịu lắm.

Trên chiếc bàn gỗ dài có khăn trải bàn màu xanh lam điểm lác đác nhữ đòa hồng nhỏ cở đầu ngón tay trông thật mát mắt. Chúng tôi ăn sáng với nhiều món: Như là hột gà óp-la, ăn với bánh mì (làm theo phương thức Sài Gòn xưa). Bánh mì nướng vàng trên mặt có trải thịt cua và mayonnaise... dòn khưu khứu. Một dĩa bàn hình Oval tráng men trắng in lá xanh và cành màu nâu nhạt, vun cao những chiếc bánh ngọt màu kem, màu nâu sậm của chocolate, màu vàng nghệ của trái hồng đào... gần bên cùng dĩa trái cây tươi ngon hơn hớn... Hương trà Quan Âm Kỳ Chưởng bát ngát của phu quân tôi, không làm sao phá tan mùi cà-phê phim đang nhỏ từng giọt, từng giọt đen nhánh trong ly thủy tinh trắng ngần của vợ chồng gia chủ và tôi. Hương vị của nước uống thơm tho ngọt ngào vân vê như khuyến dụ vị giác của mọi người ngồi quanh bàn.

Trong bữa ăn sáng ấm nồng tình đồng hương, chúng tôi có dịp kể cho nhau nghe những chuyện xưa và nay, những kỷ niệm riêng tư lúc còn son trẻ ở quê nhà. Chị Hồng lấy 2 tập hình dầy khi còn ở tuổi thanh xuân, và gia đình ở hải ngoại (Đức) của chị còn lưu giữ đến nay, cho chúng tôi xem. Thấy mấy tấm ảnh ngã vàng theo năm tháng, trong ngày đám cưới chị Lệ Hồng có phụ dâu, phụ rể. Chỉ tấm hình thanh niên đứng kế chủ rể có mái tóc dài hơn bình thường bồng bềnh, dáng vấp cao ráo rất nghệ sĩ, chị Lệ Hồng chợt hỏi tôi:

- Chị biết người làm phụ rể nầy là ai không?

Tôi mỉm cười nhìn hình, lí lắc nhái giọng Huế:

- Làm "răng" mà tui biết được hè?
- Hãy nhìn kỹ đi... Anh Tô Ngọc đó.

Tôi mở to mắt sang ngời, cười lớn:

- Vậy sao, thuở thanh xuân anh Tô Ngọc quả đẹp trai quá! Có mái tóc bồng giống như ca sĩ *John Lenmon* trong bang nhạc trẻ *The Beatles*... nổi tiếng thời bấy giờ...

Nghe khen chồng, chị Lệ Hồng nét mặt tươi vui, đôi mắt nhìn trời bao la bát ngát in từng cụm mây mỏng nhẹ bay theo hướng gió, như cố ôn lại những kỷ niệm thời xa xưa nhiều mộng đẹp. Vui giọng chị bảo:

- Chúng tôi thuở còn son trẻ quen biết nhau. Ông Tô Ngọc có tâm hồn nghệ sĩ *"lơ thơ tơ liễu buông mành"* và phóng khoáng của một Văn Nhệ Sĩ, chị cũng biết văn nghệ sĩ thì lúc nào cũng nghèo, trừ minh tinh và những ca sĩ nổi tiếng. Ảnh lại là con một nên luôn được gia đình chu cấp thêm trong việc chi tiêu. Sau nầy ông già qua đời anh được tình thương của mẹ nhiều hơn... Còn tôi vừa học xong thì ba sắp nhỏ cậy mai mối cưới hỏi, khi biết được thì ông nuối tiếc nhưng đã quá muộn rồi...

Anh Tô Ngọc và phu quân tôi, lật xem những tấm ảnh xưa... Tôi thì yên lặng lắn tai nghe và trào lòng theo từng mẩu chuyện vui buồn chị kể. Uống ngụm cà-phê thấm giọng, lúc bấy giờ tôi mới biết rõ là ở cố hương chị Lệ Hồng có gia đình phu tử để huề, và sau *Tháng Tư Đen, năm 1975* gia đình vượt biên qua Đức. Mấy mươi năm lập nghiệp ở Đức, con cái đỗ đạt nên người, vợ chồng làm ăn phát đạt... nhưng chẳng mai chồng chị Lệ Hồng bị bạo bệnh qua đời.

Cơ duyên nào cho chị Lệ Hồng và anh Tô Ngọc gặp lại nhau? Không biết có phải chăng là cái số hay là do Thượng Đế đã an bày mà đến "bảy bó" (70 tuổi) nhà văn Tô Ngọc của chúng ta từ nước Mỹ khăn gói qua cưới chị Lệ Hồng ở phương trời Đức Quốc xa vịu vợi, xa hơn nửa vòng trái đất... để "đưa nàng về dinh" Sacramento.

Bỗng anh tô Ngọc quay sang tôi, bảo:

"...Xin lỗi nghe, cơ duyên nào mà chị trở thành người viết? Bởi theo tôi biết ít có người phụ nữ miền Nam vừa làm thơ vừa viết văn như chị. Dư Thị Diễm Buồn, có phải là tên thật của chị không?

Bất ngờ nghe anh hỏi, tôi hơi khựng rồi mỉm cười, nhẹ giọng:

- "Mèn ơi, nếu ba tôi còn sống, mà biết DTDB tôi đặt bút danh cho mình, thì ông sẽ nện tôi què giò! Thưa anh, tôi viết là theo sở thích và đam mê cá nhân thôi, chớ chưa có khả năng viết để kiếm sống. Tôi ham đọc sách, ham viết từ thuở còn Tiểu học, có lẽ do sự tiêm nhiễm và nghề nghiệp của ba tôi. Nhớ khi xưa, trong trường ba tôi là một thầy giáo nổi tiếng nghiêm nghị và khó khăn với lũ học trò trong thôn làng sằn dã. Nơi có những đứa trẻ tâm hồn thơ ngây như giấy trắng học trò, chưa nhuốm chút bụi của thị thành bon chen chớ đừng nói chị đến cát bụi của cuộc đời. Ở cái thuở mà miền Nam từ ấp xã, cho đến quận, và thành thị dân chúng lương thiện *"ăn chắc mặc dầy"*, người nào việc đó, không bon chen, gian manh, xảo trả... Ít khi nghe giật đồ, nghe trộm cướp nào bự sự.

Lúc sanh thời bà nội hay kể về ba tôi là một thanh niên được cảm tình nhiều người trong thôn xóm, và những làng lân cận, nhứt là nữ phái ở lứa tuổi ba tôi. Bởi ông thích đọc sách, nghe nhạc, xem phim, tâm hồn lại phóng khoáng, ngoại hình điển trai khôi vĩ và các bộ môn cầm, kỳ, thi họa... gần như môn nào ông cũng biết... Vì có những đặc điểm trội hơn những thanh niên trang lứa, và nhứt là có cái "mạc du học ở Pháp", mặc dù chưa đỗ đạt đến đâu... nên khi lớn lên tôi mới biết ba tôi là một người đàn ông "mỗi bến mỗi tình"!

Trong năm đứa con gái của ông, ngoại hình và tánh tình tôi giống ba, nhiều nhất là thích đọc sách và hơn ba một chút là thích viết ngay từ còn Tiểu học, khi biết đọc biết viết và biết tìm tòi nghĩ suy. Tủ sách gia đình có đủ các loại sách chữ Pháp và nhiều sách báo Việt ngữ, sách dịch từ Pháp, Hoa ngữ... Đủ loại như là: Đông Châu Liệt Quốc, Tây Du Ký, Thủy Hử, Anh Hùng Lương Sơn Bạc... cho đến tiểu thuyết tình cảm... Đó là những món quà tinh thần, mà các chú tôi ở tỉnh thành luôn tìm tòi mua về cho anh mình. Nhứt là gần Tết có đủ các loại tạp chí, báo xuân... ba tôi là người quý sách báo, nên có những tờ báo nhật trình từ năm, mười năm trước vẫn còn giữ. Ấy vậy mà ông già tôi cấm năm đứa con gái mình đọc sách kể cả báo chí. Mặc dù chị Hai tôi đậu bằng "Thành Chung" mới có chồng, chị Ba ra trường Sư phạm (dạy Tiểu học) nối nghiệp ba, vẫn không dám mở tủ sách cửa đóng then gày của ba để đọc! Chỉ riêng "mình ên" bốn cô nương là tôi đây không nghe lời ba má biết bao lần đã dặn dò chung cho chị em tôi: "... Con gái ngoài học hành thì học thêu thùa may vá, nấu ăn, làm bánh... để sau nầy về làm dâu, làm vợ người ta... đừng có đua đòi học hư đọc sách báo, đọc tiểu thuyết, viết thư... thì không nên đó...".

Nhưng tôi có nghe lời đâu, cứ mỗi lần ba tôi đi hội họp xa nhà, hoặc đi thăm mấy chú năm bảy bữa thì tôi tha hồ lén mở tủ sách của ba tôi ra đọc, đọc mê mang tàng tịch, đọc quên ăn quên ngủ. Nơi kẹt bồ lúa ở nhà sau là nơi kín đáo ít người tới lui, chỉ có tôi và con mèo tam thể (có 3 sắc lông: vàng, đen, trắng) mắt lim dim, nằm kế bên thở khò khè, như để cùng tôi luyện chưởng "đằng vân giá võ" bay lượn trên không, lặn dưới nước... của tác giả Kim Dung. Thương vay khóc mướn những truyện: *Tình Buồn, Dòng Sông Ly Biệt, Hải Âu Phi Xứ*... của bà sẩm Quỳnh Dao do Liêu Quốc Nhĩ dịch mới hấp dẫn... *Bên Dòng Sông Trẹm, Em vẫn chờ đợi Anh*... của *Dương Hà* cùng nhiều tác giả khác thời bấy giờ. Tôi đọc của Hồ Biểu Chánh... và rất

nhiều tác giả khác, có những truyện kỳ dị của Tô Ngọc nữa..."

Anh Tô Ngọc nghe gật gù vui tươi. Cười nhẹ tôi tiếp:

"- Thưa anh, còn báo xuân thì khỏi chê, tôi đọc tất cả các bài cho đến quảng cáo, kem Hynos của anh Bảy Chà mặt mày đen thủi đen thui, cười thấy hàm răng trắng bóng như ngọc trai. Quảng cáo các hãng xe đi về Lục tỉnh, đi ra miền Trung, xà bông giặt đồ, xà bông thơm Cô Ba... Má tôi chỉ rầy lấy lệ mỗi lần biết tôi lén đọc sách! Có lần ba tôi bắt gặp tôi đang ngủ quên trong kẹt bồ lúa, tay còn ôm quyển sách! Thế là tôi bị no đòn... khóc lóc hứa hẹn xin tha đủ điều với ông già. Nhưng tôi vẫn chứng nào tật nấy, luôn lén đọc sách mỗi khi ba văng nhà. Có lẽ vì đó mà tôi đam mê viết và đọc sách thưa anh..."

Bên ngoài nắng bình minh rạng rỡ, tiếng chim kêu líu lo trên những cây cao sát nhà hàng xóm. Gió sáng mát mẻ dễ chịu vân về đưa hương hoa lá cỏ cây trồng quanh nhà. Chị Lệ Hồng châm thêm cà-phê cho chồng và cho tôi, còn phu quân tôi thì chị thêm trà và châm nước sôi vào bình.

Tôi cười nhẹ, bảo với ông gia chủ:

- Còn đại huynh thì sao, cơ duyên nào Tô Ngọc huynh trở thành nhà văn nổi tiếng về truyện ma, và anh đã thành danh khi tôi còn là học sinh Trung học. Anh đã có bao nhiêu tác phẩm truyện ngắn, truyện dài đã phát hành rồi vậy?

Anh cười hề hề trên cái miệng cố hữu luôn có nụ cười hiền lành tươi như hoa, xinh như ngọc mà trước khi từ Illinois gia đình về đây tôi đã hỏi nhà văn Hồ Trường An: "...Anh có quen biết với anh chị văn nghệ sĩ nào ở Sacramento không, cho biết để tôi làm quen khi đến đó...?" Anh suy nghĩ một hồi rồi bảo: "Tôi có quen biết chớ không thân lắm với nhà văn Tô Ngọc. Anh ấy có tướng người cao ráo, nước da trắng, mặt mày điềm đạm, ăn nói lịch sự từ tốn, và dễ mến nhứt là nụ cười, chị đến vùng đó, đi đâu mà nhìn người đàn ông nào có miệng cười như ông Địa như ông Phật là Tô Ngọc đó đa..." Nên khi anh Thanh Thương Hoàng đãi bữa ăn có khoảng mươi người "đón người phương xa", nhìn chung quanh tôi biết ngay người ngồi đối diện là nhà văn Tô Ngọc (bởi có nụ cười y như rằng mà nhà văn HTA đã diễn tả).

Giọng đều đều của anh Tô Ngọc, kể:

"- Là con một của mẹ và bố tôi, dĩ nhiên là được ông bà cha mẹ hai bên cưng chiều lắm. Bố tôi rất mong muốn tôi theo nghề ông. Nhưng khi học xong phổ thông tôi ham vui, không thích ràng buộc trong những nghề nghiệp làm theo giờ hành chánh nên đi làm ký giả, làm báo, viết văn... Những việc mà khi nào thích tôi mới làm, dĩ nhiên là có mẹ tôi làm hậu thuẫn... lúc tôi thiếu thốn. Sau khi bố tôi qua đời, bà còn trẻ mà ở vậy thờ chồng nuôi con. Tôi kính yêu và sùng bái má tôi hơn cả thiên sứ!

Thưa chị, tôi sanh năm 1935, đến năm 1959 bắt đầu làm báo và viết:

* Làm báo: Ngôn Luận, Văn Nghệ Tiền phong, Sài Gòn (1959-1964) * Làm báo: Chính Luận, Chọn Lọc, Sài Gòn (1964-1975)

* Thành viên BCH, Nghiệp Đoàn Ký Giả Việt Nam (1969- 1975)

* Tù cải tại (Văn Nghệ Sĩ Chống Cộng. Ngày 6-4- 1976 về năm 1987)

* Định cư tại Hoa Kỳ năm 1993

* Làm báo Tiếng Vang năm 1999

Tác phẩm đã xuất bản trước năm 1975: *Bâng Khuâng* (1963), *Kỹ Thuật Lấy Chồng* (Tập truyện 1965), *Quỷ Sống Ăn Người*, *Ma Sói Rừng Thiêng*, *Hầm giết người* (Truyện kinh dị, chọn lọc 1967-1968) Tập truyện *"Hầm Giết Người"* được tái bản, ở Hoa Kỳ thập niên 80, khi tôi còn bị tù cải tạo ở quê nhà! Tôi còn những tác phẩm đã hoàn tất đăng trên báo: *Mầm Non Mầm Già, Sài Gòn Chịu Chơi, Vết Thương, Tuổi Hờn, Khác Vọng Đôi Mươi, Đảng Cướp Liên Hành Tinh, Đoạn Hồn Đao, Con Rùa Vàng, Vườn Vui, Nợ Yêu, Bóng Trắng, Ma Hời, Lời Nguyền Của Quỷ, Giặc Cờ Đen...* (Một số đã in thành sách, một số sẽ in).

Cơn buồn chợt đến, tôi lật đật lên tiếng:

- Anh Tô Ngọc nè, phải chăng đây là cái nghiệp của người cầm bút! Suốt những tháng năm dài anh đem tài sức trong Văn Học Nghệ Thuật của mình của tha nhân cống hiến cho đời... Chế độ nào cũng vậy, Văn Học Nghệ Thuật bao giờ cũng cần phải có để đất nước mở mang theo trào lưu tiến hóa với các nước khác chớ. Có tội tình chi đâu mà phải bị họ trù dập đoạ đày tù cải tạo hơn 12 năm, còn hơn quân nhân công chức cao cấp ở Chánh thể Cộng Hòa vậy?

Anh Tô Ngọc chớp chớp mắt đăm chiêu nhìn không gian cao rộng, thở dài nhếch miệng cười buồn bã:

- Có khác chớ chị, tụi Cộng sản sợ nhất là nói lên *"sự thật"*, nên giới Văn Nghệ Sĩ luôn bị chúng kết tội nặng lắm! Chỉ một lời thốt ra thôi nó ảnh hưởng rất lớn mạnh hơn cả thiên binh vạn mã! Tác phẩm *"Nọc Độc Văn Hóa Nô Dịch"* Chính Nghĩa xuất bản tại TP H C Minh năm 1984 đã kết án tôi và một số nhà văn khác trước năm 1975, họ bảo: *"Bọn biệt kích văn hóa do Mỹ đào tạo nhằm mục đích phá hoại chế độ, như: Duyên Anh, Nhã Ca, Bằng Lang, Văn Quang, Nguyễn Thụy Long, Tô Ngọc, Dương Nghiễm Mậu".* Phải, chúng bắt tôi ngày *6 tháng 4 năm 1976 trả tự do ngày 9 tháng 8 năm 1987* gần 12 năm đọa đày! Tôi vào Mỹ với lý do tỵ nạn Chánh Trị ngày 16 tháng 9 năm 1993, ở Sacramento cho đến nay.

Anh Tô Ngọc ngừng nói, hớp ngụm cà phê, nhìn chúng tôi cười bảo:

- Có duyên nên vợ chồng tôi mới gặp anh chị, để hôm nay chúng ta cùng ăn sáng đây...

Nhìn đồng hồ đã đến giờ phải đi đám sinh nhật của chị bạn, tôi và phu quân tôi cảm ơn anh chị bữa ăn sáng thịnh soạn và được nghe anh chị tâm sự, cùng kể lại ít nhiều những kỷ niệm thật hết sức trân quý. Nhà tôi không quên hẹn và mời anh chị cuối tuần nào đó ra thăm vùng ngoại ô, và ghé qua ăn trưa ở tệ xá của chúng tôi.

Anh chị Ngọc và vợ chồng tôi cũng thường gặp nhau trong những buổi sinh hoạt của các hội đoàn, đoàn thể ở địa phương, khi các diễn giả ở xa đến thuyết trình về một đề tài Văn Học Nghệ Thuật, Triển lãm tranh ảnh, buổi hòa nhạc, văn nghệ gây quỹ cho thương phế binh còn kẹt ở quê nhà, ra mắt sách, hội chợ Tết Nguyên Đán, lễ Trung Thu, kỷ niệm ngày Quốc Hận 30 tháng tư đen, ngày Quân Lực... Và thỉnh thoảng chúng tôi cũng hay điện đàm thăm hỏi nhau.

Anh Tô Ngọc người miền Bắc, anh là một trong những nhà văn có tánh tình hòa nhã, chân thật, hiền lành, không bon chen, hay ganh tỵ trước thành công của người khác, cũng không tự đề cao mình... Mặc dù anh là một nhà văn, ký giả, nhà báo kỳ cựu đã thành danh lúc còn trong nước trước năm 1975, mà tôi hân hạnh quen biết trên văn đàn, hay gặp gỡ ở hải ngoại.

Trong lúc điện đàm thăm hỏi anh chị, có lần tôi bảo:

- Phu quân tôi nói anh Tô Ngọc chân thật, hiền lành, vui vẻ... thật giống *"Lão Ngoan Đồng"* sẽ trẻ mãi không già, như trong phim kiếm hiệp: *"Anh Hùng xạ điêu"* và *"Thần Điêu Đại Hiệp"* của Kim Dung. Riêng tôi thì nghĩ anh là người giữ chữ *"tín"*, dù cho có người làm việc xấu, anh không thích họ, nhưng ai hỏi đến anh cũng trả lời không biết... Chớ không *"vạch lá tìm sâu"* bơi móc, *"đổ dầu vào lửa"* hoặc thêm thắt cho chuyện ít xích ra to, chuyện không thành có... để thiên hạ không ưa nhau, thù hằn và oán ghét nhau chơi... anh cũng ít khi chê bay ai, hay khen lấy lòng. Đức tín như vậy khó

thấy, nên tôi chắc anh không có kẻ thù, và anh cũng không hờn giận ai hả anh Tô Ngọc?

Anh cười hì hì rồi cao giọng, bảo:

- Chị lầm rồi tôi có kẻ thù chứ, đó là tụi Việt cộng! Hỉ, nộ, ái, ố... đã sinh ra trên cõi đời nầy ai mà không có, tôi cũng giận dữ và tuyệt giao ngay với kẻ nào hỗn láo hoặc nói sai sự thật về gia đình tôi, nhất là hiền mẫu tôi... "Nhân vô thập toàn" Việt cộng có ưa tôi đâu, và tôi cũng ghét chúng *"Quan Công còn có kẻ thù và Tào Tháo còn có bạn"* mà chị!

Nhớ hôm ra mắt cuốn *"Tâm Cảm"* của nhà văn nữ Cao Thanh Tâm hiền thê của cố bác sĩ Tôn Thất Sang. Quy tựu rất đông văn nghệ sĩ có tầm vóc ở địa phương và từ nhiều nơi về tham dự. Tác giả có nhã ý nhờ tôi nói cảm nghĩ của mình về quyển sách. Sau khi nói xong trở về chỗ ngồi, anh Tô Ngọc đang bấm máy hình lia chia, dừng lại bên tôi bảo nhỏ: "...Như vậy mới được chứ, hay lắm... chị nói ngắn gọn và đi sát đề của tác phẩm..." Tôi thầm cảm ơn nhà văn Tô Ngọc, anh chỉ nói ngần ấy thôi, tôi cũng cảm thấy khoan khoái và ấm lòng!

Trong tầng lớp những cây viết đã thành danh cùng thời với nhà văn Tô Ngọc, thật sự tôi chưa nghe ai phê phán về anh như là: tự cao, tự mãn, ganh tị, háo danh... Thí dụ như có một vị, tôi biết anh hiểu rõ mà không thân thiện... Tôi lên tiếng hỏi anh để hiểu biết người đó hơn. Cười cười, anh không nói, cũng không kể về người mà tôi hỏi thăm dù ở khía cạnh nào, tốt hay xấu... Anh nhẹ giọng bảo với tôi rằng: "Chị cũng biết những gì hôi tanh dù gói kín thế nào cũng có ngày bốc mùi. Xin lỗi, và đừng buồn vì tôi không trả lời chị ở bất cứ người nào và trường hợp nào... trừ khi chị hỏi về văn chương thơ phú, hoặc những sự việc gì đó là của tôi! Chị là người tinh tế, hãy khách quan tự vận dụng cái tài và khả năng của mình mà nhận xét đi... Bởi vì ở

trên đời không có ai là hoàn hảo đâu chị ơi..."
Anh không trả lời những gì tôi hỏi mà cứ vòng vo tam quốc không đâu vào đâu! Nhưng trong tâm tư tôi, anh đúng là một đồng điệu lão thành khả kính để cho tôi ngưỡng mộ và cảm phục.

*Nhà văn **Tô Ngọc***
Đã vĩnh viễn ra đi ngày 10 tháng 12 năm 2019
Tại Sacramento, hưởng thọ 85 tuổi.

Người đời thường bảo rằng: *"Sống thì không bao giờ chết/ Còn chết thì sống mãi"* Đúng như vậy không? Tôi không biết, nhưng tôi chắc chắn rằng nhà văn Tô Ngọc sẽ sống mãi trong lòng người thân, bạn bè và những người mộ điệu. Hôm nay tôi viết một vài kỷ niệm về anh nhằm mùa của *"Tháng Tư Buồn"* mùa Quốc hận thứ 45 của người Việt Nam không Cộng sản! Và cũng thời gian nầy, cả thế giới đang bị cơn ác dịch của Tàu cộng giết hại không biết bao nhiêu sanh linh. * Tôi đã khóc mùa *Quốc Hận Tháng Tư Đen*! * Khóc anh Tô Ngọc, một đồng điệu mà tôi ngưỡng phục * Khóc cho những người trên thế giới đã lìa xa cõi đời vì ác dịch Corona Vũ Hán của Tàu cộng!

"Xin nguyện cầu hương linh
Những người quá cố sớm về cõi vĩnh hằng"

Tệ Xá Diễm Diễm Khánh An
Ngày 27 tháng 4 năm 2020
DU THỊ DIỄM BUỒN
Email:dtdbuon@hotmail.com

Xin chân thành cảm ơn nhận xét rất sâu sắc của chị Diễm Buồn, người có bề ngoài như là rất vô tư.

Lệ Hồng

Hello Hồng Ngọc,
Đây là bài thơ tôi làm để tưởng niệm ngày giỗ anh Tô Ngọc.

Anh Tô Ngọc ơi!

Từ nay đời vắng anh rồi
Bâng khuâng tôi thấy
bồi hồi tiếc thương

Anh lìa xa cõi vô thường
Về nơi tiên cảnh
miên trường thảnh thơi.

Lê Trọng Nghĩa
Sacto. Nov. 13, 3020

Lời tâm sự của nhà văn
Uyên Thao

Chị Tô Ngọc thân,

Xin được kể với Chị một chút về bản thân tôi để Chị có thể hiểu phần nào về tình bạn giữa tôi với Tô Ngọc và những bạn bè thân thiết khác.

Tôi xấp xỉ tuổi với TTHoàng nên hơn TN 3 tuổi. Tuy nhiên giữa chúng tôi thì hơn nhau tới 10 tuổi vẫn thoải mái "mày, tao" một cách bình thường. Riêng tôi còn bị bạn bè tặng cho cái biệt danh "thằng mọi" vì luôn xa lạ với cách xã giao thông thường khiến chính TTHoàng luôn chỉ mặt tôi để trách "nói năng như đấm vào mặt người nghe." Do đó, trong giao dịch giữa bọn tôi gần như không lưu lại kỷ niệm êm đềm, ấm áp nào cả. Bây giờ nhớ lại, tôi thấy giây phút êm đềm nhất giữa chúng tôi chỉ là những lúc im lặng nhìn nhau, thậm chí không nói với nhau một lời nào dù có thể ngồi với nhau cả giờ.

Thêm nữa suốt thời gian dài từ 1957 cho tới 1975, tôi tuy sống bằng nghề báo nhưng không gian thân thuộc với tôi gần như chỉ là các góc nhà tù, ngoài ra là những chiến hào lửa đạn từ biên giới Việt-Miên tới rừng núi cao nguyên Ban Mê Thuột - Pleiku - Kuntum rồi tuyến đầu Vùng 1. Suốt hơn 23 năm có mặt tại miền Nam tôi chỉ có vỏn vẹn 4 năm ở Sài Gòn từ 1971 tới tháng 4/1975, nhưng đó lại là thời gian tôi luôn phải đối mặt với nhà tù và cả các mưu toan bắn sẻ nên không có mấy khi thanh thản dạo phố cùng bạn bè.

Còn sau tháng 4/75 thì tôi bị tống vào tù ngay giữa tháng 8/75 cho tới cuối năm 1986 mới được ra tù nhưng chỉ là đổi nhà tù sang tình trạng quản chế với quy định cô lập tại chùa Pháp Hoa cho tới năm 1988 mới được cho về với gia đình nhưng bị tước quyền công dân nên vẫn tiếp tục bị bao vây theo dõi, nhất là cấm không cho xuất ngoại kéo dài tới cuối năm 1999 nên dù nhớ bạn bè tới mức nào cũng đành bó tay, thở dài mà thôi.

Kỷ niệm duy nhất lúc này hiện đến với tôi chỉ là mấy dòng thư ngắn ngủi của TN gửi cho tôi năm 2001 hay 2002 tôi không nhớ chắc lắm. Khi đó tôi gửi cho TN mấy cuốn sách vừa in xong và TN thư cho tôi với những dòng chữ hoàn toàn bất ngờ cho biết TN tự thấy phải nhường tôi cái đặc tính mà TN vẫn tin chỉ riêng TN mới có. Đó là sự cẩn trọng trong mọi công việc. TN cho biết từ lâu TN không tin ai có thể cẩn trọng trong công việc so nổi với TN, nhưng khi nhận gói sách tôi gửi thì TN thấy TN thua xa tôi, vì cái gói sách TN nhận được cho TN ý nghĩ dù có vứt xuống hồ nước thì sách vẫn không thể thấm nước nên TN tự thấy thua tôi xa lắm. Nhưng ngay sau đó thì tôi phải vô bệnh viện cắt bỏ chiếc dạ dày, nói sau là đi giải phẫu khí quản rồi là cái tin tôi chỉ còn sống nổi từ 6 đến 8 tháng nữa thôi. Do đó, tôi không còn thư từ cho bạn bè và các bạn cũng im luôn để dành cho tôi không khí yên tĩnh trong những ngày cuối cùng còn lại. Cũng vì thế nhiều bạn vĩnh viễn ra đi, tôi đều chỉ biết tin sau nhiều tháng như trường hợp anh Hà Thượng Nhân, Hồng Dương, Thái Thủy, Như Phong, Nguyễn Đức Quang... rồi đến TN. Đành chịu vậy thôi.

Trở lại với những điều Chị nhắc trong thư, phải nói ngay là Chị khiến tôi vô cùng xúc động trước tình cảm của Chị và chỉ cần ít dòng chữ đó đã đem lại cho tôi một niềm vui cực lớn.

Tuy nhiên xin Chị chỉ thực hiện các điều Chị nhắc trong thư khi nào mà cơn đại dịch đang bao phủ nước Mỹ chấm dứt hẳn đã.

Hy vọng rằng tới lúc đó, tôi vẫn còn may mắn có mặt để đón nhận tấm lòng của Chị.

Lúc này, điều cần làm nhất với Chị là hãy ráng tìm lại sự bình an để vượt qua cơn trống vắng do sự mất mát quá lớn mà Chị đã phải nhận chịu.

Cầu mong Chị sẽ sớm tìm lại được sự bình an cần thiết đó.

Thân Quý

Uyên Thao

Cuối đường nhìn lại
NGHỀ CẦM BÚT

Uyên Thao

Nghề báo là nghề khoe dốt!

Đó là một định nghĩa luôn hiện đến với tôi mỗi khi nghĩ về cái nghề mà mình đã theo đuổi. Tôi không nhớ ai đưa ra định nghĩa này và tôi đã nghe được hay đọc được vào trường hợp nào, ngoại trừ thời gian là khoảng 1956-57. Đó là thời gian tôi ngồi ở toà soạn tuần báo Hà Nội tại đường Gia Long, Sài Gòn.

Thuở đó, tôi mới ngoài hai mươi trong khi toà soạn toàn những người sắp bước sang tuổi về chiều gồm các anh Phan Trâm, Nguyễn Tiến Hỷ, Nguyễn Gia Trí, Tú Duyên, Trần Việt Sơn, Thái Bằng ... Tất cả đều là những tên tuổi quen thuộc của làng báo Việt Nam với quá trình viết, vẽ khá lâu năm nhưng lại đều không quen với việc sắp đặt hình thức và kỹ thuật của một tờ báo. Vì thế, dù mới góp mặt trong nghề khoảng 4, 5 năm, tôi đã được đặt vào ghế Tổng Thư Ký Toà Soạn và có tên in trên manchette bên cạnh tên chủ nhiệm Phan Trâm, chủ bút Nguyễn Tiến Hỷ.

Nhưng, tờ báo không đạt số độc giả như mong đợi.

Mức tirage èo uột khiến tôi nhớ lại thuở ngồi tại toà soạn nhật báo Dân Chủ của ký giả Vũ Ngọc Các mấy năm trước. Tôi vẫn coi anh Các là người thầy đầu tiên trong nghề, dù anh Các chẳng bao giờ có ý định dạy dỗ ai. Điều tôi học được ở anh chỉ

là sự ghi nhận từ những dịp chuyện phiếm trong toà soạn hoặc bên ly cà phê trên vỉa hè đường Colonel Grimaud đã được thay tên là đường Phạm Ngũ Lão.

Trước khi có mặt trong toà soạn nhật báo Dân Chủ tại Sài Gòn vào cuối năm 1955, tôi đã là một cây bút tương đối được tín nhiệm của nhiều vị chủ báo. Từ khoảng 1951-52 tại Hà Nội, ông Phạm Văn Thụ, chủ nhiệm tuần báo Cải Tạo tỏ ra thích các bài viết của tôi bàn về một số tác phẩm văn nghệ và đã dành cho tôi vị thế của một cộng tác viên thường trực. Thời điểm đó, bài viết của tôi cũng xuất hiện trên các tờ báo khác ở Hà Nội trong số có hai tờ báo lớn là tuần báo Ý Dân và nhật báo Tia Sáng. Nhưng tôi vẫn mù tịt về báo chí. Đối với tôi, cầm bút hoàn toàn do ngẫu hứng, bất ngờ bị thôi thúc phải viết về một đề tài gì đó thì viết.

Và, tôi đã viết đủ thứ. Những bài đầu tiên của tôi là dịch một số truyện của Anatole France, rồi dịch cuốn Le Petit Chose của Alphonse Daudet. Sau đó, khi thì tôi sáng tác truyện ngắn, khi thì tôi viết về các vấn đề thời sự, khi thì tôi bàn về một tác giả nào đó vừa có sách xuất bản hoặc một tác giả cổ điển của mấy thế kỷ trước và khi thì tôi làm thơ... Nói tóm lại, tôi chẳng nghĩ gì về báo chí mà cứ cặm cụi viết rồi gửi đi. Với tôi, báo chí chỉ đơn giản là phương tiện truyền bá bài viết của người cầm bút.

Mấy năm sau ở Sài Gòn, ý nghĩ của tôi về báo chí cũng không thay đổi, dù tôi đã làm quen thêm nhiều tờ báo và nhiều người làm báo, cho tới khi nằm tại bộ Tư Lệnh Miền Đông của quân đội giáo phái Cao Đài. Thời gian này, tôi có dịp kề cận một cây bút chủ lực cũ của báo Ý Dân ở Hà Nội là anh Sơn Điền. Anh là cây bút chuyên về phân tích thời sự và qua anh, tôi bắt đầu thấy báo chí không chỉ là phương tiện truyền bá bài viết mà là võ khí quan trọng của những người đấu tranh cho một mục tiêu nào đó trong cuộc sống — Anh Sơn Điền về sau đổi bút hiệu là Sơn Điền Hoàng Hải để tránh ngộ nhận do có sự xuất hiện bút hiệu Sơn Điền trên một số tờ báo ở Sài Gòn. Tuy nhiên anh không còn viết thường xuyên như đầu thập niên 50 mà tập trung nỗ lực vào hoạt động đoàn thể, bởi anh là đảng viên Việt Nam Quốc Dân Đảng lưu vong ở Côn Minh mới trở về Hà Nội đầu thập niên 1950.

Ý nghĩ mới của tôi về báo chí trở thành ổn định khi tôi có mặt trong toà soạn nhật báo

Quốc Gia, tiếng nói của Lực Lượng Liên Minh Quốc Gia Kháng Chiến. Tờ báo hình thành và ra mắt khoảng hai tháng sau khi tướng Trình Minh Thế tử trận tại cầu Tân Thuận. Suốt thời gian chuẩn bị cho tờ báo ra mắt, tôi gần như không lúc nào quên hình ảnh của "anh Tư" vào buổi trưa hôm đó khi tướng Thế ngồi trên chiếc Peugeot 203 chạy ngang sân bóng chuyền tại bộ Tư Lệnh Miền Đông của quân đội Cao Đài, lúc đó cũng là nơi đóng tạm của một đơn vị quân đội Liên Minh Quốc Gia Kháng Chiến. Ông tươi cười vẫy tay chào tạm biệt chúng tôi để ra thị sát mặt trận.

Đó là hình ảnh cuối cùng của ông.

Tại toà soạn Quốc Gia, tôi tiếp tục lãnh số lương tháng 200 đồng, ăn ngủ ngay tại toà soạn và được giao bất kỳ công việc gì hoặc ngồi chơi suốt ngày. Công việc làm báo không thay đổi nếp sinh hoạt của chúng tôi, ngoại trừ việc chúng tôi rời về địa điểm mới là ngôi nhà tại đường Hồ Xuân Hương. Một công việc tương đối rõ rệt của tôi trong thời gian này là bám sát trung đoàn 60, đơn vị đang bao vây lực lượng Bình Xuyên tại Rừng Sác. Tôi có

mặt với tư cách phóng viên, nhưng người chỉ huy đơn vị là trung tá Nguyễn Trung Thừa không lưu tâm tới tư cách này của tôi, có lẽ vì đã quen coi tôi như một thuộc cấp. Ông là người nóng nẩy luôn gắt gỏng và vì thế công việc trở thành mất hứng thú với tôi. Tôi quanh quẩn ít ngày tại đây rồi quay về Sài Gòn.

Người điều khiển tờ báo là anh Nguyễn Văn Phương đón tôi với nụ cười thật tươi. Anh nhắc tôi cất đồ vào phòng rồi ra gặp anh liền. Anh rời bàn viết ra dấu cho tôi xuống nhà. Tôi không biết anh tính toán gì, lặng lẽ đi theo với ý nghĩ "chắc ông ấy muốn đãi mình một bữa cơm đặc biệt thay vì cá kho muôn năm." Nhưng anh không vào phòng ăn mà hướng ra phòng khách, rồi ra đường. Tôi vẫn mặc nguyên bộ đồ của rừng núi, tiếp tục bước theo anh, không hiểu chuyện gì sẽ xẩy ra. Dù anh mặc sơ mi cụt tay, đi dép thì tôi vẫn biết chắc anh là thiếu tá Phương của Bộ Tư Lệnh Lực Lượng Liên Minh Quốc Gia Kháng Chiến và tôi không thể làm trái lệnh.

Anh bước thẳng ra giữa đường, dang tay chặn một chiếc xích lô máy, hất hàm ra dấu cho tôi lên xe, rồi bước lên ngồi cạnh tôi. Anh chỉ hướng cho người lái xe chạy về phía đường Lê Văn Duyệt mà lúc đó chúng tôi vẫn gọi theo tên cũ là đường Verdun, quẹo ngược lên Ngã Sáu qua khu Bến Thành rồi vòng lại đường Galliéni cũng đã có tên mới là Trần Hưng Đạo. Theo hướng chỉ của anh, chiếc xe chở chúng tôi đi về phía Chợ Lớn. Bình thường, Chợ Lớn đã là một khu mê hồn trận với tôi nên tôi càng mịt mù hơn vào lúc đó. Tôi không hiểu anh Phương muốn đưa tôi tới đâu và có công việc gì. Từ lúc tôi trở về, anh không hỏi về công việc tại Rừng Sác, cũng không nói gì ngoài cái hất hàm ra lệnh cho tôi lên chiếc xích lô máy này.

Xe tiếp tục chạy, lúc quẹo phải, lúc quẹo trái qua hết phố này tới phố khác cùng với những thắc mắc không có lời giải đáp của tôi. Tôi rời căn cứ Thị Vãi vào buổi chiều nên khi về tới Sài Gòn và bước lên chiếc xích lô máy thì đã chập choạng tối. Chúng tôi tiếp tục đi trong bóng đêm chỉ được phá vỡ từng mảng bởi những vũng ánh đèn vàng vọt và thắc mắc của tôi càng trở nên lớn hơn.

Khoảng một giờ sau thì tôi nhận ra xe đang chạy dọc bờ sông ngược về hướng Sài Gòn. Rồi xe vòng trở lại khu Bến Thành, qua vườn Tao Đàn và dừng lại trước cửa toà báo.

Lúc xuống xe, anh Phương mới cười nói đó là phần thưởng dành cho tôi, sau những ngày cực nhọc. "Để cậu có dịp nhìn phố phường một chút."

Tôi rơi vào nghề báo không qua trường lớp nào và với cách sinh hoạt như thế.

Nhật báo Dân Chủ trở thành nơi đầu tiên gợi lên ý niệm về nghề nghiệp nhưng lại giới hạn trong phạm vi phương cách duy trì và phát triển tờ báo. Anh Vũ Ngọc Các không bao giờ định nghĩa về nghề báo mà chỉ nhắc chúng tôi về những việc cần làm để giữ vững hơi thở của tờ báo và đạt số lượng độc giả mong muốn. Theo anh, việc bán báo không khác việc kết bạn. Muốn mở rộng tương quan, có thêm bằng hữu thì trước hết phải biểu hiện được mình là người như thế nào. Anh cho rằng mỗi mẫu người đều sẽ được sự tán trợ của một đám đông, ngoại trừ kẻ nay thế này mai thế khác. Cũng thế, một tờ báo không có điểm nào đặc biệt, luôn thay đổi như chong chóng chắc chắn không thể có độc giả. Cách thức mà anh nhắc đến là cần nêu bật đặc trưng của tờ báo bao gồm cả hình thức lẫn nội dung và biết sắp đặt để có điều kiện kiên trì chờ đợi. "Thời gian sẽ mang đến cho chúng ta thêm bằng hữu, vì thời gian là yếu tố duy nhất giúp độc giả nhận ra chúng ta."

Nhớ lại những lời nhắc này, tôi mở từng tờ báo cũ để tìm coi đặc trưng tờ báo tôi đang

phụ trách ra sao. Tôi nhận ra ngay tuần báo Hà Nội không có sắc thái gì rõ rệt. Tuy có sự cộng tác của những cây bút tên tuổi, tờ báo vẫn là một tập hợp hỗn loạn.

Trên trang nhất luôn dày đặc những bài nghị luận dài đặc và những bức hí hoạ cỡ lớn của hai hoạ sĩ Nguyễn Gia Trí, Tú Duyên có vẻ không phù hợp với thị hiếu trong thời điểm này. Các trang khác là sự lấp đầy bằng những sáng tác văn nghệ mang tính ngẫu hứng bất chợt của người viết không tạo nổi nơi người đọc một sự chờ đợi gì ở những số kế tiếp. Chỉ riêng nửa trang tư dành cho phần châm biếm do anh Phan Trâm phụ trách là có tính liên tục nhưng lại thiếu sức cuốn hút.

Điểm nổi bật nhất của tờ báo chỉ là lập trường đối lập với chính quyền.

Và chính cái điểm nổi bật này khiến tờ báo bị đóng cửa, trước khi tôi kịp có thời gian sắp đặt lại mọi chuyện cần thiết.

Cả toà soạn coi việc báo bị đóng cửa là tự nhiên. Chỉ riêng tôi thấy mình không làm tròn công việc.

Mấy tiếng "khoe dốt" cứ như một âm vang liên tục trong đầu dù tôi tin chắc người nêu định nghĩa chỉ muốn dùng chữ "khoe" để nhấn mạnh "tính phơi bày bắt buộc" với mục đích nhắc nhở một sự thận trọng thường xuyên trong công việc chứ không hề ngụ ý khuyến khích "phô diễn." Vì làm sao có thể kiếm được trên đời này một người thích đem cái dốt ra khoe và khoe dốt để nhận được gì?

Tôi tự thấy tôi chỉ vỏn vẹn có một số vốn hiểu biết về hình thức và kỹ thuật thực hiện một tờ báo mà thôi. Ngoài ra, nghề báo là gì, nội dung tờ báo ra sao, yếu tố chinh phục độc giả cũng như cách thức tránh né đòn đánh trả của những thế lực đối nghịch là điều tôi không nghĩ tới — đúng hơn là không hiểu rõ. Tôi đã lao vào công việc bằng sự ngu dốt và không nhận ra mình ngu dốt. Hậu quả hiển nhiên là tôi không thể đẩy nổi số in của tờ báo lên khỏi mức 5000 số mỗi tuần và đã nhận cái lệnh đóng cửa khi tờ báo chỉ vừa có mặt tròn ba tháng.

Nếu áp dụng riêng cho trường hợp của tôi và hiểu theo cách diễn tả đơn sơ của từ ngữ thì tôi là người đã thể hiện hoàn toàn đúng câu định nghĩa nghề báo là nghề khoe dốt.

Ý nghĩ này khiến suốt những năm tháng về sau, câu định nghĩa nghề báo là nghề khoe dốt không lúc nào rời khỏi đầu tôi. Tôi thấy bất kỳ ngành nghề nào cũng có thể giấu cái dốt, ngoại trừ nghề báo. Với mọi ngành nghề, công việc hay sản phẩm đều tách rời con người, trong khi người làm báo luôn bị gắn chặt vào sản phẩm và cái sản phẩm đó luôn bày ra hàng ngày trước mắt thiên hạ, thường xuyên xuất hiện dưới mọi chiều ánh sáng thẩm định.

Tôi hiểu không một người nào hoàn toàn sáng suốt nhưng ít nhất thì cũng không nên phô diễn lại những cái dốt đã từng đem ra khoe để thành một thứ chọc mãi vào mắt mọi người.

Nhiều năm trước tôi đã nghe được từ một võ sư lời nhắc nhở các môn sinh:"Học võ không phải để thắng bất kỳ ai mà để thắng chính mình." Dựa theo lời nhắc đó,

tôi tự đặt cho mình lối làm việc là mỗi ngày đều ráng vượt qua cái dốt đã phơi bày hôm trước và cố nhận ra cái dốt đang phơi bày hôm nay. Tôi chọn lối làm việc này do không dám ảo tưởng thanh toán được mọi cái dốt, vì tôi biết chắc chẳng có môn sinh nào của vị võ sư có thể tiêu diệt nổi cảm giác kiêu căng hoặc sợ sệt hay những mưu tính khuất tất xuất hiện trong một khoảnh khắc nào đó và cũng chẳng môn sinh nào có thể đạt mức hoàn hảo về kỹ thuật chiến đấu. Chủ yếu chỉ là cần hiểu rằng mình dốt và đang theo đuổi một cái nghề không thể che giấu nổi cái dốt.

Nhưng đây chỉ là khía cạnh biểu hiện nghề nghiệp thôi chứ không phải là chính nghề nghiệp. Gần hai mươi năm tiếp theo ngày đó cho tới tháng 4 năm 1975, ngoài sách vở, tôi luôn theo dõi công việc của những người xung quanh, nhất là các bậc đàn anh để tìm cho mình một lời giải đáp về cái nghề mà mình đang theo đuổi.

Tôi đã bắt gặp nhiều quan niệm trong số có quan niệm được lập lại nhiều lần, qua chuyện trò, qua các bài diễn thuyết và qua bài viết của ký giả Trần Tấn Quốc. Anh Quốc vào nghề từ năm 1936, thuở tôi mới biết đi, và đã phát biểu: "Vào trường đời, tôi tôn thờ một đạo. Đạo của tôi là "nghề báo".

Chính anh diễn giải thêm về những đặc trưng cái Đạo của mình như sau: "Người làm báo là một luật sư, nhưng không đứng trên cương vị Luật Pháp để biện hộ cho một người hay một số người trước công lý mà luôn luôn đứng trên cương vị Công Bằng và Chánh Nghĩa để binh vực cho tất cả, từ cá nhân đến đoàn thể, từ đoàn thể đến đại chúng và binh vực cho cả một dân tộc trước dư luận và lịch sử. Người làm báo còn là một chiến sĩ chẳng những túc trực ở mặt trận bảo vệ tự do chung mà mặc nhiên trở thành anh lính tiền phong trong cuộc đấu tranh của dân tộc vì chánh nghĩa."

Với quan điểm đó, anh Quốc đã nhắc lại hai câu nói của nhà văn André Gide và nhà thơ Paul Valery khi đề cập tới việc cầm bút mà anh cho là những câu nói vô cùng lý thú:"André Gide bảo "Ai mà cấm tôi viết thì tôi chết mất", còn Paul Valery thì nói "ai mà ép tôi viết thì tôi chết ngay."

Đầu năm 1972, tôi đã có dịp nhận rõ bằng thực tế rằng ký giả Trần Tấn Quốc không chỉ nêu nguyên tắc mà luôn thể hiện điều mình nói. Vào thời gian trên, một viên chức quân sự cao cấp tại miền Trung cưỡng hiếp một thiếu nữ vị thành niên rồi dùng quyền lực ép tòa án Quảng Ngãi đưa nạn nhân ra xử về tội làm điếm để tránh bại lộ việc làm của mình.

Nhật báo Sóng Thần lên tiếng bênh vực nạn nhân, công bố bằng chứng về sự việc. Viên chức nọ lập tức cho người về Sài Gòn tìm cách mua chuộc các báo đả kích "Sóng Thần đã ngụy tạo bằng chứng để bôi xấu người đại diện của chế độ." Tờ Đuốc Nhà Nam của ký giả Trần Tấn Quốc nằm trong số những tờ báo được chọn lựa để mua chuộc. Nhưng người của viên chức kia không nhận được sự chấp thuận của Đuốc Nhà Nam và ngay sau ngày diễn ra cuộc tiếp xúc, trên Đuốc Nhà Nam đã xuất hiện một bài văn gọn kể lại đầy đủ sự việc với lời kết luận "báo Đuốc Nhà Nam coi việc làm của nhật báo Sóng Thần là một việc sẽ được ghi lại trong lịch sử báo chí Việt Nam, đồng thời những người chủ trương Đuốc Nhà Nam không bao giờ chịu bẻ cong ngòi bút rời xa cương vị Công Bằng và Chánh Nghĩa chỉ vì những lợi lộc

bất chánh."

Tôi được biết anh Quốc say mê nghề báo từ tuổi thiếu niên nhưng vì tham gia hoạt động chống đối chính quyền Pháp nên khi vừa 17 tuổi đã bị kết án 5 năm tù tại Côn Đảo phải bỏ ngang việc học. Vì thế, khi mãn án, anh phải dành hơn một năm trời học ngày học đêm cố đạt trình độ Pháp Ngữ ngang với trình độ tốt nghiệp DEPSI để đủ điều kiện bước vào làng báo thời đó. Khi trở thành nhà báo rồi, anh vẫn cặm cụi học thêm hơn ba năm nữa, hoàn tất chương trình chuyên ngành Cours de Journalisme của École Universelle ở Paris để tăng tiến nghề nghiệp. Lòng yêu nghề của anh là điều không thể chối cãi, nhưng chỉ khi xảy ra sự việc liên hệ tới tờ Sóng Thần, tôi mới thấy rõ đối với anh, nghề báo đúng là một cái Đạo. Cũng trong thời gian đó, tôi đã được đọc một lời tuyên bố khác của anh Quốc về nghề báo: "Nếu không có lý tưởng mà chỉ nghĩ làm báo là một sinh kế để nuôi sống mình, nuôi sống vợ con thì đừng làm báo."

Thực tình, quan niệm này của anh Quốc không xa lạ với ý nghĩ mà tôi đã có về báo chí từ khi quen biết anh Sơn Điền Hoàng Hải và sau thời gian góp mặt trong nhật báo Quốc Gia. Nhưng chỉ sau nhiều lần nghe phát biểu của anh Quốc, tôi mới dựng được cái khung tương đối rõ rệt cho quan điểm nghề nghiệp của mình. Và cái khung đó trở thành vững hơn nhờ những ý kiến của một cây bút lẫy lừng khác trong làng báo Việt Nam là ký giả Nam Đình.

Ký giả Nam Đình vào nghề từ năm 1925 và chính là người liên tục nâng đỡ ký giả Trần Tấn Quốc trên đường theo đuổi nghề nghiệp từ năm 1940 cho tới những ngày cuối cùng. Cuối năm 1972, khi báo Đuốc Nhà Nam tự đình bản do việc chính quyền ban hành sắc luật 007 thì bộ ba đầu não của tờ báo là các anh Nam Đình, Ngoạ Long, Trần Tấn Quốc trở thành những người cộng tác với Sóng Thần.

Vào một dịp xuất hiện tại toà soạn, anh Nam Đình đứng ngắm chồng thư của độc giả rồi hỏi tôi có nắm được số lượng thư mỗi ngày hay không và giải quyết số thư đó như thế nào. Tôi thú thực không đủ thời giờ để trực tiếp nhìn tới. Anh thở dài trước câu trả lời của tôi và nhiều ngày sau, mỗi khi gặp nhau, dù ở bất kỳ chỗ nào, giữa bất kỳ đám đông nào, anh cũng nhắc tôi phải nhìn lại vấn đề. Những câu chuyện đứt nối của anh Nam Đình cuối cùng không chỉ dựng lên trước mắt tôi bức chân dung của một người làm báo mà là bức chân dung của chính nghề báo.

Cho tới lúc đó, tôi đã được nghe ký giả Trần Tấn Quốc kể khá nhiều về sinh hoạt báo chí Việt Nam giữa thập niên 30 là không toà báo nào thâu nhận biên tập viên chỉ có tài viết truyện ngắn hay sáng tác giả tưởng dù có thể sáng tác được các truyện thật mê ly hấp dẫn. Mỗi tờ báo hàng ngày dầu tám trang hay mười hai trang chỉ đăng một hay hai tiểu thuyết là cùng. Phần chủ yếu trong nội dung mỗi tờ báo là tin tức và phóng sự. Vì thế, con đường trở thành nhà báo luôn mở đầu bằng công việc của một phóng viên, trước hết là phóng viên săn tin "xe cán chó", rồi phóng viên săn tin toà án và viết phóng sự. Săn tin "xe cán chó" hay "tin local" cũng như săn tin toà án thuở đó phải biết tiếng Pháp vì các nguồn tin đều dính tới người Pháp. Nhưng săn tin toà án khó hơn vì mức độ tiếng Pháp xử dụng tại các phiên toà bởi các chánh án, công tố, luật sư ở trình độ cao hơn nhiều.

Về phóng sự, ký giả Trần Tấn Quốc nhấn mạnh tới khía cạnh chính xác và đề ra điều kiện căn bản là đi và sống. Quan niệm này đã được thể hiện từ khi anh viết thiên phóng sự "Những hoạt động và mánh lới của bọn móc túi Sài Gòn" mang đến toà soạn báo Việt Nam và được nhà báo lão thành Nguyễn Phan Long chấp nhận cho vào làm việc tại toà soạn.

Thiên phóng sự đầu đời đó của anh hiện đến thật tình cờ do một đêm anh ra ngồi tại bùng binh Sài Gòn và nghe được mấy lời đối đáp của hai người lạ mà anh ghi lại như sau:

"Một người nói:

- Khứa tứ bị cội múm.

Người kia quay qua ngó tôi (ký giả Trần Tấn Quốc) đang ngồi trên băng đá, nói:

- Coi khứa ni là khứa ăn bay hay khứa bảy bảy. Người nọ nói với người kia:

- Hừ, khứa nhủ."

Anh không thể hiểu những lời nói đó và ngay sáng hôm sau sang hỏi người hàng xóm. Người này vốn là Agent de Recherche (cảnh sát truy tầm) biết rành mọi loại tiếng lóng của giới giang hồ nên cho biết đó là loại tiếng lóng của đám "ăn hồ" tức đám móc túi và ba câu nói trên chỉ có nghĩa như sau:

- "Anh Tư đã bị lính bắt.

- Coi thằng kia là ăn cắp vặt hay lính kín.

- Hừ, thằng nhỏ. "

Liên tục ba tháng sau đó, anh Quốc theo sát ông hàng xóm la cà khắp các ngõ ngách tìm hiểu mọi mánh khoé cũng như ngôn ngữ của đám móc túi để có được thiên phóng sự đưa anh vào làng báo và được nhận công việc đầu tiên là phóng viên săn tin "xe cán chó."

Ký giả Nam Đình cũng bắt đầu cuộc đời làm báo qua những trình tự như thế. Anh kể rằng trước đó anh chuyên "chạy cò" tức dắt khách cho các văn phòng luật sư. Nhờ công việc này, anh tiếp xúc với nhiều nguồn tin và trở thành người săn tin, rồi viết tin toà án, viết phóng sự và giữa thập niên 30 trở thành một cây bút cự phách của làng báo Việt Nam.

Khác với ký giả Trần Tấn Quốc về sau chuyển qua viết về nhiều lãnh vực từ thời sự đến thể thao, sân khấu ..., ký giả Nam Đình dù là cây bút xuất sắc ở mọi lãnh vực từ tiểu thuyết tới các thể loại nghị luận vẫn không bao giờ rời việc viết tin toà án. Anh Nam Đình viết tin để in báo và tiếp tục viết tin cả lúc không có báo. Đây là điều anh kể ra để nhắc tôi phải có thái độ khác với những lá thư của độc giả. Vào thời điểm đó, khoảng 1973-74, anh cho biết hàng năm anh vẫn phải chi một khoản tiền 2 triệu đồng (tương đương với thời giá 20 lượng vàng) trả lương cho hai người thư ký và các phí khoản giấy tờ, lệ phí bưu điện, mua báo, mua tin télétype... để gửi thư đều đặn cho gần hai chục ngàn độc giả trên khắp nước mặc dù báo Đuốc Nhà Nam đã đình bản. Anh vẫn thường xuyên có mặt tại Toà theo dõi các vụ án, đọc các bản tin để nắm vững tình hình thời sự và đều đặn gửi thư tường trình mọi loại tin tức cần thiết cho các độc giả đã gửi thư cho những tờ báo của anh từ nhiều năm qua. Lâu lâu, anh còn gửi hình tặng độc giả. Nhắc tới việc này, anh Nam Đình cười hỏi tôi có nghĩ rằng "đối với một nông dân ở Cà Mâu thì việc kết bạn với nhà báo Nam Đình là chuyện quan trọng đáng đem ra kể lại với bạn bè không?" Theo anh, đó là cách "làm lancement hữu hiệu nhất" cho tờ báo, kể cả báo đang xuất bản cũng như báo sắp ra mắt.

Nhưng việc giữ liên lạc bền bỉ với độc giả của anh không nhắm vào khía cạnh này. Đây chỉ là một kết quả tất yếu của cái việc mà anh cho là không thể không làm trong mối tương quan giữa người làm báo với độc giả.

Từ những câu chuyện của anh Nam Đình đã hiện ra cái mặt thứ hai của công việc làm báo mà ký giả Trần Tấn Quốc từng nhấn mạnh, nhưng có vẻ không lưu tâm nhiều như với tính đấu tranh. Đó là sự tìm hiểu và đáp ứng đúng nhu cầu cấp thiết về thông tin cho người đọc. Thực ra, ký giả Trần Tấn Quốc không coi nhẹ việc thông tin và còn có một quan niệm rất chính xác về tin tức. Tháng 6 năm 1954, khi là chủ nhiệm nhật báo Tiếng Dội, anh đã bất chấp mọi phản bác cho chạy vedette 8 cột trên trang nhất tin nữ nghệ sĩ Năm Phỉ từ trần. Cho tới lúc đó và ngay cả thời gian về sau, xu hướng chọn tin của báo giới Việt Nam vẫn chỉ dành vị thế đó cho những tin liên quan đến các biến cố và nhân vật quốc tế. Do đó, có người đã mỉa mai ví von cô Năm Phỉ được sánh vai với lãnh tụ Staline nhờ ông chủ báo Tiếng Dội.

Ký giả Trần Tấn Quốc hỏi lại rằng đối với người Việt Nam, nhất là người miền Nam thì cô Năm Phỉ là thần tượng hay Staline là thần tượng? Vả lại, việc Staline qua đời hơn một năm trước dù có được một số chính khách quan tâm vẫn chẳng hề tác động vào tâm tư người Việt Nam, thậm chí đại đa số còn không cần biết Staline là ai. Ngược lại, cô Năm Phỉ qua đời đã gieo nỗi xót xa nhớ tiếc cho ít nhất hàng triệu con tim và rõ ràng là một mất mát khó bù lấp nổi của nghệ thuật sân khấu Việt Nam. Thêm nữa, báo Tiếng Dội là tờ báo được làm cho ai, cho người Nga, cho người Mỹ hay cho người Việt Nam?

Dù vậy, sự lưu tâm tới mặt thông tin của ký giả Trần Tấn Quốc vẫn không thể sánh với ký giả Nam Đình. Trong ý nghĩ của tôi, nếu ký giả Trần Tấn Quốc coi nghề báo là cái Đạo do tính đấu tranh cho Chính Nghĩa thì ký giả Nam Đình cũng coi nghề báo là cái Đạo với sứ mạng đáp ứng nhu cầu hiểu biết vô hạn của người đọc. Trên thực tế, cả hai không khác nhau về quan điểm nghề nghiệp mà chỉ đặt khía cạnh chuyên môn và khía cạnh xã hội ở những tầm mức hơi chênh lệch mà thôi.

Từ giữa thập niên 20 tới giữa thập niên 70, hai ký giả Nam Đình và Trần Tấn Quốc hoạt động liên tục trong nghề báo, chủ trương nhiều tờ báo lớn nên mức ảnh hưởng của cả hai trong sinh hoạt báo chí là điều rõ rệt. Nếu cần ghi lại đặc trưng tiêu biểu của báo chí Việt Nam cho tới giữa thập niên 70, tôi thấy không thể bỏ quên cái Đạo tính bao gồm hai khía cạnh là tính đấu tranh và tính phụng sự theo hướng giúp mở rộng kiến thức của mọi người. Tất nhiên vẫn có những tờ báo chỉ là tiệm buôn — từ của các anh Nam Đình và Trần Tấn Quốc — nhưng những tờ báo tiệm buôn này dù có nhiều thời kỳ phát triển sôi nổi vẫn không thể che mờ được Đạo tính kể trên của nghề báo và không bao giờ trở thành những tờ báo tiêu biểu cho báo chí Việt Nam của thế kỷ qua.

Qua hiểu biết giới hạn của mình, tôi thấy báo chí Việt Nam cho tới giữa thập niên 70 mang nặng dáng dấp của báo chí Mỹ trong thế kỷ 18, thời điểm mà người Mỹ kiên quyết lật đổ quyền thống trị của người Anh và đấu tranh với mọi thứ tệ nạn để dựng nước. Nghề báo có thể được khai sinh và phát triển từ Tây Âu nhưng báo chí Tây Âu không có Đạo tính rõ rệt như báo chí Mỹ thế kỷ 18 và báo chí Việt Nam thế kỷ 20. Trong ghi nhận của mình, tôi chỉ

thấy báo chí Pháp biểu hiện rõ rệt một lần tính chất này qua sự việc "J'accuse" của Emile Zola trong vụ án Dreyfus.

Dù không thể phủ nhận Đạo tính của nghề báo mà các cây bút đàn anh đã nhắc, tôi cũng hiểu rằng không bao giờ có thể áp đặt một khuôn mẫu hành nghề chung cho báo chí mọi quốc gia. Thực ra, lúc này khuôn mẫu hành nghề của báo chí Mỹ đã khác rất xa với khuôn mẫu hành nghề của báo chí Mỹ thế kỷ 18 vì hoàn cảnh sinh hoạt thực tế của đời sống.

Nhưng ánh đuốc chỉ hướng cho nghề báo không vì thế mà thay đổi.

Chất chiến sĩ của người làm báo không thể mất, dù không biểu hiện đậm đà trong một xã hội dân chủ ổn định với quyền hành nghề được pháp luật bảo đảm — khác với sự biểu hiện trong một xã hội bị các bạo quyền khống chế.

Cũng thế, việc mở mang kiến thức dù được thể hiện bằng nhiều hình thức, nhiều phương cách khác biệt tuỳ thực tế sinh hoạt và trình độ hiểu biết của các đám đông đối tượng thì bao giờ cũng còn đó.

Đạo tính này chính là mặt trăng chân lý mà mọi phương thức hành nghề là hướng chỉ của những ngón tay. Trên thực tế, có những người chỉ nhìn thấy những ngón tay và cũng có không ít người ngưỡng mộ ngón tay của một người khác đến mức coi đó là chính mặt trăng.

Tôi hiểu rằng không ai đến với một nghề lại được quyền không cần biết cái nghề đó là gì nhưng sự lẫn lộn ngón tay với mặt trăng chính là cách phá nát nghề nghiệp dữ dội nhất, dù hiểu rất rõ về nghề nghiệp.

Đạo tính của nghề báo còn phải được nhận rõ thêm ở mức gắn bó với người hành nghề. Câu chuyện về những lá thư độc giả của anh Nam Đình đã soi tỏ mức độ ảnh hưởng nghề nghiệp với nếp sống của người làm báo theo hướng xác định rằng cách nhìn nghề báo như một cái Đạo là cách nhìn chính xác nhất. Bởi sự nâng niu những lá thư kia không chỉ phản ảnh thái độ trân trọng tình cảm thương mến của người khác mà còn phản ảnh cả nỗ lực

vươn lên cho ngang tầm xứng đáng với tình cảm đó.

Trên thực tế, không ít lần anh Nam Đình đã nhắc cái câu "đừng phụ lòng tin của người ta". Chính câu nói này đã hiện đến với tôi vào tháng 5 năm 1975 khi bất ngờ gặp anh tại Sài Gòn. Lúc đó tôi nghe khá nhiều người nhắc là anh Nam Đình đang chuẩn bị tái bản tờ Thần Chung. Gặp anh, tôi hỏi về việc đó. Anh nhìn tôi cười xác nhận có được một số người đương quyền đề nghị như thế và vẫn với nụ cười trên môi anh kết luận:

— Lúc này không có đủ matière để làm báo.

Tôi hơi ngỡ ngàng khi nghe anh nói, bởi giữa không khí bão táp như thế sao lại không có đủ matière. Chỉ sau khi chia tay với anh, tôi mới nhận ra ý nghĩa thực sự của câu nói qua hình ảnh nụ cười của anh. Tôi hiểu anh ngụ ý cho thấy không còn báo chí nữa. Vì tất cả thực tế phô bày đang bị bắt buộc phải thay thế bằng một thực tế chỉ có trong lời lẽ thì kiếm đâu ra matière cho nghề báo vốn là cái nghề không bao giờ có thể rời xa cuộc sống. Và, tôi tin là không thể có sự tái xuất hiện của báo Thần Chung dù tại nhiều nơi, tôi vẫn nhìn thấy những mảnh affiche nhỏ quảng cáo cho sự tái xuất hiện này. Tôi nghe vẳng lại câu nói "đừng phụ lòng tin của người ta" và nghĩ đây không phải câu nói của anh Nam Đình mà

chính là câu nói của nghề báo. Có thể vào lúc đó, chính anh Nam Đình cũng đang nghe vẳng lại câu nói trên — như tôi vậy.

Từ năm 1881, Việt Nam đã có luật báo chí do chế độ thuộc địa Pháp ban hành. Sinh hoạt báo chí trở thành sôi nổi từ thập kỷ 20 và nghề báo đã trở thành cái Đạo của khá nhiều người. Nhưng cho tới tháng 4-1975, những tín đồ của báo chí Việt Nam vẫn chưa ra thoát khỏi bước đường vùng vẫy để được hiển hiện là mình. Còn thời gian sau đó?

Tôi gặp lại ký giả Ngọa Long năm 1986, sau khi vừa được thả ra khỏi trại tù. Anh lật đật chạy ra mở cổng khi nhận ra tôi. Vừa ôm lấy tôi, anh vừa gục trên vai tôi nức nở khóc và không ngừng lập lại:

— Chú đấy à? Chú còn sống à?

Tôi dìu anh vào nhà. Câu nói đầu tiên của anh là báo tin:

— Nam Đình đi rồi. Đi lâu rồi! Thấy tôi ngơ ngác, anh nói thêm:

— Ông ấy chết rồi, chết từ năm 78. Tôi hỏi:

— Còn anh Quốc?

Anh Ngọa Long không trả lời mà lắc đầu.

Tôi không hiểu rõ ý nghĩa cái lắc đầu đó nên hỏi tiếp:

— Anh ấy vẫn còn ở đây chớ? Lát nữa em sang gặp anh ấy có được không?

Tới lúc đó, anh Ngọa Long mới kể cho tôi nghe về những gì đã xẩy ra cho các cây bút đàn anh của tôi. Anh Nam Đình đã phải giao nộp trọn vẹn tài sản khổng lồ để đổi lấy chiếc vé máy bay sang Pháp xum họp với con gái vào năm 1977. Còn anh Quốc đã bán căn nhà gần nhà anh Ngọa

Long, trở về Sadec từ tháng 11-1975 để dứt khoát hẳn với những chèo kéo. Riêng anh Ngoạ Long cũng viện cái tuổi bảy mươi để được khoanh tay ngồi lặng lẽ tại một góc nhà. Nhưng cả anh Ngoạ Long lẫn anh Trần Tấn Quốc đều không được yên thân như anh Nam Đình, vì tên của hai anh vẫn tiếp tục xuất hiện trên nhiều tờ báo, đặc biệt là in thường xuyên trên danh sách bộ biên tập của tờ Đại Đoàn Kết. Anh Ngoạ Long nói với tôi:

— Họ in tên Trần Tấn Quốc và đăng thơ ký tên Ngoạ Long trong khi chúng tôi chẳng biết gì đến việc làm của họ. Nhưng chúng tôi nói gì bây giờ khi mà trên đài phát thanh còn có cả sự xuất hiện của một nhạc sĩ Phạm Duy nào đó.

Chính tôi đã có lần nhìn thấy một bài báo giới thiệu một nhạc sĩ có tên là Phạm Duy và anh Ngoạ Long chìa cho tôi thấy tờ báo in bài thơ ký tên Ngoạ Long cùng với danh sách bộ biên tập có tên Trần Tấn Quốc. Anh kết luận:

— Làm gì có báo chí vào lúc này. Đây là thời kỳ man trá.

Không lâu sau đó, chính anh Ngoạ Long báo cho tôi biết tin anh Quốc qua đời. Một thời gian sau nữa, một buổi sáng con trai anh Ngoạ Long đột ngột tới gõ cửa nhà tôi với nét mặt buồn thảm:

— Chú ơi, ba cháu mất tối hôm qua.

Mãi gần đây, tôi mới có dịp được thấy mấy dòng chữ của anh Trần Tấn Quốc ghi lại tâm cảnh cuối đời của anh. Đó là những dòng nhật ký anh ghi vào thời gian cuối cùng khi anh sống trong sự cùng quẫn về mọi mặt tại căn nhà lá nghèo nàn bên bờ sông Đình Trung, Sadec: "Hiểu tôi ngày trước và thông cảm cảnh tôi ngày nay, năm

1977, một bạn văn nghệ sĩ (anh Viễn Châu) đã gửi tặng tôi hai câu đối như sau:

— Công Nhân, Tiếng Dội, Buổi Sáng, Đuốc Nhà Nam, giải Thanh Tâm gắng sức vun bồi, duyên bút mặc, nghiệp báo chương, xếp lại hành trang, đất Cao Lãnh bao dài bao luyến tiếc.

— Phùng Há, Năm Châu, Ba Vân, Lê Thị Phỉ, làng ca kịch góp công tô điểm, nợ phấn son, tình sân khấu, tàn rồi mộng ước, sông Đình Trung mấy khúc mấy u sầu ..."

Ngồi nghĩ quẩn quanh về nghề nghiệp, tôi cứ thấy mình không thể rời xa nổi hai tiếng u sầu.

Rồi bỗng dưng tôi nhớ tới những cái tên lừng lẫy của báo chí Mỹ và thế giới như Peter Arnett, như Neil Sheehan...Những người này đã được tôn vinh bằng giải Pulitzer và có thể là thần tượng của nhiều người trên thế giới, đặc biệt là có thể đang được đề cao như từng được đề cao là mẫu mực cho người làm báo. Tôi chắc không ít người làm báo Việt Nam đã mong có ngày trở thành những tên tuổi như thế và có thể đã bỏ nhiều công phu để học tập cách thức hành nghề của những cây bút ấy.

Nhưng tôi lại không quên những ngày trước đây ở Sài Gòn với những bản tin của Peter Arnett luôn đề cao chế độ Hà Nội trong khi không ngừng xuyên tạc mọi thực tế tại Việt Nam — điều mà Peter Arnett vừa lập lại tại Irak dưới hình thức phát biểu cảm tưởng của một nhà báo. Tôi cũng không quên nổi những đoạn viết của Neil Sheehan về thực tại Việt Nam năm 1990 khi cây bút này ca ngợi chế độ Hà Nội là "chế độ yêu nước, thương dân đã đối xử rất tốt đẹp với những người của chế độ miền Nam ngày trước và thu hút được lòng

tin tưởng của toàn thể dân chúng Việt Nam.
"

Khi viết những dòng này tôi lại đối diện với cơn thịnh nộ (outrage) của một nhà báo Mỹ từng có hơn hai mươi năm hành nghề là Bradley O'leary. O'leary tuyên bố đã nổi cơn thịnh nộ (!) về việc Hạ Viện Mỹ thông qua Đạo Luật Về Nhân Quyền tại Việt Nam và hứa hẹn dùng các phương tiện truyền thông mình đang có để làm cho ra lẽ. Theo O'leary, "suốt 200 năm qua, Việt Nam chưa bao giờ có được không khí sinh hoạt tự do và đời sống tốt đẹp như hiện nay." Do đó, O'leary cho rằng "không có lý do gì để đặt ra vấn đề Nhân Quyền tại Việt Nam ngoài sự cố tình xuyên tạc thực tế đang diễn ra trên đất nước này!"

Trong nhiều năm, tôi vẫn thường được nghe nhắc cần đẩy báo chí Việt Nam lên ngang tầm với báo chí Tây Phương và cần học tập các nhà báo Tây Phương.

Nhìn lại về nghề nghiệp, tôi chỉ thấy báo chí ở mỗi nơi có những hướng đi khác nhau và tôi sẽ không bao giờ rời xa những gì mà báo chí Việt Nam, cụ thể là báo chí miền Nam, từng biểu hiện vào nhiều thời điểm trước 1975.

Riêng với các nhà báo Tây Phương như các ký giả thần tượng Peter Arnett, Neil Sheehan hay Bradley O'leary ... thì tôi chỉ thấy qua họ bóng dáng của cái từ mà các đàn anh của tôi đã dùng — con buôn. Tôi luôn kính trọng giới kinh doanh nên nhắc lại nguyên từ con buôn bởi cái ngụ ý diễn tả đặc tính vô liêm sỉ của kẻ mưu cầu thủ lợi bằng mọi giá.

Tôi tin chắc không một người Việt Nam có lương tâm nào muốn được những ký giả nổi danh kể trên đứng ra bênh vực và sự hành nghề của họ sẽ mãi mãi không thể trở thành kiểu mẫu cần học tập đối với người cầm bút Việt Nam, dù họ đã đoạt giải thưởng này, giải thưởng khác.

Với riêng tôi, dù được trả giá bằng bất kỳ giải thưởng cao quý nào trên thế giới chỉ với một điều kiện là theo cung cách hành nghề của những người này, tôi cũng xin chối từ. Vì, cung cách hành nghề đó không chỉ xoá bỏ đạo tính của nghề nghiệp mà còn xoá bỏ luôn cả tư cách con người của kẻ hành nghề.

Nhắc đến những người này chỉ khiến tôi không ngừng nhớ lại phát biểu về nghề báo của ký giả Trần Tấn Quốc: "Người làm báo luôn luôn đứng trên cương vị Công Bằng và Chánh Nghĩa để binh vực cho tất cả, từ cá nhân đến đoàn thể và binh vực cho cả một dân tộc trước dư luận và lịch sử." Riêng ký giả Ngoạ Long đã bao gồm toàn bộ sinh hoạt báo chí tại Việt Nam từ 1975 tới nay bằng mấy từ "thời kỳ man trá".

Đạo tính không thể thiếu của nghề báo dường như đang nhắc nhở người làm báo về sứ mạng bênh vực cho cả một dân tộc không chỉ trước dư luận trong thời điểm này mà còn cả trước lịch sử với các thế hệ mai sau.

4.2003

UYÊN THAO

THƠ TRÍ THẮNG

Cảm tác viết về nhà văn Tô Ngọc miền Nam.

Tô Ngọc văn bút miền Nam
Nhà văn bài viết việc làm thật tâm
Chính văn ngôn luận huyên thâm
Trung dung viên ý chẳng tham danh tiền
Phục vụ văn hóa tùy duyên
Theo đời vận thế truân chuyên hợp thời
Dù nay tuổi lớn phải rời
Thơ văn lưu bút cố tri vẫn còn.

Trí Thắng (06/22/20)

Chính Văn Tạp Chí

Chính văn tạp chí thẳng ngay
Thông tin quảng bá thật hay chân thành
Đời sống Tôn giáo sống hành
Theo đà tiến bộ thiện lành thông minh
Khoa học kỹ thuật văn minh
Khiêm cung trân trọng thật tình giao lưu
Nhận ý đóng góp tối ưu
Giải tai phiền phức oán cừu xưa nay.
Mô Phật.

Trí Thắng (06/22/20)

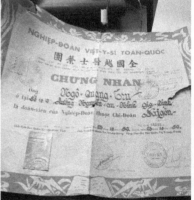

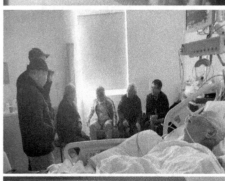

8 LỢI ÍCH SỨC KHỎE CỦA
NHÂN SÂM

Bởi Eric Madrid MD

- **Hỗ trợ hệ thống miễn dịch**
- **Thuộc tính chống ung thư**
- **Sức khỏe tim mạch**
- **Sức khỏe thần kinh**
- **Quản lý cân nặng**
- **Kiểm soát lượng đường trong máu**
- **Lo âu và trầm cảm**
- **Mệt mỏi**

Nhân sâm Panax được dùng cho một số lượng lớn các điều kiện y tế. Nguồn gốc của cây này bắt đầu ở Hàn Quốc, và nó đã được sử dụng trong hơn 2.000 năm kể từ đó. Cũng được trồng ở các khu vực của Trung Quốc và Siberia, nhân sâm panax là duy nhất - nó

không nên được so sánh với các nhân sâm nổi tiếng khác, chẳng hạn như nhân sâm Mỹ hoặc Siberia. Nhân sâm Panax cũng được gọi là nhân sâm Hàn Quốc, nhân sâm Trung Quốc, hoặc nhân sâm châu Á.

Có sẵn ở dạng viên nén, dạng lỏng hoặc dạng bột, liều lượng nhân sâm panax thay đổi, tùy thuộc vào lý do nó được sử dụng. Khoảng thời gian người ta nên dùng nó cũng phụ thuộc vào các yếu tố nhất định. Mặc dù có nhiều lợi ích khi dùng nhân sâm panax, bài viết này sẽ tập trung vào một số nghiên cứu phổ biến được hỗ trợ bởi rất nhiều nghiên cứu.

Các thành phần hoạt chất trong nhân sâm là ginsenosides và, theo các nghiên cứu, khoảng 40 loại khác nhau đã được xác định trong thảo mộc nhân sâm.

Diabetes là một bệnh rất phổ biến ở Bắc Mỹ , Nam Mỹ, châu Âu và những người khác do chế độ ăn nghèo và lối sống ít vận động.

Thực phẩm có giá trị dinh dưỡng thấp có thể làm cho cơ thể khó điều chỉnh lượng đường trong máu. Lấy nhân sâm đã được chứng minh để hỗ trợ trong việc theo đuổi này. Các nghiên cứu đã chỉ ra rằng nhân sâm có lợi trong việc **bình thường hóa lượng đường trong máu và có tác dụng tích cực ở bệnh nhân tiểu đường hoặc thậm chí những người bị tiền tiểu đường.** Cùng một bài viết cũng nói rằng nhân sâm gốc cải thiện sản xuất insulin và hiệu quả. Một nghiên cứu năm 2014 kết luận, "Nhân sâm khiêm tốn nhưng cải *thiện đáng kể glucose máu lúc đói ở những người có và không có bệnh tiểu đường ...". Một nghiên cứu năm 2018 cũng cho* thấy lợi ích của nhân sâm trong việc làm giảm lượng đường trong máu. Khi những kết quả này hứa hẹn, điều quan trọng là *phải biết rằng bạn không nên ngừng dùng thuốc tiểu đường hiện tại nếu bạn đang dùng chúng.*

Luôn luôn thảo luận về các lựa chọn với bác sĩ chăm sóc chính của bạn và hỏi xem nhân sâm có phải là lựa chọn tốt cho chế độ sức khỏe của bạn.

***Sự lo âu và trầm cảm.

Hàng triệu người trên thế giới bị ảnh hưởng **bởi các triệu chứng trầm cảm.** Đối với nhiều người, nó có thể thay đổi cuộc sống. Tư vấn với một tư vấn viên hoặc nhà tâm lý học có thể có lợi cho nhiều người, nhưng đôi khi nó không đủ. Thuốc thường được kê toa, nhưng nhiều người lo lắng về tác dụng phụ và mong muốn một cách tiếp cận tự nhiên hơn.

Áp lực căng thẳng là một yếu tố chính tại sao một người nào đó có thể có các triệu chứng trầm cảm và lo lắng. Trong khi điều quan trọng là phải giải quyết các nguồn căng thẳng và, nếu có thể, làm việc để giảm bớt chúng, *nhân sâm đã được sử dụng để bảo vệ hệ thống thần kinh nói chung.*

Đảm bảo hệ thống thần kinh hoạt động tối ưu có thể giúp giảm căng thẳng và có thể giúp giảm trầm cảm và lo lắng.

Nhân sâm đã được nghiên cứu và sử dụng để giảm cảm giác căng thẳng, cũng có thể kích hoạt các bệnh nghiêm trọng của cơ thể nếu không được điều trị và được chăm sóc đúng cách. Một nghiên cứu năm 2018 trên Tạp chí Nghiên cứu Nhân sâm kết luận rằng **nhân sâm có lợi ích chống trầm cảm khi uống thường xuyên trong khi một nghiên cứu khác năm 2018 cho thấy những lợi ích chống trầm cảm tương tự.** Đôi khi việc tìm kiếm nguyên nhân gây chậm chạp liên tục là đơn giản trong khi những lúc khác nó có thể khó nắm bắt cho cả bác sĩ và bệnh nhân. Có nhiều lý do y tế mà một người có thể bị mệt mỏi và đến thăm bác sĩ của bạn là rất quan trọng để loại trừ các nguyên nhân nghiêm trọng (tìm hiểu thêm về sự mệt mỏi ở đây).

***Nhân sâm có thể hữu ích cho những người bị mệt mỏi.

Nghiên cứu năm 2015 cho thấy nhân sâm có thể giúp giảm mệt mỏi ở những bệnh nhân ung thư đang điều trị.

Một nghiên cứu 2018 của bệnh nhân ung thư trong Biomed Pharmacotherapy cho thấy những phát hiện tương tự. Nhân sâm đã được biết đến để giúp tăng mức năng lượng của các học viên Y học cổ truyền Trung Quốc (TCM) và thường được sử dụng ở dạng bổ sung hoặc trà nóng.

Một nghiên cứu năm 2013 cho thấy nhân sâm có thể giúp cải thiện mức năng lượng ở những người bị mệt mỏi mãn tính trong khi một nghiên cứu năm 2011 trên Tạp chí Nghiên cứu Nhân sâm cho thấy nhân sâm cũng có thể giúp cải thiện các triệu chứng mệt mỏi tâm lý. Các nghiên cứu rất phong phú.SafetyGinseng có một hồ sơ an toàn lâu dài ở những người dùng nó như là một

***Tăng cường hệ thống miễn dịch

Đã có nghiên cứu sâu rộng cho thấy sự cải thiện hệ thống miễn dịch từ việc dùng nhân sâm panax. Một nghiên cứu năm 2012 của Tạp chí Nghiên cứu Nhân sâm ghi nhận rằng lá, rễ và thân cây nhân sâm giúp đạt được cân bằng nội môi và **tạo sức đề kháng với bệnh tật**. Nhiều người lo sợ bị bệnh và các biến chứng có thể đến từ bệnh tật (đặc biệt là những người có hệ miễn dịch bị ức chế), nhưng việc sử dụng nhân sâm panax hàng ngày có thể làm giảm đáng kể nguy cơ mắc bệnh.

***Thuộc tính chống ung thư

Trong một bài báo khác, người ta thấy rằng nhân sâm panax có **lợi ích chống ung thư**. Trong khi không được chứng minh để chữa bệnh ung thư, nó đã được thể hiện trong các nghiên cứu khoa học rằng cây nhân sâm panax có *thể ức chế sự phát triển khối u*. Một nghiên cứu năm 2018 trích dẫn lợi ích chống ung thư của nhân sâm trong khi một nghiên cứu khác năm 2018 trong Biomed Pharmacotherapy nói, "Tác dụng chống ung thư của nhân sâm được chứng minh trong nhiều loại ung thư, bao gồm vú, phổi, gan, ruột kết và ung thư da". Tại thời điểm này, việc sử dụng nhân sâm vẫn còn trong giai đoạn thử nghiệm và không nên thay thế điều trị ung thư do bác sĩ khuyến cáo.

***Sức khỏe tim mạch

Bệnh tim mạch ảnh hưởng đến hơn 400 triệu người trên toàn thế giới. Một số bệnh này bao gồm suy tim sung huyết và bệnh mạch máu ngoại biên. Các yếu tố nguy cơ bao gồm cholesterol cao và huyết áp cao. *Một hệ thống mạch máu khỏe mạnh giúp đảm bảo cơ thể con người hoạt động tốt, và có hàng ngàn loại dược phẩm được kê toa mỗi năm để quản lý những điều kiện tổn hại về thể chất này.*

Health Benefits Of Asian Ginseng
- Treat Diabetes.
- Works Over Sexual Dysfunction.
- As An Ingredient In Energy Drink & Herbal Tea.
- Used In Health Tonic & Cosmetic Preparation.
- Work On Immune Function, Hepatitis.
- Beneficial For Menopause, Stress And Epilepsy.

Có một số lượng lớn các nghiên cứu liên quan đến tác dụng của việc dùng nhân sâm panax đối với sức khỏe tim mạch tổng thể. **Một nghiên cứu năm 2016 trên tạp chí Nhân sâm sử dụng chuột tăng huyết áp cho thấy nhân sâm có thể giúp hạ huyết áp**. Một nghiên cứu năm 2016 bao gồm 62 người bị huyết áp cao - một nửa được cho nhân sâm và một nửa được cho uống một viên thuốc giả dược. **Sau 12 tuần, cần lưu ý rằng những người dùng nhân sâm đã giảm huyết áp sáu điểm (mmHg) khi so sánh với những người uống thuốc giả dược.**

Một nghiên cứu năm 2012 ở Frontiers trong

Cellular Neuroscience cho thấy nhân sâm *cũng có thể giúp bảo vệ não chống lại tình trạng viêm và tổn thương xảy ra sau đột quy (huyết áp là yếu tố nguy cơ đột quy). Làm cứng động mạch là một quá trình gây ra bởi sự lắng đọng canxi trong động mạch, một điều kiện mà bác sĩ gọi là xơ vữa động mạch. Một nghiên cứu năm 2014 đã chứng minh rằng nhân sâm có thể giúp bảo vệ chống lại quá trình này.*

***Cải thiện chức năng não

Chứng mất trí đang trở nên phổ biến hơn khi mọi người sống lâu hơn. **Bệnh Alzheimer,** một rối loạn não thường ảnh hưởng đến người lớn tuổi, là dạng phổ biến nhất của tình trạng suy nhược này. Các phương pháp điều trị tự nhiên được nhiều người tìm kiếm vì điều trị y học thông thường chỉ mang lại thành công tối thiểu. Nhân sâm có thể là một công cụ được thêm vào kho vũ khí của một người.

Đảm bảo rằng **bộ não vẫn khỏe mạnh và hoạt động là một khía cạnh rất quan trọng trong việc duy trì sức khỏe.** Chế độ ăn uống và tập thể dục là cực kỳ quan trọng. Uống vitamin và các chất bổ sung có thể hỗ trợ sức khỏe não cũng rất quan trọng. **Đã có nghiên cứu về tác dụng của nhân sâm đối với sức khỏe não bộ tổng thể.**

Theo một nghiên cứu được công bố **trên Tạp chí Nghiên cứu Nhân sâm, các nhà nghiên cứu đã quy định một nhóm nhân sâm và một nhóm khác là viên thuốc đường (giả dược). Sau một thời gian hai tuần, nhóm dùng nhân sâm đã có những** cải thiện đáng kể trong chức năng não nhận thức của họ. Một nghiên cứu năm 2015 trên Tạp chí **Nghiên cứu Nhân sâm cũng kết luận rằng nhân sâm có thể giúp ngăn ngừa suy thoái não.** Những người đang đấu tranh hoặc lo ngại rằng **họ có thể bị mất trí nhớ có thể hưởng lợi từ việc dùng nhân sâm.**

***Giúp giảm cân
Béo phì là rất phổ biến trên thế giới ngày nay. Hàng triệu người được coi là béo phì hoặc béo phì, dựa trên việc đo chỉ số khối cơ thể của một người (BMI). Với tất cả những thay đổi trong cách thức ăn tái sản xuất và chế biến, mọi người trên toàn thế giới đang đưa vào trọng lượng thêm. **Một nghiên cứu 2018 cho thấy nhân sâm có thể giúp ngăn ngừa béo phì và giúp cải thiện sức đề kháng insulin,** một nguyên nhân phổ biến của bệnh **béo phì. Ruột khỏe mạnh cũng rất quan trọng trong việc kiểm soát cân nặng.**

Một nghiên cứu khác lấy 10 phụ nữ trung niên và nghiên cứu vi khuẩn đường ruột của họ (vi sinh vật) trong tám tuần trong khi họ lấy nhân sâm. **Kết quả cuối cùng của nghiên cứu cho thấy nhân sâm đã giúp giảm cân và có sự thay đổi tích cực đối với hệ vi khuẩn đường ruột.** Trong khi nhân sâm có thể được dùng để giúp một người giảm cân, điều quan trọng cần nhớ là một chế độ ăn uống bổ dưỡng, chủ yếu dựa trên thực vật và tập thể dục thường xuyên cũng được khuyến cáo để duy trì trọng lượng khỏe mạnh

***.Giảm mức đường trong máu

bổ sung, theo một nghiên cứu năm 2015 trong thuốc.

Nó có thể được thêm vào một cách an toàn bởi hầu hết các chế độ vitamin hàng ngày của một người. Nếu bạn đang được bác sĩ chăm sóc sức khỏe, hãy thảo luận với bác sĩ của bạn trước khi bắt đầu.

Nội dung được cung cấp này chỉ dành cho mục đích thông tin. Vui lòng tham khảo ý kiến bác sĩ hoặc chuyên gia chăm sóc sức khỏe khác về bất kỳ tùy chọn chẩn đoán hoặc điều trị liên quan đến sức khỏe hoặc y tế nào.

9 LỢI ÍCH SỨC KHỎE CỦA DẦU GAI DẦU MÀ BẠN NÊN BIẾT

CBD for Pain

Hạt gai dầu rất giàu protein, axit béo không bão hòa đa, omega 6, omega 3 và chất xơ không hòa tan. Chúng là một nguồn tocopherols hoặc chất chống oxy hóa Vitamin E. Chúng có chứa các khoáng chất như kali, magiê, sắt, kẽm, canxi và phốt pho, cộng với các nguyên tố vi lượng như strontium, thori, asen và crom.

Có nhiều axit béo thiết yếu, Omega 6 và omega 3, dầu HEMP OIL (CBD)có thể được sử dụng để tăng khả năng miễn dịch, chống lão hóa da và cải thiện sức khỏe tim mạch. Một số nghiên cứu cho thấy axit linoleic có trong dầu gai dầu có thể làm chậm quá trình lão hóa và chống lại bệnh vẩy nến.

Lợi ích của dầu HEMP OIL (CBD)
:**1. Duy trì cân bằng nội tiết tố**
Cây gai dầu là loại hạt ăn được duy nhất có chứa axit gamma-linolenic, cuối cùng được chuyển đổi thành hormone bảo vệ tuyến tiền liệt PGE1 điều chỉnh sự cân bằng nội tiết tố và hỗ trợ sức khỏe mãn kinh.

2. Tái tạo và tăng cường sinh lực cho lớp bảo vệ da
Do có hàm lượng axit béo omega 3 và omega 6 cao, HEMP OIL (CBD) có thành phần tương tự như lipit da, làm cho nó trở thành một chất làm mềm và dưỡng ẩm tự nhiên tuyệt vời. *Nó đặc biệt hữu ích cho da và khô móng, mệt mỏi hoặc mất nước. Nó làm tăng độ đàn hồi của da và khả năng giữ nước trong các mô.* **HEMP OIL (CBD)** nguyên chất có thể được sử dụng *để điều trị tóc khô và thường được bao gồm trong dầu xả tóc.*

3. Tuyệt vời cho người ăn chay
Có được sự cân bằng hợp lý của **axit béo omega-3 và omega-6** có thể là khó khăn đối với người ăn chay và ăn chay. Dầu gai dầu có tỷ lệ tối ưu của các axit này

4. Giúp giảm cholesterol
Dầu thực vật duy nhất chứa axit béo **omega-3 và omega-6 (3: 1), HEMP OIL (CBD)** có thể **giúp giảm mức cholesterol** bằng **cách đẩy nhanh quá trình trao đổi chất**. Với sự trao đổi chất nhanh hơn, **chất béo đốt cháy với tốc độ nhanh hơn và không bị lắng đọng trên thành động mạch.**

5. Tốt cho bệnh tiểu đường
Do hàm lượng carbohydrate và đường thấp, **HEMP OIL (CBD)** có thể là một phụ gia thực phẩm tuyệt vời cho **bệnh nhân tiểu đường**. Các chất dinh dưỡng có trong nó có thể giúp lượng đường trong máu vừa phải

Hemp Oil & Diabetes

Diabetes Diet Q & A

TheDiabetesCouncil.com

6. Giúp ngăn ngừa bệnh vẩy nến
Bệnh vẩy nến là do thiếu hụt axit béo omega-6 trong cơ thể. Các axit béo có trong dầu gai giúp cải thiện oxy hóa và hydrat hóa da.

7. Tăng cường khả năng miễn dịch của bạn
Axit béo omega-3 và omega-6 cũng cải thiện khả năng miễn dịch và điều chỉnh hệ vi khuẩn đường ruột, do đó xây dựng một hàng rào tự nhiên chống lại vi khuẩn và tăng khả năng phục hồi của cơ thể.

8. Giúp ngăn chặn sự phá hủy hệ thống thần kinh
Các axit béo thiết yếu là cần thiết cho một cấu trúc màng tế bào khỏe mạnh. Chúng cũng ngăn chặn sự khử ion, phá hủy vỏ myelin (một màng bảo vệ các tế bào thần kinh).

9. Giúp ngăn ngừa suy tĩnh mạch
Giống như các hợp chất khác có nhiều omega-3, **HEMP OIL (CBD)** có thể làm loãng máu của bạn, làm giảm cục máu đông và giãn tĩnh mạch.
Phòng ngừa **HEMP OIL (CBD)** cho người dùng lần đầu
Mặc dù nó có một số lợi ích sức khỏe, nhưng nên **tránh dùng HEMP OIL (CBD)** dầu gai dầu cho bệnh nhân ung thư tuyến tiền liệt hoặc những người dùng thuốc làm loãng máu(tặng tác dụng loãng máu)

. Dưới đây là một số biện pháp phòng ngừa bạn nên ghi nhớ trước khi sử dụng:
Nó có một chất chống đông máu: Dầu gai dầu có thể có tác dụng chống đông máu trên máu.
Những người mắc bệnh tim và uống thuốc làm loãng máu nên cẩn thận với liều lượng thấp .. (hoặc ít nhất là kiểm tra với bác sĩ trước khi sử dụng!)
Nó có thể làm tăng nguy cơ ung thư tuyến tiền liệt: **HEMP OIL (CBD)** đã được chứng minh là tạo điều kiện tốt nhất cho các tế bào tái tạo, có thể thúc đẩy sự phát triển của các khối u, đặc biệt là các tế bào ung thư tuyến tiền liệt. Mặc dù cần nhiều nghiên cứu hơn, các chuyên gia y tế khuyên rằng bạn nên tránh tiêu thụ
Ở liều cao, nó có thể gây ra tiêu chảy hoặc chuột rút: **HEMP OIL (CBD)** Liều lớn **HEMP OIL (CBD)** có thể gây buồn nôn, tiêu chảy và / hoặc đau quặn bụng. Vì lý do này, **HEMP OIL (CBD)** nên để xa tầm tay trẻ em.

Cannabidiol (CBD) là gì?

Cannabidiol là một thành phần không tác động đến thần kinh của cây gai dầu, được sử dụng ngày càng nhiều để chống lo âu, rối loạn giấc ngủ, động kinh và viêm nhiễm. Do khả năng dung nạp tốt, cannabidiol đã trở nên rất quan trọng trong việc tự mua thuốc. Không có tác dụng phụ đáng buồn như với THC, nhưng các tương tác có thể xảy ra nên được xem xét.

Giống như tetrahydrocannabinol (THC), cannabidiol (CBD) là một trong những cannabinoid. Các thành phần hoạt tính thú vị về mặt y học nằm trong hoa gai cái. CBD có các đặc tính dược lý sau:
- Giảm lo lắng, yên tâm,
- Thư giãn và chống viêm.

Ai đã phát hiện ra nó?

CBD lần đầu tiên được phân lập từ cây cần sa bởi nhà hóa học Mỹ Roger Adams vào năm 1940. Vào thời điểm đó, cannabinoid vẫn được coi là độc hại, đó là lý do tại sao nghiên cứu cho mục đích y tế ban đầu bị ngừng lại. Các nhà nghiên cứu Israel Raphael Mechoulam và Yehiel Gaoni sau đó đã thành công khoảng 20 năm sau trong việc xác định THC cannabinoid.

CBD là ngôi sao mới trên bầu trời cây gai dầu và hiện đang được nghiên cứu y học chuyên sâu để có được kiến thức mới về hiệu quả của nó trong các lĩnh vực ứng dụng khác nhau.
Chúng tôi sẽ trình bày hiện trạng nghiên cứu các bệnh sau:

- Cannabidiol chống lo lắng và bồn chồn

- Cannabidiol dùng để trầm cảm

- Cannabidiol dùng để rối loạn giấc ngủ

- Cannabidiol dùng để đau nửa đầu và đau đầu

- Cannabidiol trong các bệnh viêm nhiễm

- Cannabidiol cho các vấn đề về da

- Cannabidiol dùng để động kinh

- Cannabidiol chống ung thư

Hiện tại tôi có thể sử dụng bất kỳ hình thức hỗ trợ nào - bao gồm cả hệ thống miễn dịch của tôi

Đặc biệt vào mùa tối và lạnh, tôi thường thiếu năng lượng và lái xe. Thay vào đó,

tôi thường xuyên mệt mỏi, tập tễnh và vật lộn với virus cảm lạnh. Tại đây, bạn có thể tìm hiểu lý do tại sao và cách thức Trivital® miễn dịch có thể giúp bạn vượt qua mùa lạnh một cách quan trọng.

HEMP OIL BEAUTY

THEINDIANSPOT.COM

ANTI-ACNE

Mix with coconut oil and tea tree oil and use as facial oil. Add some in castile soap and use as face wash

HOT OIL TREATMENT

Mix with castor and coconut oil. Warm it a bit & apply on scalp & hair. Massage and keep for 4 hours

MAKEUP REMOVER

Combine with castor and coconut or olive oil. Pour in bottle. Use it like a regular makeup remover

CUTICLE OIL

Apply directly on cuticles or add it in warm water with argan oil and soak your hands in it

MOISTURIZER

Add it in melted shea butter along with beeswax and coconut oil. Keep it on ice and whip until creamy. Use it as a regular moisturizer

HEALTH BENEFITS OF CBD-RICH HEMP OIL

- » Kill or slows bacteria growth (Antibacterial)
- » Reduces blood sugar levels (Anti-Diabetic)
- » Reduces vomiting and nausea (Anti-emetic)
- » Reduces seizures and convulsion (Anti-Epileptic)
- » Reduces inflammation (Anti-inflammatory
- » Reduces risk of artery blockage (Anti-ischemic)
- » Inhibits cell growth in tumors/cancer cells (Anti-proliferative)
- » Treats psoriasis (Anti-psoriatic)
- » Tranquilizing, used to manage psychosis (Antipsychotic)
- » Suppresses muscle spasms (Antispasmodic)
- » Relieves anxiety (Anxiolytic)
- » Promotes bone growth (Bone Stimulant)
- » Relieves Pain (Analgesic)
- » Reduces function in the immune system (Immunosuppressive)
- » Reduces contractions in the small intestines (Intestinal Anti-prokinetic)
- » Protects nervous system degeneration (Neuroprotective)

debidevens.com

SUGGESTED USE: As a dietary supplement take one (1) capsules daily.

WARNING: If you are pregnant, nursing, taking any medications or have any medical condition, consult your doctor before use. If any adverse reactions occur, immediately stop using this product and consult your doctor. If seal under cap is damaged or missing, do not use. Keep out of reach of children. Store in a cool, dry place.

These statements have not been evaluated by the FDA. This product is not intended to diagnose, treat, cure or prevent any disease.

OMEGA 3 · OMEGA 6 · OMEGA 9
HEMP SEED OIL

Supplement Facts
Serving Size: 1 Quick Release Softgel
Serving per container: About 60

Amount per serving		% Daily Value
Calories	5	
Tatal Fat	0.5g	1%*
Polyunsaturated Fat	0.5g	+
Hemp Seed Oil	700 mg	+
Typically Contains:		
Omega-3 (Alpha Linolenic Acid)	14-28%	+
Omega-6 (Linoleic Acid)	45-65%	+
Omega-9	6-20%	+

* Percent Daily Values are based on a 2,000 calorie diet
+ Daily Value (DV) not established.

Other ingredients: Gelatin, Vegetable Glycerin
Directions: For adults, take 1 quick release softgel daily, preferably with a meal.

 MADE IN USA

MANUFACTURE FOR TRUHERBS U.S.A
E-mail: truherbs2009@yahoo.com
Website: www.truherbsusa.com

Dietary
Supplement

60
Capsules

KEEP OUT OF REACH OF CHILDREN. DO NOT USE IF SAFETY SEAL IS DAMAGED OR MISSING. STORE IN A COOL, DRY PLACE.

ĐẠI LÝ TRUHERBS
Chuyên viên tư vấn
Amy Ngọc: 916 230 6172

- TAMMY   Tel: 408-420-1042
- THANH   Tel: 916-267-5680
- Angels Beauty (khu Grand Mall Sanjose) Tel: 408-297-1688
- Tina Thanh   Tel: 916-267-5680
- Hao Nguyen MN   Tel: 612-790-5846
- HONG PHAT GIFTSHOP   Tel: 972-495-0282 / 214-470-0223
- AV-DIRECK   Tel: 714-829-8224
- MY TIEN   Tel: 916-743-1447
- HONG PHUC   Tel: 916-266-1430
- KIM THANH   Tel: 408-420-1042

CHÍNH VĂN - Đặc san Tô Ngọc, Gia đình & Bạn hữu   *Email: baochinhvan@gmail.com*

10 LOẠI THẢO MỘC TỐT NHẤT ĐỂ HẠ HUYẾT ÁP CAO

Amy tổng hợp

Việc sử dụng các loại thảo mộc để **hạ huyết áp cao** đã được thực hành trong hàng ngàn năm, do sự đa dạng của các hiệu ứng mà các biện pháp thảo dược có thể có. **Huyết áp cao** là hai loại - **tăng huyết áp nguyên phát và tăng huyết áp thứ phát.**

Không có nguyên nhân rõ ràng **cho tăng huyết áp nguyên phát**, mặc dù nó có xu hướng xảy ra thường xuyên hơn khi chúng ta già đi, và có thể trở nên trầm trọng hơn bởi một số yếu tố, chẳng hạn như **chế độ ăn uống kém, hút thuốc hoặc lối sống ít vận động.**

 Tuy nhiên, **tăng huyết áp thứ cấp có thể dẫn đến huyết áp tăng nhanh và dữ dội,** nhưng điều này có liên quan đến một **số loại thuốc và điều kiện y tế, bao gồm cả vấn đề về thận và tuyến giáp, lạm dụng thuốc và rượu, thuốc tránh thai,** *tắc nghẽn ngưng*

thở khi ngủ, một số thuốc **thông mũi và thuốc giảm đau,** trong số những người khác.

Huyết áp cao là một mối lo ngại về sức khỏe nghiêm trọng cần được giảm nhẹ hoặc giải quyết đúng cách. **Sự căng thẳng hoặc căng thẳng thêm vào động mạch và mạch máu** của bạn có thể gây ra sự cố trong các mô này, **làm tăng nguy cơ mắc bệnh tim mạch** và các biến chứng khác. Trong khi các thay đổi về lối sống và chế độ ăn uống rất được khuyến khích, cũng có một số biện pháp **thảo dược** có thể làm **giảm huyết áp cao** nhờ các đặc tính **chống viêm, anxiolytic, an thần và chống oxy hóa của chúng.**

Các loại thảo mộc cho Huyết áp cao và cách sử dụng.

Một số loại thảo mộc tốt nhất để kiểm soát huyết áp cao b**ao gồm ginkgo biloba, táo gai, trà xanh, húng quế và nghệ, trong số những loại khác.**

Hawthorn - Táo gai

Là một phương thuốc cổ xưa của Trung Quốc, **táo gai** đã được biết đến như một loại thảo mộc chống viêm và bảo vệ tim mạch trong nhiều thế hệ. **Nó có thể cải thiện lưu thông, giảm huyết áp và giảm nguy cơ cục máu đông, tất cả đều có thể làm tăng mức năng lượng và ngăn ngừa các cơn đau tim và đột quỵ.**

Làm thế nào để sử dụng - **Hawthorn** là phổ biến nhất được sử dụng trong một hình thức trà, mặc dù có viên nén và viên nang có sẵn mà có thể được mua từ các nhà thuốc và các cửa hàng thực phẩm sức khỏe.

Trà xanh

Đóng gói với chất chống oxy hóa **như epigallocatechin và hợp chất phenolic, trà xanh là một chất chống viêm tuyệt vời và có thể giúp chữa lành bất kỳ thiệt hại nào gây** ra chứng tăng huyết áp. Nghiên cứu cho thấy rằng tiêu thụ trà xanh thông thường có thể làm giảm nguy cơ tăng huyết áp lên gần 50%.

Cách sử dụng - Trà xanh thường được sử dụng làm trà, như tên gọi của nó, nhưng chiết xuất trà xanh cũng trở nên khá phổ biến trong những năm gần đây. Để có hiệu quả, hãy **uống 2-3 cốc trà xanh mỗi ngày.**

Thảo quả

Gia vị châu Á phổ biến này đã được nghiên cứu rộng rãi liên quan đến **tăng huyết áp** và nó đã được tìm thấy rằng sử dụng thường **xuyên thảo quả** có thể làm giảm mức huyết áp cơ bản và giảm nguy cơ biến chứng tim mạch. Gia vị cũng được liên kết với mức độ căng thẳng và trầm cảm thấp hơn, đó cũng có thể là một yếu tố đằng sau chứng tăng huyết áp.

Làm thế nào để sử dụng - Sau khi bạn crack mở vỏ quả bạch đậu, xay hạt xuống bột và sau đó thêm nó vào đồ uống, thực phẩm ngọt hoặc mặn cho một tăng hương vị và khỏe mạnh trong bữa ăn của bạn.

Húng quế

Với mức độ đáng kể **của axit ursolic và eugenol**, húng quế có thể làm giảm các triệu chứng **của tăng huyết áp** và thúc đẩy sự bình tĩnh thông qua cơ thể và tâm trí, làm cho nó trở thành một trong những **loại thảo mộc tốt nhất cho bệnh cao huyết áp.**

Cách sử dụng - húng quế tươi rất phổ biến mặc dù chiết xuất cũng có thể được sử dụng cho một liều tập trung nhiều hơn lợi ích thảo dược. Chỉ cần thêm **lá húng quế tươi** vào súp, món hầm và mì ống, vì hương vị đặc biệt.

Tỏi
Là một trong những loại thảo mộc giàu **chất chống oxi hóa nhất mà bạn có thể bổ sung vào chế độ ăn uống, các thành phần hoạt động trong tỏi có thể** loại bỏ mảng bám khỏi thành động mạch, giảm huyết áp, giảm

cholesterol nói chung và tăng cường toàn bộ hệ thống tim mạch của bạn.

Làm thế nào để sử dụng - Loại thảo mộc mạnh này có thể được thêm vào súp, món hầm, mì ống, xào, ép để tạo thành nước ép tỏi, hoặc thậm chí ăn sống, như một số người thích. Chiết xuất tỏi cũng có sẵn trong hầu hết các cửa hàng thực phẩm sức khỏe.

Nghệ

Nổi tiếng trong ẩm thực Ấn Độ và được sử dụng rộng rãi trong các món cà ri trên khắp thế giới, nghệ có hoạt chất - chất curcumin, có vô số tác dụng trên cơ thể. Điều này bao gồm ức chế thụ thể **angiotensin trong hệ thống mạch máu, ngăn ngừa các mạch máu và động mạch bị siết chặt, do đó làm giảm căng thẳng cho tim.**

Làm thế nào để sử dụng - Gia vị hương vị này có thể được thêm vào hầu như bất kỳ món ăn mặn nhưng cũng pha trộn thành smoothies và lắc, rắc trứng hoặc rau rang, hoặc thậm chí pha vào một trà mạnh.

Móng mèo (Cat's claw tree)

Loại thảo dược hơi khác thường này đã được sử dụng hàng ngàn năm và có liên quan trực tiếp đến việc hạ huyết áp, vì nó có thể ảnh hưởng đến các kênh canxi trong cơ thể, điều chỉnh cân bằng nước và giúp giảm thiểu các triệu chứng tăng huyết áp.

Cách sử dụng - Chất chiết xuất từ rễ và vỏ của móng mèo thường có sẵn ở dạng viên nang hoặc viên thuốc từ các cửa hàng thực phẩm và dược thảo.

Ginkgo Biloba

Như một **chất giãn mạch và chất kích thích phụ đã biết lập trường, ginkgo biloba sẽ không chỉ làm giảm sự căng thẳng trên mạch máu và động mạch mà còn cải thiện lưu thông, phần lớn nhờ vào nội dung chống oxy hóa dày đặc trong loại thảo mộc cổ này.**

Làm thế nào để sử dụng - Hầu hết mọi người sử dụng ginkgo biloba ở dạng chiết xuất, vì vậy bạn có thể mua viên nén hoặc viên nang tại đa số các cửa hàng thực phẩm sức khỏe, hoặc bất cứ nơi nào bổ sung thảo dược được bán. các hợp chất chống viêm có thể giúp hạ huyết áp đáng kể;

một số hợp chất này thực sự là duy nhất đối **với hạt giống cần tây**, và nó được coi là một trong những **loại thảo mộc tốt nhất cho bệnh cao huyết áp.**

Làm thế nào để sử dụng - Bạn có thể thêm hạt giống cần tây vào một loạt các loại thực phẩm và món ăn, bao gồm bánh sandwich, trong salad và súp, như là một đứng đầu cho rau và các món ăn mặn, và nó thậm chí có thể được pha vào trà.

Cinnamaldehyde (quế)

Dầu thơm không chỉ ngon, mà còn là **chất chống oxy hóa mạnh có thể làm giảm huyết** áp và mức **cholesterol, nhờ sự hiện diện của cinnamaldehyde và** các hợp chất hữu cơ tan trong nước khác. trong gia vị phổ biến này.

Làm thế nào để sử dụng - Thêm quế vào công thức nấu ăn mặn hoặc ngọt, pha trà, hoặc sử dụng nó như là một đứng đầu cho đồ uống.

(Amy theo Phytodoc.de)

10 LỢI ÍCH SỨC KHỎE CỦA TẢO SPIRULINA

Amy tổng hợp

Rong biển - tảo biển.

Rong biển là nguyên liệu làm đẹp hàng đầu dành cho phụ nữ..

Rong biển (hay tảo biển), là món quà quý giá từ đại dương. Trong tảo biển có chứa rất nhiều các loại vi chất đa dạng như vitamin A1, B1, B2, B6, C, E, K, axit folic, niacin, axit pantothenic, canxi, magie, phôtpho, sắt, kẽm. Không chỉ là 1 loại thực phẩm chức năng hàng đầu, rong biển còn giúp phụ nữ làm đẹp toàn diện, thậm chí các hãng mĩ phẩm nổi tiếng đều đưa rong biển vào để sản xuất mỹ phẩm cao cấp cho phái đẹp.

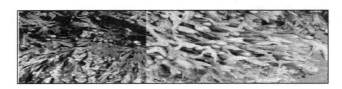

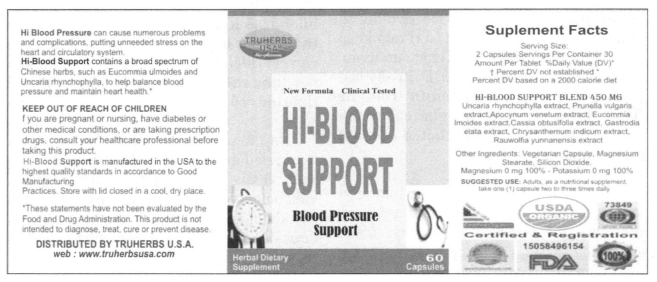

Rong biển là thành phần làm đẹp và dinh dưỡng cao cấp với cực nhiều vitamin, khoáng chất.

Rất nhiều người đẹp nổi tiếng trên thế giới sử dụng bột rong biển, lá rong biển hay rong biển khô để giảm cân, dưỡng da, tẩy da chết, đem lại sức sống tươi mới cho làn da. Trong số đó không thể thiếu Victoria Beckham.

Dáng thanh mảnh nhờ rong biển của Victoria.

Bà Beck cực kì nghiện món Bladderwrack (một loại rong biển tươi ở vùng bờ biển Bắc). Loại rong biển này có chứa hàm lượng i-ốt rất cao, giúp tăng tỉ lệ trao đổi chất và giúp chị em đốt cháy nhiều ca-lo hơn. Thân hình mảnh mai, thon thả của Victoria Beckham cũng nhờ loại rong biển này mà có thể duy trì được rất lâu.

Vóc dáng gọn gàng của bà Becks.

Công chúa nhạc Pop Britney Spears cũng là fan trung thành của loại rong biển này và cô thường ăn sống nó để giảm cân. Không chỉ riêng Bladderwrack, các loại rong biển khác cũng chứa một "kho" chất xơ tự nhiên giúp kìm hãm quá trình tích tụ mỡ trong cơ thể lên đến 75%. Chính vì thế, một chế độ luyện tập đều đặn kết hợp cùng chế độ ăn uống đầy đủ dưỡng chất với sự góp mặt từ rong biển sẽ giúp bạn nhanh chóng và dễ dàng đạt được thành quả giảm cân.

Rong biển chế biến thành các món ngon là thực đơn lí tưởng để giảm cân.

Nếu không muốn ăn sống, bạn có thể chế biến thành các món salad rong biển, canh rong biển hay cơm cuốn rong biển để dễ ăn hơn và vẫn đảm bảo cơ thể được hấp thụ những vitamin và khoáng chất trong rong biển.

Không chỉ có công dụng giảm cân, hãy cùng khám phá những bí quyết đẹp rạng ngời và trẻ hóa da nhờ rong biển nhé

Tắm trắng, giải độc cho da toàn thân
Bí mật vẻ đẹp của nữ thần tình Hy Lạp Aphrodite chính là rong biển. Rong biển là một lựa chọn hoàn hảo để loại bỏ tế bào da chết, giúp cho làn da được tươi trẻ, hồng hào, mịn màng, trắng sáng. Tắm nước ấm với bột rong biển giúp thải bỏ độc tố trên cơ thể, đem lại cho bạn làn da đẹp tuyệt vời bạn vẫn hằng ao ước.

Rong biển giúp thải bỏ độc tố, cho da sáng mịn.

Mặt nạ trẻ hóa da

Dùng 2 - 5 thìa rong biển đã nghiền nát pha cùng 20ml nước nóng để tạo thành hỗn hợp bột nhão. Tiếp đó thêm 1 thìa gel lô hội, 1 thìa mật ong vào hỗn hợp vừa tạo được. Sau khi rửa sạch mặt, thoa hỗn hợp này lên da mặt và cả vùng cổ. Nằm thư giãn 20 - 30 phút cho đến khi lớp mặt nạ se và khô lại. Cuối cùng rửa sạch da mặt và da vùng cổ bằng nước ấm. Loại mặt nạ này giúp da thêm mịn màng, tươi tắn và ngăn ngừa lão hóa.

Dưỡng da toàn thân
Hãy dưỡng thể để làn da luôn sáng mịn từ rong biển và muối biển.

Liệu pháp kết hợp giữa muối biển và rong biển được rất nhiều spa cao cấp áp dụng. Trước hết bạn hãy mát xa, tẩy da chết toàn thân để da được mịn màng nhờ muối biển. Sau đó thoa rong biển lên toàn thân và ủ trong 20 phút để da hấp thụ các dưỡng chất, giúp loại bỏ những vết sần sùi, cho làn da sáng láng, nõn nà.

Tảo biển được biết đến như là một là "tài nguyên" phong phú, nhưng tảo biển để dành phục vụ cho mục đích làm đẹp lại thuộc loại hàng hiếm và cao cấp. Mỗi loại tảo biển nguồn gốc khác nhau sẽ mang đến những tác dụng nhất định. Việc tắm bằng tảo biển giúp tái duy trì và giữ độ ẩm da, giảm các biểu hiện của chứng vẩy nến, mụn, hỗ trợ giảm đau lưng, cơ bắp, hỗ trợ điều trị viêm khớp, giúp lưu thông máu.

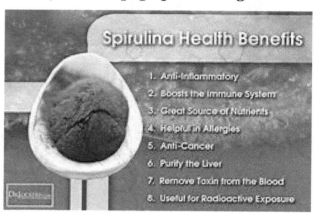

*Spirulina là một trong những chất bổ sung phổ biến nhất trên thế giới. Nó chứa nhiều chất dinh dưỡng và chất chống oxy hóa khác nhau có thể có lợi cho cơ thể và não bộ của bạn.

Dưới đây là 10 lợi ích sức khỏe dựa trên bằng chứng của tảo xoắn.

1. Spirulina rất giàu chất dinh dưỡng

Spirulina là một sinh vật phát triển ở cả nước ngọt và nước mặn.Nó là một loại vi khuẩn lam, là một họ vi khuẩn đơn bào thường được gọi là tảo xanh lam.

Cũng giống như thực vật, vi khuẩn lam có thể sản xuất năng lượng từ ánh sáng mặt trời thông qua một quá trình gọi là quang hợp.*Spirulina đã được người Aztec cổ đại tiêu thụ nhưng đã trở nên phổ biến trở lại khi NASA đề xuất rằng nó có thể được trồng trong không gian để sử dụng cho các phi hành gia (1).

Liều tiêu chuẩn hàng ngày của tảo xoắn là 1-3 gam, nhưng liều lượng lên đến 10 gam mỗi ngày đã được sử dụng hiệu quả.

*Loại tảo nhỏ này chứa nhiều chất dinh dưỡng. Một muỗng canh (7 gam) bột tảo xoắn khô chứa :

Chất đạm: 4 gam

Vitamin B1 (thiamine): 11% RDA

Vitamin B2 (riboflavin): 15% RDA

Vitamin B3 (niacin): 4% RDA

Đồng: 21% RDAz

Sắt: 11% RDA

Nó cũng chứa một lượng magiê, kali và mangan và một lượng nhỏ hầu hết các chất dinh dưỡng khác mà bạn cần.

Ngoài ra, cùng một lượng chỉ *chứa 20 calo và 1,7 gam carbs tiêu hóa. Tính theo gram, tảo xoắn có thể là thực phẩm bổ dưỡng nhất trên hành tinh.*

Một muỗng canh (7 gam) tảo xoắn cung cấp một lượng nhỏ chất béo - khoảng 1 gam - bao gồm cả axit béo omega-6 và omega-3 với tỷ lệ xấp xỉ 1,5–1,0. *Chất lượng của protein trong tảo xoắn được coi là tuyệt vời - sánh ngang với trứng. Nó cung cấp tất cả các axit amin thiết yếu mà bạn cần.

*Người ta thường khẳng định rằng tảo xoắn có chứa vitamin B12, nhưng điều này là sai. Nó có pseudovitamin B12, không được chứng minh là có hiệu quả ở người .

*Spirulina là một loại tảo xanh lam, phát triển ở cả nước mặn và nước ngọt. Nó có thể là một trong những loại thực phẩm giàu chất dinh dưỡng nhất trên trái đất.

2. Tính chất chống oxy hóa và chống viêm mạnh mẽ *Quá trình oxy hóa có thể gây hại cho DNA và tế bào của bạn.

Tổn thương này có thể dẫn đến tình trạng viêm mãn tính, góp phần gây ra ung thư và các bệnh khác .*Spirulina là một nguồn tuyệt vời của chất chống oxy hóa, có thể bảo vệ khỏi tác hại của quá trình oxy hóa.

Thành phần hoạt động chính của nó được gọi là phycocyanin. Chất chống oxy hóa này cũng tạo cho tảo xoắn có màu xanh lam độc đáo.*Phycocyanin có thể chống lại các gốc tự do và ức chế sản xuất các phân tử tín hiệu viêm, mang lại hiệu quả chống oxy hóa và chống viêm ấn tượng , *Phycocyanin là hợp chất hoạt động chính trong tảo xoắn. Nó có đặc tính chống oxy hóa và chống viêm mạnh mẽ.

3. Có thể giảm mức LDL và Triglyceride "xấu"

* Bệnh tim là nguyên nhân gây tử vong hàng đầu thế giới. *Nhiều yếu tố nguy cơ có liên quan đến việc tăng nguy cơ mắc bệnh tim.

Hóa ra, tảo xoắn tác động tích cực đến nhiều yếu tố này. Ví dụ, nó có thể làm giảm cholesterol toàn phần, cholesterol LDL "xấu" và chất béo trung tính, đồng thời tăng cholesterol HDL "tốt". *Trong một nghiên cứu ở 25 người mắc bệnh tiểu đường loại 2, 2 gam tảo xoắn mỗi ngày đã cải thiện đáng kể những dấu hiệu này .*Một nghiên cứu khác ở những người có cholesterol cao xác định rằng 1 gam tảo xoắn mỗi ngày làm giảm chất béo trung tính xuống 16,3% và LDL "xấu" 10,1% .

*Một số nghiên cứu khác đã tìm thấy những tác dụng thuận lợi - mặc dù với liều lượng cao hơn 4,5–8 gam mỗi ngày .*Các nghiên cứu chỉ ra rằng tảo xoắn có thể làm giảm chất béo trung tính và cholesterol

LDL "xấu", đồng thời có thể làm tăng cholesterol HDL "tốt".

*Các cấu trúc chất béo trong cơ thể bạn có thể bị oxy hóa, dẫn đến sự tiến triển của nhiều bệnh. Các chất **chống oxy hóa trong tảo xoắn có thể giúp ngăn ngừa điều này.** **Deep Blue Health Spirulina** được coi là một trong những siêu thực phẩm của thiên nhiên. Nó là một loại thực phẩm hoàn chỉnh có nhiều lợi ích cho sức khỏe và cơ thể dễ tiêu hóa và hấp thụ. **Deep Blue Health**

Spirulina cũng **có hàm lượng calo thấp. Những lợi ích**

Spirulina là một loại tảo có màu xanh lam, giàu protein, vitamin, khoáng chất và carotenoid (một loại chất chống oxy hóa). **Nó là một chất bổ sung tự nhiên dày đặc** chất dinh dưỡng đã được đánh giá cao bởi nhiều nền văn hóa. Được đóng gói với các chất dinh dưỡng, **Spirulina hỗ trợ sức sống, sức chịu đựng và hệ thống miễn dịch khỏe mạnh. GIÚP GIẢM CÂN** do có hàm lượng calo thấp.

Để Chính Văn được tiếp tục phục vụ Quý vị... Đọc giả xin hãy tiếp tục ủng hộ và giới thiệu đến bạn bè, thân hữu... đọc báo Chính Văn.

Chân thành cảm tạ.

---

10 LỢI ÍCH TUYỆT VỜI CỦA NƯỚC ÉP DƯA CHUA LÀM TỪ BẮP CẢI (SAUER KRAUT)

(John Staughton (BASc, BFA)

Nước ép bắp cải là một loại nước ép có vị nhẹ chiết xuất từ lá bắp cải chua, thuộc một số giống cây trồng khác nhau của loài Brassica oleracea. Bắp cải được trồng rộng rãi trên khắp thế giới vì phần đầu lá giàu chất dinh dưỡng, thịnh soạn, được sử dụng phổ biến trong các chế biến ẩm thực, từ món salad và món hầm đến các dạng ngâm chua và nước trái cây tốt cho sức khỏe.

*Sự kiện dinh dưỡng nước ép bắp cải làm dưa chua (NƯỚC JUICE)
Một ly nước ép **bắp cải từ dưa chua làm từ bắp cải** có thể cung cấp một lượng đáng kể **vitamin K, A, E và C, canxi, sắt, kali, glutamine, phốt pho, iốt, vitamin họ B**, các chất dinh dưỡng thực vật, enzym và các hợp chất chống oxy hóa. Khi bạn chọn **nước** ép bắp cải, thay vì ăn nó, bạn sẽ bỏ lỡ bắp cải

giàu chất xơ. Lần tới nếu bạn muốn thử một loại nước ép rau củ đơn giản, rẻ tiền và giàu chất dinh dưỡng, hãy tự chuẩn bị nước ép bắp cải tại nhà và tận hưởng nhiều lợi ích đáng ngạc nhiên của nó!

*Lợi ích sức khỏe của nước ép dưa chua làm từ bắp cải(Sauer kraut)
Những lợi ích sức khỏe ấn tượng của nước ép bắp cải chua bao gồm giải độc cơ thể, tăng cường miễn dịch, giảm cân, chữa lành các vấn đề về da nhanh hơn, cân bằng chức năng hormone, giảm huyết áp, v.v.

*Chăm sóc da
Nước ép bắp cải chua chứa nhiều chất chống oxy hóa, **bao gồm vitamin C và E**, tất cả đều có thể giúp cải thiện sức khỏe và vẻ ngoài của làn da của bạn. Nó có thể loại bỏ các gốc tự do khỏi bề mặt da và giảm các dấu hiệu lão hóa, chẳng hạn như nếp nhăn và vết thâm, đồng thời mang lại làn da sáng khỏe.

*Giải độc cơ thể (DETOX)
Nổi tiếng là một **chất lợi tiểu**, người ta đã uống nước ép bắp cải chua để loại bỏ độc tố trong cơ thể trong nhiều thế kỷ. **Glucosinolate** được tìm thấy trong nước ép bắp cải, có thể giúp loại bỏ **nhiều độc tố, hormone và enzym không cần thiết ra khỏi cơ thể**. Nó cũng giúp giải độc gan và thận.

*Giảm cân
Nước ép bắp cải rất ít calo, chỉ có 18 calo trong một ly. Tuy nhiên, loại nước ép này cũng khá giàu dinh dưỡng và có thể giúp cơ thể bạn cảm thấy no. Do đó, giảm nguy cơ ăn vặt giữa các bữa ăn và ăn quá nhiều, đồng thời làm cho nước ép bắp cải trở thành một phần lý tưởng của chế độ ăn kiêng giảm cân.

*Tăng khả năng miễn dịch
Với sự hiện diện của vitamin C, chất chống

oxy hóa và các khoáng chất tăng cường miễn dịch khác, nước ép này có thể là một lá chắn tuyệt vời cho hệ thống miễn dịch. Hơn nữa, một số hoạt chất vi lượng có thể chống lại sự giải phóng histamine trong cơ thể, làm giảm khối lượng công việc của hệ thống miễn dịch của bạn.

*Giảm mức Cholesterol

Nhiều nghiên cứu đã phát hiện ra rằng uống nước ép bắp cải thường xuyên có thể giúp giảm mức cholesterol LDL, đây là dạng chất béo "xấu" có thể dẫn đến các vấn đề về tim mạch. Bằng cách cân bằng mức cholesterol của bạn, nước ép này có thể giúp giảm cân và cải thiện sức khỏe tim mạch.

*Cải thiện chức năng não

Nghiên cứu đã kết nối một số thành phần hoạt tính trong nước ép bắp cải, cụ thể là anthocyanins và vitamin K, giúp cải thiện chức năng não và giảm sự lăng đọng của mảng bám trong đường thần kinh. Kết hợp với các chất chống oxy hóa khác trong đồ uống này, bạn có thể giảm nguy cơ rối loạn thoái hóa thần kinh.

*Cân bằng mức độ hormone

Có một lượng iốt đáng kể được tìm thấy trong bắp cải, có nghĩa là loại nước ép này có thể giúp điều chỉnh và theo dõi tuyến giáp và sản xuất hormone của bạn. Đây là một khoáng chất thiết yếu mà nhiều người bị thiếu, nhưng nếu bạn muốn giảm nguy cơ phát triển bệnh cường / suy giáp, nước trái cây này chính là thứ bạn cần.

*Tiềm năng chống ung thư

Có một số chất chống oxy hóa độc đáo trong nước ép bắp cải, bao gồm các hợp chất **sulfuric và isocyanate, cả hai đều có thể ngăn ngừa stress oxy hóa và các chất gây ung thư tác động tiêu cực đến tế bào.** Tuy nhiên, các nghiên cứu sâu hơn là cần thiết để xác minh tuyên bố này.

*Giảm huyết áp

Nước ép bắp cải cung cấp một lượng kali lành mạnh, có nghĩa là giảm huyết áp do chức năng của nó như một chất giãn mạch. Điều này có thể làm giảm căng thẳng và căng thẳng trong mạch máu và động mạch của bạn, do đó làm giảm nguy cơ xơ vữa động mạch, đau tim và đột quỵ, đồng thời cải thiện chức năng cơ và hệ thần kinh.

*Tác dụng phụ của nước ép bắp cải

Có rất ít tác dụng phụ khi uống nước ép bắp cải, mặc dù điều quan trọng cần lưu ý là một số người **bị tăng đầy hơi** và đầy hơi, trong khi những người khác báo cáo sự gia tăng viêm ruột. Hầu hết các tác dụng phụ này có thể tránh được nếu bạn luyện tập điều độ.

*Đầy hơi và đầy hơi: Các thành phần hoạt tính trong nước ép bắp cải, cụ thể là các hợp chất sulfuric, có thể tương tác kém với vi khuẩn trong đường ruột của bạn, dẫn đến tăng khí. Điều này có thể dẫn đến đầy hơi và khó chịu. Hãy thử một lượng nhỏ nước ép bắp cải nếu bạn gặp tác dụng phụ này.

*Hội chứng ruột kích thích: Trên một lưu ý tương tự, những người bị IBS đã báo cáo rằng uống nhiều hơn lượng nước ép bắp cải được khuyến cáo dẫn đến các triệu chứng tồi tệ hơn, bao gồm tiêu chảy, khó chịu và viêm ruột.

*Chức năng tuyến giáp: Nếu bạn đang uống một lượng đáng kể nước ép bắp cải, có lẽ để loại bỏ vết loét dạ dày, thì có khả năng bạn sẽ ảnh hưởng đến tuyến giáp của mình. Trong khi iốt cần thiết cho việc sản xuất hormone và điều hòa tuyến giáp, quá nhiều nó có thể gây nguy hiểm. **Nếu bạn bị cường / suy giáp, hãy** nói chuyện với bác sĩ trước khi biến nước ép này trở thành một phần

thường xuyên trong chế độ ăn uống của bạn.

*Làm thế nào để làm nước ép bắp cải?
Bạn có thể dễ dàng chuẩn bị nước ép bắp cải ở nhà và vì nó có vị nhạt nên bạn có thể thử thêm một số loại trái cây, rau hoặc gia vị. Bắp cải tím / đỏ có xu hướng ngọt hơn một chút, là lựa chọn tốt hơn nếu bạn định trộn nước ép với các loại trái cây khác.

Để làm nước ép bắp cải, bạn nên sử dụng phần giữa dày đặc của đầu bắp cải, mặc dù bạn cũng có thể ném một vài lá bên ngoài vào. Hương vị của nước trái cây này cũng nhẹ, rất lý tưởng để pha trộn một cách tinh tế với các loại nước ép rau hoặc trái cây khác

PS : Các loại thực phẩm lên men đều rất cần thiết cho sức khỏe, bổ sung men vi sinh Probiotic cho hệ tiêu hoá.

Ở Á châu thì người VN có dưa cải, Đại Hàn thì có Kim chi và Âu châu thì có Sauer kraut. Ngày xưa các bà nội trợ VN cũng thường uống nước từ dưa cải (mẹ tôi) để bổ sung men vi sinh cho đường ruột.

SAUER KRAUT VÀ NƯỚC JUICE của nó đã được kỹ nghệ hóa cũng như phổ biến mạnh mẽ trên thế giới .

(Amy)

Sauerkraut

USDA Nutrition for Sauerkraut (Solid and Liquids, Canned)

For : 1 cup	Amount	% Daily Values*
Calories	27	1.35%
Carbohydrates	6.08g	2.03%
Fat	0.2g	0.31%

Calculate your Recommended Daily Intake (RDI)

- Source: fatsecret.com

* Percent Daily Values are based on a 2000 calorie diet. Your daily values may be higher or lower depending on your calorie needs.

BỆNH CAO CHOLESTEROL

BS
Trần
quý
Trâm

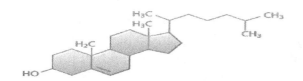

CẤU TRÚC PHÂN TỬ CHOLESTEROL

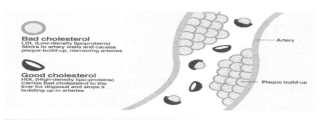

Bad cholesterol
LDL (Low-density lipoproteins)
Sticks to artery walls and causes
plaque build-up, narrowing arteries

Good cholesterol
HDL (High-density lipo-proteins)
Carries bad cholesterol to the
liver for disposal and stops it
building up in arteries

Artery

Plaque build-up

Healthy Blood Cholesterol Levels, by Age and Sex				
Demographic	Total Cholesterol	Non-HDL	LDL	HDL
Age 19 or younger	Less than 170 mg/dL	Less than 120 mg/dL	Less than 100 mg/dL	More than 45 mg/dL
Men age 20 or older	125 to 200 mg/dL	Less than 130 mg/dL	Less than 100 mg/dL	40 mg/dL or higher
Women age 20 or older	125 to 200 mg/dL	Less than 130 mg/dL	Less than 100 mg/dL	50 mg/dL or higher

Cholesterol là 1 chất béo màu vàng nhạt,.bóng như sáp tìm thấy trong các loại mở trong máu , không tan trong nước , có 2 nguồn gốc : do gan sản xuất và do thức ăn ngoài đem vào.Cholesterol vận chuyển trong máu nhờ Lipoprotein. Có 2 loại Cholesterol :

• HDL cholesterol (high density lipoprotein cholesterlol) chiếm 1/3 lượng cholesterol trong máu, gọi là cholesterol tốt vì nó vận chuyển cholesterol từ máu về gan , vận chuyển cholesterol khỏi các mảng mơ(plaques) giảm nguy cơ vở động mạch.

• LDL cholesterol (low density lipoprotein cholesterol) gọi là cholesterol xấu , vì nếu tăng nhiều trong mạch máu , lắng đọng ở thành mạch máu thành mảng mở (plaque build-up) nguy cơ hẹp và máu không có oxy sẻ không chạy tới tim , làm bệnh nhân lên cơn đau tim , nhồi máu cơ tim và đột quy.

• Sơ đồ Cholesterol tốt (HDL) và Cholesterol xấu (LDL)Nhận xét : Tuổi người lớn :
Cholesterol toàn phần < 200 mg/dl : tốt .

>240mg/dl : xấu
LDL cholesterol   < 70mg/dl : tốt
HDL cholesterol   < 40mg/dl :xấu. >
60mg/dl : tốt
Triglyceride   < 150mg/dl : tốt .
>500mg/dl : xấu

Nguyên nhân tăng cholesterol

• Ăn nhiều mở động vật , thịt đỏ, lòng bò heo,dầu dừa, đồ chiên xào , da gà,heo, thức ăn nhiều đồ ngọt , thức ăn bơ thực vật như khoai tây chiên (french fried), hút thuốc lá , uống nhiều rượu bia,,,

• lười vận động

• hút thuốc

• tiểu đường

Nên :

• không nên ăn tối quá khuya vì thức ăn khó tiêu hóa , sẽ tăng lượng cholesterol đọng trên thành động mạch gây chứng xơ vửa động mạch .

• ăn rau quả nhiều

• 1 tuần ăn không quá 3,4 quả trứng gà , bớt ăn tròng đỏ

- uống nhiều nước
- ăn cá nhất là cá hồi có rất nhiều Omega 3
- BS sẽ cho xử dụng các thuốc như : thuốc thuộc nhóm statin như: Zocor, atorvastatin …

Sau cùng nếu bạn muốn sống lâu, sống khỏe , không cần lo nghĩ đến Cholesterol cao hay thấp thì cứ theo gương bà Mỹ nầy thì đời sẽ đẹp như mơ !

Bs. Trần Quý Trâm

SUGGESTED USE: As a dietary supplement take two (2) capsules daily.

CAUTION: Do not exceed the recommended dose. This product is not intended for pregnant or nursing mothers or children under the age of 18. Individuals currently using "Statin" drugs or those with a known medical condition should consult a physician prior to use. This product is manufactured and packaged in a facility which may also process milk, soy, wheat, egg, peanuts, fish and crustacean shellfish.

These statements have not been evaluated by the FDA. This product is not intended to diagnose, treat, cure or prevent any disease.

MANUFACTURE FOR TRUHERBS U.S.A
m   00   c m
                    c m

New Formula - Clinical Tested

CHOLESTEROL SUPPORT

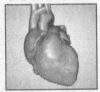

High Support Healthy Cholesterol Levels Already Within the Normal Range

Dietary Supplement   60 Capsules

Supplement Facts

Serving Size : 2 capsules
Serving per container: About 60

Amount per serving		% Daily Value
Niacin (granular)	50 mg	250%
Policosanol	10 mg	"
Gugulipid (2,5% guggulsteronnes)	100 mg	"
Plant Sterol Complex	200 mg	"
Cayenne (herb powder)	50 mg	"
Gartic (herb powder)	50 mg	"

* Daily Value not established.

Other Ingredients: Vegetable cellulose, rice flout vegetable stearate and silicon dioxide.

ALLERGEN WARNING: CONTAINS SOY (PLANT STEROLS).

 MADE IN USA

KEEP OUT OF REACH OF CHILDREN. DO NOT USE IF SAFETY SEAL IS DAMAGED OR MISSING. STORE IN A COOL, DRY PLACE.

About Turmeric:

A Tropical perennial native to South and Southeastern Asia, Turmeric (Curcuma longa) can reach a height of 6 feet. It is a member of the ginger family, and bears long, dark green leaves that sprout from a brightly colored yellow-orange system of roots, or rhizomes. Turmeric's rhizomes have seen a wide range of use, from culinary applications as a spice (most notable giving curry its signature color) to Hindu religious ceremonies and folk wellness practices.

Ingredients: Organic Turmeric (Curcuma longa) Root

Directions: As a spice, add 1/8 teaspoon to your favorite dishes.

PRODUCT OF INDIA MADE IN USA

WWW.TRUHERBSUSA.COM

ORGANIC TURMERIC POWDER
CURCUMA LONGA

HERBAL SPICE

With Turmeric Root Ground (Organic)

Net WT 11 oz (311gr)

COMPLIANCE WITH JAPANESE GMP STANDARD

- 100% Certified Organic
- 100% Satisfaction Guarantee

BỘT CHA DE BUGRE

Amy tổng hợp

GIẢM CÂN, một cafe tự nhiên được sử dụng để hỗ trợ năng lượng và sự tỉnh táo của tinh thần - Không có tác dụng phụ bồn chồn.

Cha de bugre được ủ trong những chiếc trống lớn trong các lễ hội ở Brazil và người dân sử dụng nó để duy trì năng lượng qua đêm.

Cha de bugre là một loại năng lượng rất sạch, hàm lượng caffeine thấp một cách đáng ngạc nhiên, nhưng tác dụng ở liều 500mg lại giống như "" 2 Venti Starbucks. "   "

Nó được biết là có chứa caffeine, kali, allantoin và axit allantoic tự nhiên. Allantoin và axit allantoic có thể giải thích việc sử dụng truyền thống để chữa lành vết thương. Chúng là bột lá reporteCha de Bugre để **giúp hỗ trợ lượng chất béo**

trong cơ thể khỏe mạnh và bảo tồn mô cơ. Từ xưa đến nay, trà được sử dụng để hỗ trợ chức năng thận, nồng độ axit uric và hỗ trợ khả năng chữa lành vết thương bên ngoài của cơ thể.

Bột Cha de Bugre thô, không biến đổi gen của chúng tôi có thể hỗ trợ tuần hoàn lành mạnh, giúp cơ thể loại bỏ cellulite và hỗ trợ loại bỏ chất lỏng dư thừa bằng cách phá vỡ **các axit béo**. Cha de Bugre là một chất kích thích tự nhiên được sử dụng để hỗ trợ năng lượng và **sự tỉnh táo về tinh thần mà không có bất kỳ tác dụng phụ nào khiến bạn bồn chồn.**

Cha de bugre thô có thể hỗ trợ hệ thống miễn dịch khỏe mạnh, tiêu hóa khỏe mạnh, chức năng gan, thận và ruột kết. Điều này có thể hữu ích cho những người bị sỏi thận hoặc bệnh gút. Do khả năng hỗ trợ tái tạo da khỏe mạnh, nó đã được sử dụng theo truyền thống để chữa lành các vết thương bên ngoài. Nghiên cứu mới đã chỉ ra rằng cha de bugre có thể hỗ trợ tỷ lệ phản ứng virus khỏe mạnh.

Một số lợi ích sức khỏe có thể có và cách sử dụng truyền thống của Bột Cha de Bugre thô có thể bao gồm:

*Có thể hỗ trợ giảm cân lành mạnh

*Có thể hỗ trợ cân bằng chất lỏng lành mạnh trong cơ thể

*Chất kích thích tự nhiên (như coffein)

Hỗ trợ làn da khỏe mạnh

Có thể hỗ trợ chức năng gan và thận khỏe mạnh

Có thể làm giảm ho
Các thành phần của Cha De Bugre bao gồm:
Khoáng chất: Kali
Hóa chất thực vật: Allantoin, Axit allantoic, Caffeine, Sterol thực vật
Cha De Bugre được biết đến với những cái tên nào khác?

Bois d'ine, Thuốc ăn kiêng Brazil, Bugrinho, Cafe de Bugre, Café de la Forêt, Café des Bois, Cafe do Mato, Cafezinho, Cha-de-Negro-Mina, Chá de Bugre, Cha de Frade, Claraiba, Cà phê của the Woods, Coquelicot, Cordia ecalyculata, Cordia salicifolia, Grao-do-Porco, Laranjeira-do-Mato, Louro-Salgueiro, Louro-Mole, Pilule Amincissante Brésilienne, Porangaba, Rabugem.

Cha De Bugre là gì?

Cha de Bugre là một loài cây có nguồn gốc từ Brazil và cũng có thể được tìm thấy trong các khu rừng nhiệt đới của Paraguay và Argentina. Cây cho quả màu đỏ trông rất giống hạt cà phê. Loại quả này thường được rang và ủ thành trà thay thế cho cà phê. Một trong những tên của nó là "cafe do mato" hoặc "coffee of the woods".

Cha de Bugre là một chất hỗ trợ giảm cân phổ biến ở Brazil và là một thành phần phổ biến trong "thuốc ăn kiêng Brazil" cũng đang trở nên phổ biến ở Bắc Mỹ. Một số loại "thuốc ăn kiêng kiểu Brazil" cũng được cho là chứa amphetamine và thuốc an thần theo toa.

Cha de Bugre cũng được sử dụng để điều trị cellulite, ho, giữ nước (phù nề), bệnh gút, ung thư, herpes, nhiễm virus, sốt, và các bệnh về tim và mạch máu. Nó cũng được sử dụng như một loại thuốc bổ nói chung để cải thiện lưu thông máu và chức năng tim.

Một số người bôi Cha de Bugre trực tiếp lên da để chữa lành vết thương. Sản phẩm này là 100% tự nhiên và được xử lý tối thiểu: Vị, mùi, kết cấu và màu sắc có thể thay đổi theo từng đợt.

****Đề xuất sử dụng: Cách pha chế truyền thống là pha 1 thìa cà phê vào trà và uống trước bữa ăn 30 phút. Bạn cũng có thể trộn 1 thìa cà phê với nước trái cây, sữa chua hoặc thêm vào món sinh tố yêu thích của bạn.
Một số người nhận thấy Cha de Bugre có tác dụng kích thích nên tốt nhất không nên uống trước khi đi ngủ.

Nguồn gốc: Được trồng và sấy khô ở Brazil. Đóng gói cẩn thận tại Florida, Hoa Kỳ.

RỤNG TÓC:
NGUYÊN NHÂN PHỤ THUỘC VÀO LIỆU PHÁP

Amy tổng hợp

Khi đầu tóc cứ bị hói, đó không chỉ là vấn đề thẩm mỹ. Rụng tóc cũng có thể là một tín hiệu quan trọng cho những căn bệnh chưa biểu hiện ra ngoài.

Tuy nhiên, phổ biến nhất là rụng tóc do di truyền.c mọc trên da đầu. Ở một người khỏe mạnh, khoảng 100 sợi tóc mới mọc ra khỏi da đầu mỗi ngày. Khoảng một lượng tóc rụng trở lại. Đó là lý do tại sao việc tìm thấy nhiều lông trên gối hoặc trong bồn rửa mặt vào buổi sáng là hoàn toàn bình thường.

Các bác sĩ chỉ nói đến tình **trạng rụng tóc (rụng tóc)** nếu có hơn 100 sợi tóc rụng mỗi ngày trong vài tuần. Các triệu chứng điển hình là: tóc mỏng đi trông thấy hoặc trên da đầu xuất hiện những đốm hói.

Có những loại rụng tóc nào?
Có ba loại rụng tóc khác nhau.

*dạng phổ biến nhất là rụng tóc do di truyền, cái gọi là rụng tóc nội tiết tố nam (alopecia androgenetica). Nó ảnh hưởng đến 95 phần trăm tất cả các trường hợp.
*Rụng tóc lan tỏa (alopecia diffusa) hoặc ít gặp hơn
*rụng tóc hình tròn (rụng tóc từng mảng)

Rụng tóc: phương pháp khắc phục nào hiệu quả?
Không có cách chữa rụng tóc phổ biến nào vì vấn đề có liên quan chặt chẽ đến các nguyên nhân riêng lẻ. Nhiều loại bệnh khác nhau, thiếu hụt nguồn cung cấp hoặc phản ứng quá nhạy cảm **với hormone androgen** có thể là nguyên nhân dẫn đến tình trạng tóc thưa dần. Nếu có một triệu chứng thiếu hụt, nó có thể được khắc phục bằng cách bổ sung **vitamin hoặc khoáng chất bị thiếu. Do đó, giải thích y tế về nguyên nhân là bước hiệu quả đầu tiên để chống rụng tóc.**

Nhiều biện pháp khắc phục, đặc biệt là trị rụng tóc do di truyền, được cung cấp dưới dạng mỹ phẩm, thực phẩm ăn kiêng hoặc thuốc. Sau này thường có tác dụng phụ nghiêm trọng. Tuy nhiên, cũng có những lựa chọn thay thế trong lĩnh vực thực vật.

Nguyên tắc cơ bản là: Không được tự ý vận động mà hãy tham khảo ý kiến bác sĩ hoặc chuyên gia thay thế.
Nếu rụng tóc do di truyền, ban đầu nam giới thường rụng tóc ở thái dương trên, đến giai đoạn nặng thì rụng tóc sau đó cũng ảnh hưởng đến phần sau đầu và vùng trán.

Tần số
Rụng tóc do di truyền là hiện tượng thường gặp ở nam giới. Khoảng 50 phần trăm bị ảnh hưởng. Đối với phụ nữ, nó là 20 phần trăm.

Những triệu chứng nào điển hình ở phụ nữ?

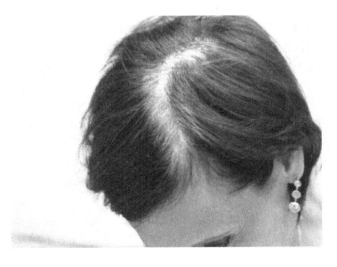

*Ở phụ nữ, tóc mỏng hơn ở khu vực phần giữa.

Ở phụ nữ bị rụng tóc do di truyền, tóc ở phần giữa mỏng đi, nhưng hiếm khi có những đốm hói. Tóc ngày càng mỏng đi khiến da đầu lộ rõ.

Không thể đoán trước được tình trạng rụng tóc sẽ tiến triển nhanh như thế nào. Điều này rất khác nhau ở mỗi người.

Ít khi xảy ra: Rụng tóc lan tỏa hoặc hình tròn

Rụng tóc lan tỏa là khi tóc rụng đều trên cả đầu.

Ngược lại, với rụng tóc hình tròn, các đốm

hói hình bầu dục hoặc hình tròn sẽ hình thành trên đầu trong thời gian rất ngắn. Nhưng lông râu, lông nách và lông mu cũng như lông mày và lông mi có thể bị ảnh hưởng.

Rụng tóc: bác sĩ nào sẽ giúp?

Người liên hệ phù hợp là bác sĩ gia đình hoặc bác sĩ da liễu (bác sĩ da liễu) của bạn. Tại sao rụng tóc: nguyên nhân và chẩn đoán

Rụng tóc do đâu?

Trong hầu hết các trường hợp, rụng tóc là do di truyền. Tuy nhiên, cũng có thể có những nguyên nhân khác đằng sau nó, đó là lý do tại sao trước tiên bác sĩ sẽ lấy tiền sử bệnh chi tiết để chẩn đoán và hỏi những câu hỏi sau, trong số những điều khác:

Tóc rụng bao lâu rồi?
Có vấn đề gì về da không?
Có hay có bệnh cấp tính?
Có một bệnh mãn tính đã biết?
Những loại thuốc nào đã được dùng trong vài tháng qua?
Đã hoặc đang tuân thủ chế độ ăn kiêng chưa?
Dùng những loại dầu gội nào?

CHÍNH VĂN - Đặc san Tô Ngọc, Gia đình & Bạn hữu   Email: baochinhvan@gmail.com

NẤM LION MAN

Amy tổng hợp

Mane chắc chắn là một loại thuốc lịch sử của Trung Quốc, mà **Phát triển mạnh mẽ trong thế giới của các loại thuốc thông minh hiện đại**. Khả năng của nó để tăng cường tất cả **các chức năng nhận thức, khả năng bảo vệ thần kinh** đã được xác nhận và liên quan đến việc sản xuất NGF, hay **Yếu tố tăng trưởng thần** kinh, chịu trách nhiệm cho Lion Mane có lẽ là thuốc bảo **vệ tự nhiên nổi tiếng nhất cũng như được biết đến**. Hữu ích trong hàng trăm năm như một loại thuốc bổ nói chung cũng như điều trị sức khỏe, Lion Lans Mane (còn được gọi là Hericium Erinaceus, Yamabushitake hoặc Satyr Muff râu, **Nhật Bản, Bắc Mỹ cũng như Châu Âu**.

Mặc dù nó thường được khuyên dùng như một phương pháp phục hồi tổng quát, nhưng tác **dụng của nó đối với não bộ được** công nhận cũng như các bác sĩ lịch sử đã sử dụng nó để đối phó với những gì chúng ta gọi là **bệnh thoái hóa thần kinh**. Gần đây, khả năng **nootropic đáng kể của Lion Mane** đã xuất hiện, phần lớn là do phát hiện ra mối liên hệ với NGF, **một loại protein rất cần thiết cho sự sống sót và chức năng của các** tế bào thần kinh. Lion lu Mane giúp tăng lượng NGF trong não, giúp tăng cường nhận thức bằng cách giảm viêm, kích thích sự phát triển thần kinh, cũng như tăng cường sức khỏe của não.

Nhưng trong khi việc **tăng cường nhận thức được** coi là những tác động thiết yếu nhất của Lion Mane, ; Các nghiên cứu cho rằng **Lion Mane thực** sự là kinh hiệu quả, có thể có lợi trong việc kiểm soát nhiều tình trạng *đáng kinh ngạc khác một chất bảo vệ thần kinh nhau, từ sức khỏe tim mạch đến béo phì và một số loại ung thư.*

Lion Mane thực sự là một nootropic đặc biệt; hầu hết mọi thứ về nó, từ hiệu ứng cho đến khung thời gian đến phương pháp hành động đều rất đặc biệt so với các môn phái nootropics hiện đại giống như các đường đua. Nhưng nghiên cứu đang tiếp tục xác minh sức mạnh cũng như tiềm năng của nó như **là chất tăng cường trí não và nhận thức cũng như một số lượng người dùng nootropic đáng kinh ngạc đang tìm thấy nó là một phụ kiện vô giá cho chế độ bổ sung của họ.**

Lợi ích sức khỏe của nấm Lion Lion Mane

Việc sử dụng thường xuyên **Lion Mane** hoặc thậm chí chiết xuất của nó có thể cung cấp **dinh dưỡng thần kinh**, có nghĩa là nó có thể khuyến khích tái tạo thần kinh trong não. Điều này có thể giúp đối phó với các tình trạng thần kinh như **bệnh Alzheimer và bệnh Parkinson**.

Liệt kê một vài lợi thế sức khỏe của nấm **Lion Mane**

1. Tăng cường trí nhớ và chức năng não

Tất nhiên, sự thu hút lớn nhất đối với việc bổ **sung Lion từ Mane** được thực hiện cho các hiệu ứng **nootropic** của nó. **Lion**

Mane đã được khoa học chứng minh để tăng cường nhận thức bao gồm **tăng cường trí nhớ cũng như nhớ lại.** Nó cũng có thể giúp duy trì sự tập trung và sự chú ý - thực tế mọi người thường có thể hưởng lợi từ. Bằng cách tăng khả **năng tập trung vào công việc hoặc học tập,** các cá nhân sẽ thấy mình ngày càng thành công hơn trong trường học hoặc nơi làm việc. **Lion Mane** thực sự là một chất bổ sung tự nhiên giúp tăng cường tất cả các chức năng não ..

2. Tốt cho bệnh tiểu đường

Lượng đường trong máu cao trong **bệnh tiểu đường** có thể **dẫn đến xơ vữa động mạch, đau tim, đột quy, tổn thương mắt hoặc võng mạc, suy thận hoặc thận, vv** Chiết xuất của Hericium Erinaceus hoặc nấm sư tử đã cho thấy lợi ích của việc giảm lượng đường trong máu cao.

Ngoài việc kiểm soát lượng đường trong máu cao, chiết xuất của chúng cũng làm tăng nồng độ **insulin trong các** nghiên cứu trên động vật. Họ cũng gây ra tác **dụng hạ đường huyết và chống oxy hóa đáng kể.** (1)

3. Điều trị loét dạ dày hoặc dạ dày

Loét dạ dày hoặc loét dạ dày thực sự là rắc rối. Chúng có thể dẫn đến axit, khó tiêu, cảm giác nóng rát và đau bên dưới xương sườn, đau sau xương ức hoặc xương ức, vv Chiết xuất của nấm sư tử mane đã cho thấy để điều trị loét dạ dày theo nghiên cứu. Thành *phần polysacarit của Hericium Erinaceus làm giảm kích thước của loét dạ dày. Nấm sư tử cũng bảo vệ niêm mạc dạ dày bằng cách ngăn chặn sự giảm các enzyme chống oxy hóa bảo vệ niêm mạc dạ dày.*

4. Cung cấp hiệu quả bảo vệ thần kinh

Nấm được tìm thấy là một loại **thuốc bổ thần kinh** nổi bật có thể giúp duy trì một hệ **thống thần kinh khỏe mạnh.** Nghiên cứu hoàn thành tại Nhật Bản, theo chỉ dẫn của **Tiến sĩ Kawagishi thuộc Đại học Shizuoka,** đã chứng minh rằng **nấm sư tử mane khuyến khích tạo ra yếu tố tăng trưởng thần kinh (NGF) - một loại protein** khuyến khích sức khỏe thần kinh. **Protein rất quan trọng đối với sự phát triển và tồn tại của các tế bào thần kinh tế bào thần kinh được coi là khối xây dựng của hệ thần kinh.** NGF đủ là điều cần thiết để **quản lý chức năng của tế bào thần kinh. Khả** năng tái sinh của các tế bào thần kinh sẽ giúp giải quyết các vấn đề về thần kinh, như Alzheimer, Parkinson, và chứng mất trí, cũng là do sự tồn tại của NGF. **Mặc dù NGF được tiết ra trong cơ thể chúng ta, nhưng nó có thể xâm nhập vào hàng rào máu não, điều này có nghĩa là nó có thể điều chỉnh các dây thần kinh bị tổn thương trong não.**

Các nhà khoa học trong nghiên cứu nhận thấy rằng nấm bao **gồm 2 hợp chất erinacines và hericenone** có thể vượt **qua hàng rào máu não** và khiến não tiết ra NGF, thường kích hoạt sự tổng hợp tế bào thần kinh trong não. **Những loại hợp chất tạo ra tác dụng kích thích tái tạo tế bào thần kinh trong não có thể giúp giải quyết các vấn** đề thần kinh đáng chú ý là cái chết của các tế **bào thần kinh (tế bào thần kinh)** trong các phần cụ thể của não. Khả **năng nấm nấm để bổ sung NGF** có thể giúp tăng cường các vấn đề về trí nhớ liên quan đến chứng mất trí nhớ. Trong thực tế, **sư tử sư tử được phát hiện là hữu ích để tăng cường sản xuất tế bào thần kinh, giúp tăng cường các kỹ năng vận động ở những người đang vật lộn với Parkinson, ngoài ra còn chữa lành tổn thương** thần kinh do đột quy.

5. Hoạt động chống ung thư

Các chiết **xuất của Hericium**

Erinaceus cũng cho thấy tác dụng **chống khối u** chống lại **một số bệnh ung thư như ung thư gan, ung thư dạ dày và ung thư ruột kết.** Một nghiên cứu khác cho thấy chiết xuất của **loại nấm** này, khi được sử dụng kết hợp với các **loại thuốc hóa trị như** doxorubicin, có thể điều trị hiệu quả ung thư gan hoặc ung thư tế bào gan kháng với điều trị bằng thuốc. (4), (5)

6. Ngăn ngừa xơ vữa động mạch

Xơ vữa động mạch là xơ cứng và thu hẹp các động mạch cung cấp máu cho các bộ phận khác nhau của cơ thể. **Nồng độ** cholesterol cao, lượng đường trong máu cao, huyết áp cao và hút thuốc là một số lý do phổ biến nhất cho sự phát triển của chứng xơ vữa động mạch.

Xơ vữa động mạch có thể dẫn đến nhiều **vấn đề sức khỏe như đau tim hoặc nhồi máu cơ tim, đột quỵ, bệnh động mạch ngoại biên**, v.v ... **Nấm Lion mane** làm **giảm cả cholesterol cao và lượng đường trong máu cao là những yếu tố gây ra xơ vữa động mạch.**

7. Giảm trầm cảm và lo lắng

Trong thế giới cạnh tranh ngày hôm nay, chúng ta phải chịu áp lực liên tục. Chúng tôi không thể **chống lại mức độ căng thẳng** và chúng tôi có xu hướng **phát triển trầm cảm và lo lắng.** Nhiều người trên khắp thế giới đang trở thành nạn nhân của những rối loạn này.

Nấm sư tử có xu hướng làm giảm mức độ trầm cảm, lo lắng và kích thích ở những người dùng chất bổ sung của nó so với những người không dùng nó. Lợi ích của nấm sư tử để **giảm trầm cảm và lo lắng chủ yếu là do hành động của nó trong việc kích thích yếu tố tăng trưởng thần kinh hoặc NGF.**

8. Sửa chữa vỏ myelin

Lion mane thực sự là một loại thuốc bổ sung thuận lợi cho các **tình trạng hệ thần kinh** trung ương, **đặc biệt là nơi vỏ myelin được tìm thấy xung quanh dây thần kinh đã bị tổn thương. Điều này thực** sự đáng chú ý hơn trong căn bệnh được gọi là bệnh đa xơ cứng. **Lion mane** không hiển thị độc tính bất cứ khi nào được tiêu thụ cho mục tiêu cụ thể này và nó có tác dụng có lợi đối với **sự tăng trưởng myelin.** Loại nấm đặc biệt này khuyến khích và điều chỉnh sự phát **triển myelin** với tốc độ nhanh hơn đáng kể.

9. Giảm mệt mỏi

Hericium Erinaceus polysacarit (HEP) cũng đã chứng minh lợi ích của nó **trong việc giảm mệt mỏi. Việc bổ sung chiết xuất** nấm bờm sư tử đã cải thiện mức năng lượng và giảm mệt mỏi đáng kể. Nó cũng làm tăng hàm lượng glycogen mô và hàm lượng enzyme chống oxy hóa giúp giảm mệt mỏi. Nó cũng làm giảm nồng độ **axit lactic** trong máu (BLA), nitơ urê huyết thanh (SUN), malondialdehyd (MDA) có vai trò gây mệt mỏi. Do khả năng giảm mệt mỏi, nấm sư tử có khả năng được sử dụng cho dinh dưỡng thể thao.

10. Cải thiện chức năng nhận thức

Nấm có thể giúp tăng cường chức năng nhận thức như được phát hiện thông qua một nghiên cứu được thực hiện vào năm 2009, tại Tập đoàn Hokuto và Bệnh viện phẫu thuật thần kinh trung ương Isogo.

*Nhóm điều trị bao gồm 30 bệnh nhân Nhật Bản đang phải vật lộn với sự suy giảm nhận thức nhẹ, cộng với họ được cho uống 250 viên nấm sư tử. Chúng được khuyên dùng 4 viên, 3 lần mỗi ngày, trong khoảng thời gian 16 tuần. Trong khoảng thời gian này, các cá nhân đã chứng **minh khả năng nhận thức tăng dần, được phát hiện là*** *đáng kể trong tuần thứ 16.*

Tuy nhiên, sau khi việc tiêu thụ chất bổ sung bị dừng lại, 4 tuần tiếp theo chứng tỏ mất khả năng nhận thức ổn định. Các nhà khoa học xác định rằng sự tăng cường chức năng nhận thức có thể nhìn thấy được miễn là nấm hoặc chiết xuất của nó được đưa vào hàng ngày trong chế độ ăn uống.

11. Bảo vệ gan

Nghiên cứu gần đây cho thấy chiết xuất nấm sư tử cũng có khả năng bảo vệ gan. Họ có thể đảo ngược **độc tính gan** hoặc tổn thương gan do tiếp xúc với rượu cấp tính hoặc độc tính. Việc sử dụng **chiết xuất Hericium Erinaceus đã cho thấy làm giảm nồng độ** aspartateaminotransaminase (AST), alanine aminotransferase (ALT), dialdehyd (MDA) là dấu hiệu của tổn thương hoặc tổn thương gan.

12. Thúc đẩy tiêu hóa

Nấm sư tử có một số thành phần giúp thúc đẩy tiêu hóa. Hoạt động hiệu quả của niêm mạc dạ dày là điều cần thiết để ngăn ngừa sự phát triển của loét dạ dày và cũng để duy trì quá trình tiêu hóa khỏe mạnh. Các hợp chất có trong nấm lion mane như **polysacarit duy trì hàng rào niêm mạc dạ dày khỏe mạnh.**

13. Tăng cường hệ thống miễn dịch

Nấm được nạp chất chống oxy hóa, polysacarit, beta-glucoxylan và beta-glucan sẽ giúp tăng cường hệ thống miễn dịch. Các thành phần này có xu hướng thể hiện phẩm chất điều chỉnh miễn dịch, điều này sẽ giúp giảm sưng lâu dài liên quan đến viêm khớp. (10)

14. Giảm cholesterol cao

Lượng Lion sẽ có lợi trong việc **chống lại mức cholesterol** cao. Một nghiên cứu động vật nhận thấy rằng có một khoảng. **Giảm 45% lượng cholesterol xấu, cũng** như tăng **31% lượng cholesterol tốt**, trong các đối tượng được chiết xuất từ bờm sư tử. Vì vậy, thêm các loại nấm này vào chế độ ăn uống có thể giúp duy trì mức cholesterol lành mạnh.

*Lợi ích sức khỏe khác

Cách sử dụng cổ điển nhất của Lion Mane là luôn luôn đối phó với các vấn đề về dạ dày. Nó thực sự là một y học cổ truyền Trung Quốc nhưng nghiên cứu đã tiết lộ rằng các khoáng chất đầy đủ sao lưu các lợi ích được công nhận của nấm. **Nó bao gồm chất lượng chống vi khuẩn và cung cấp các tác dụng chống viêm.**

Các tác dụng đặc biệt khác cũng có thể lý tưởng cho mọi người bao **gồm lượng đường trong máu được kiểm soát cũng như mức cholesterol.**

Điều này sẽ làm cho nó phù hợp cho người lớn đang **mắc bệnh tiểu đường** hoặc thậm **chí có thể bị bệnh tim. Nấm cũng giúp giải độc**, có khả năng loại bỏ các vật liệu có hại thường trôi nổi trong cơ thể. Do đó, nó không chỉ tránh các vấn đề mà **còn tăng cường hệ thống miễn dịch, chuẩn bị cho nhiễm trùng và vi khuẩn.**

*Lịch sử của nấm Lion Man

Loại nấm trông giống người ngoài hành tinh đặc biệt này đã mang đặc tính của người bí ẩn cũng như bí truyền ở Nhật Bản, nơi nó được cung cấp một danh hiệu sau một trong những giáo phái Phật giáo hấp dẫn nhất ở **châu Á. Lion Lion Mane** được gọi là Yamabushitake, **sau các nhà sư Phật giáo Yamabushi.**

tiêu đề có nghĩa là 'những người ngủ ở **vùng núi và cực kỳ phản ánh bản chất đơn độc** và vẻ ngoài khác biệt **của loài nấm đặc biệt** này bên cạnh việc mô tả các hoạt động của các nhà sư. Yamabushi về cơ bản là những người khổ hạnh lang thang từ truyền thống Phật giáo tâm linh Shugendo sống trong các khu rừng núi của Nhật Bản.

Một so sánh khác bắt nguồn từ một bộ quần áo trang trí được mặc bởi **Yamabushi được gọi là 'suzukake. Bộ quần áo đặc biệt này,** được tạo thành từ những sợi lông dài tương tự như dáng vẻ **của Lion Mane.** Mặc dù **Lion Mane** đã được người Trung Quốc và Nhật Bản biết đến trong nhiều thế kỷ như một loại thực phẩm, nhưng cho đến gần đây, loại nấm này đã bắt đầu **được tiêu thụ ở Châu Âu và Châu Mỹ.** Giới thiệu về California như một thực phẩm dành cho người sành ăn có sẵn dễ dàng được đưa ra sau khi nhà nấm học **Malcolm Clarke** nói về một loại nấm **Lion Mane** đang trổ quả ở **Glen Ellen** Nó hoàn toàn có sẵn trên một cây Bay đã rơi trên một con lạch. Malcom Clarke đã quan sát nấm trong ba ngày để ý xem nó nhận được bao nhiêu ánh sáng và tất cả các điều kiện môi trường cho phép nấm phát triển trong khu vực đó.

Một lần trong ba ngày, **Malcom đã thu hoạch Lion Mane** và mang nó trở lại trong phòng thí nghiệm nơi anh ta tạo ra một nền văn hóa từ việc này.

Bằng cách sử dụng các ghi chú của mình, anh đã tái tạo **môi trường mà nấm phát triển** và **bắt đầu tự trồng.** Sau đó, anh ta lấy một mẫu của những gì anh ấy đã phát triển cho nhà hàng sành ăn nổi tiếng nơi đầu bếp thốt lên, '**Ah, Pom Pom Blanc Muff. Malcom Clarke** sau đó đã gắn nhãn hiệu **này và bắt đầu trồng nấm theo nghĩa thương mại cho các nhà hàng.**

Chiết xuất bột
Cách tốt nhất và hiệu quả nhất để sử dụng **loại nấm này là sử dụng chiết xuất dạng bột.** Mushroom Science là một thương hiệu chất lượng cao cung cấp một chiết xuất

mạnh mẽ của sư tử sư tử, cho đến nay là một trong những tốt nhất

Sử dụng truyền thống và lợi ích của Nấm Lion Lion Mane
*Ở Trung Quốc, theo truyền thống, **nó được sử dụng cho bệnh dạ dày.** Nấm bờm Lion Lion được sử dụng để tăng **cường sức khỏe tiêu hóa,** bao gồm cải **thiện chức năng dạ dày và gan, bảo vệ gan và giúp điều trị loét dạ dày và tá tràng và viêm dạ dày mãn tính.**

*Nó cũng được sử dụng **để giảm bớt sự thờ ơ tinh thần.**

*Nó được sử dụng như một **loại thuốc bổ sức khỏe phục hồi.**

*Nấm bờm Lion** Lion đã được chứng minh là làm tăng các hoạt **động thần kinh-thần kinh bằng cách kích thích sự phát triển của tế bào thần kinh hoặc tế bào não, có thể chịu** trách nhiệm cho tác dụng **tăng cường trí não và chống trầm cảm của nấm.**

*Nó làm **tăng tốc độ chữa lành vết loét, và thậm chí làm giảm viêm nói chung.**

*Sư tử Lion Mane cũng giúp điều chỉnh lượng đường trong máu và cholesterol.**

*Tại Trung Quốc, bổ sung nấm dược liệu này được sử dụng để giúp điều trị ung thư**

* Sự kiện Lion Mane
Sư tử LION Mane là một loại nấm ăn được với đặc tính dược liệu. Loại nấm này được biết đến với nhiều tên khác, bao gồm Nấm Hedgekey, Nấm Khỉ, Đầu gấu, Râu Man Man, Yamabushitake (Nhật Bản), Houtou (Trung Quốc) và Hericium erinaceus (Latin). Nó đã được sử dụng trong y học cổ truyền Trung Quốc và Nhật Bản trong suốt lịch sử. Nó cũng thường được tiêu thụ ở nhiều nước châu Á khác như Hàn Quốc và Ấn Độ.

Ngăn ngừa binh tật bằng thảo dược tăng cường hệ miễn dịch.

TURKEY TAIL MUSCHROOM NẤM ĐUÔI GÀ TÂY

Amy tổng hợp

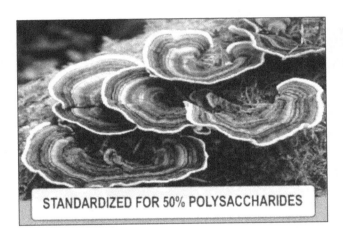

STANDARDIZED FOR 50% POLYSACCHARIDES

TURKEY TAIL MUSCHROOM tăng cường khả năng phòng thủ **của cơ thể bằng cách tăng cường hệ thống miễn dịch.**

Đuôi gà tây (**Trametes versicolor**) mọc trên các khúc gỗ và gốc cây cứng đã chết. Tên của nấm bắt nguồn từ sự giống với chùm lông trên gà tây. Quả thể có dạng phẳng, nhiều da với các vòng nhiều màu sắc.

Nấm đuôi gà tây có nhiều loại dược tính. Nó đã được sử dụng để điều trị các bệnh khác nhau trong hàng trăm năm ở châu Á, châu Âu và người bản địa ở Bắc Mỹ. **Tuy nhiên, nó được biết đến nhiều nhất với khả năng tăng cường hệ thống miễn dịch. Điều kỳ diệu có thể nằm ở sự phong phú của polysaccharide, đặc biệt là polysaccharide Krestin (PSK). PSK đã được chứng minh là tăng cường hệ thống miễn dịch để chống lại nhiễm trùng. Nó khuyến khích cơ thể sản xuất nhiều tế bào miễn dịch hơn để tấn công các tế bào lạ và bất** thường. Đuôi gà tây giúp cơ thể chống lại các gốc tự do và thích ứng với stress oxy hóa.

- Maintains immune health
- Promotes cellular health
- Supports healthy liver function

Science-Backed Quality Since 1969

Suggested use: As a dietary supplement, take two capsules two times per day with water.

WARNING: For adults only. Consult your physician before using this or any product if you are pregnant or nursing, taking medication or have a medical condition. Keep out of reach of children.

Do not use if seal is broken. Store in a cool, dry place.

These statements have not been evaluated by the Food and Drug Administration. This product is not intended to diagnose, treat, cure or prevent any disease.

TRUHERBS USA®

Turkey Tail Mushroom
Immune and Liver Health

STANDARDIZED FOR 50% POLYSACCHARIDES

HERBAL SUPPLEMENT   120 CAPSULES

Supplement Facts

Serving Size 2 Capsules
Servings Per Container 60

Best before 12/31/2023

Amount Per Serving

Turkey Tail Mushroom   1 g*
Extract (Trametes versicolor) (fruiting body) (standardized to 50% polysaccharides)

*Daily Value not established.

Other ingredients: Gelatin, microcrystalline cellulose (plant fiber), medium-chain triglycerides (palm), magnesium stearate, silica, maltodextrin.

MANUFACTURE FOR TRUHERBS U.S.A
E-mail: *truherbs2009@yahoo.com*
Website: *www.truherbsusa.com*

NHUNG HƯƠU LÀ GÌ?

Amy tổng hợp

When Should You Use Deer Antler?

For Muscle Growth And Definition	For Muscle Recovery
• Grow Stronger • Grow Faster • Define Better	• Recover More • Recover Faster • Feel Better
The positive benefits of Deer Antler can help with both sarcoplasmic and myofirbillar muscle building	The muscle recovery benefits of Deer Antler is geared towards helping the muscle swelling subside more efficiently, allowing you to pick up the exercise faster.

Hươu đực hoặc hươu đực mọc gạc, *có nghĩa là chúng rụng đi và mọc lại vào mỗi mùa xuân. Nhung hươu là tên gọi của những chiếc gạc trong giai đoạn đầu của sự phát triển, khi mô mềm, giống như sụn được bao phủ bởi một lớp lông.*

Những lợi ích sức khỏe của Nhung hươu là gì?

Nhung hươu đã được mô tả như một chất hỗ trợ cơ thể, *có lẽ vì những lợi ích sức khỏe đã được thiết lập bao gồm; cải thiện tuần hoàn, miễn dịch với cảm lạnh và cúm, sức khỏe khớp, giảm viêm khớp, tăng tốc phục hồi chấn thương, điều trị thiếu máu và hạnh phúc nói chung. Bột đã chuẩn bị có thể được sử dụng bởi mọi người ở mọi lứa tuổi và có ít tác dụng phụ được biết đến.*

Liều duy trì: Uống một đến hai viên hai lần mỗi ngày dưới dạng thực phẩm bổ sung hoặc theo lời khuyên của chuyên gia. Liều cấp tính: Uống 3 viên / lần x 2 lần / ngày trong bữa ăn chính.

Nhân sâm

Hỗ trợ hệ thống miễn dịch- Thuộc tính chống ung thư- Sức khỏe tim mạch-Sức khỏe thần kinh- cân bằng cần nặng-Kiểm soát lượng đường trong máu- Lo âu và trầm cảm - Mệt mỏi.

Linh Chi

*Tính năng hoạt động GIÚP chống ung thư hiệu quả -Tăng cường miễn dịch

*Điều chỉnh huyết áp và lượng đường trong máu   -Có hiệu quả bảo vệ, hồi phục da

*Loại bỏ active oxygen chất có hại cho thân thể -Hiệu quả giảm cholesterol cao

*Khả năng đào thải độc tố khỏi cơ thể -Hiệu quả kháng sinh cao

*Lọc máu, hồi phục tế bào ,ngăn ngừa bệnh tật. Có hoạt chất chống ung thư.

NGHIÊN CỨU MỚI NHẤT ĐỂ CHỮA TRỊ UNG THƯ CỦA HIỆP HỘI UNG THƯ QUỐC TẾ ĐÃ CHỨNG MINH RẰNG DÙNG PHƯƠNG PHÁP GIA TĂNG CHỨC NĂNG MIỄN DỊCH ĐỂ NGĂN NGỪA UNG THƯ CŨNG NHƯ ĐỂ GIẾT TẾ BÀO UNG THƯ MÀ LINH CHI TỪ NHIỀU CHỨNG MINH CŨNG NHƯ KINH NGIỆM NHÂN GIAN TỪ NHIỀU NGÀN NĂM LÀ CÓ CHỨA NHIỀU B-GLUKAN , CHẤT GIA TĂNG HỆ MIỄN DỊCH, BỔ SUNG HỆ MIỄN DỊCH CẦN THIẾT CHO CƠ THỂ.

* Cải thiện bệnh tiểu đường.

* Tăng cường miễn dịchvà chống khối u Chứa lượng B-glucan nhiều hơn

* 3 loại bệnh: ung thư dạ dày, ung thư gan và ung thư phổi. Hoạt tính chống ung thư giảm cholesterol, tăng cường lưu thông máu.

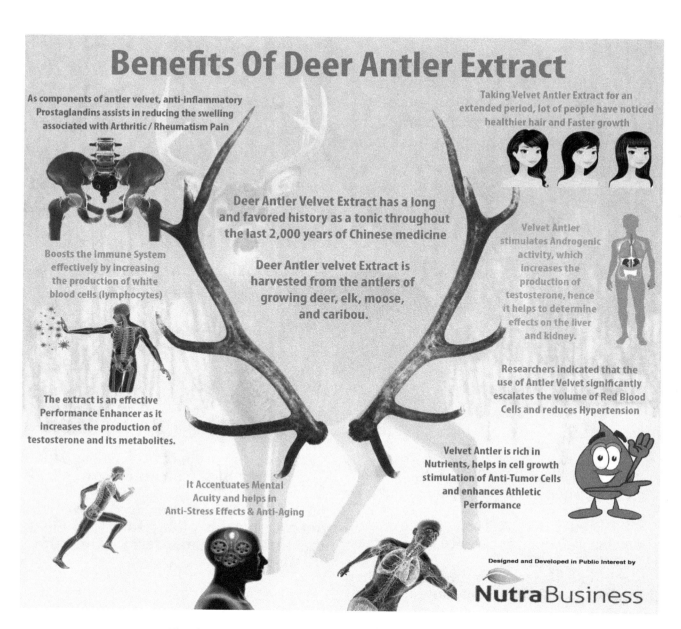

TÁC DỤNG CỦA TINH CHẤT NGHỆ

Amy tổng hợp

Có ai dám khẳng định với bạn rằng những thứ ngon lại không tốt cho sức khỏe vậy? Curcumin là một chất có trong nghệ, loại gia vì thường được dùng trong bột cà-ri hay các món ăn có gia vị khác ở Ấn Độ, châu Á và vùng Trung Đông. Curcumin chính là chất giúp cho bột Cà-ri có màu vàng sáng xũng như có một vị đặc trưng hấp dẫn. Nếu bột cà-ri với tính chất phụ gia của nó không tốt cho dạ dày, thì bạn vẫn có thể có được những lợi ích từ nghệ nhờ dùng nó như một chất dinh dưỡng bổ sung dưới dạng viên rất tiện lợi. Hoặc, nếu thích dùng nóng, bạn có thể mở viên thuốc và trộn cùng với thức ăn của mình.

Cũng giống như nhiều phương thuốc thảo mộc, con người lúc đầu chỉ sử dụng nghệ làm thức ăn, nhưng sau đó đã khám phá ra rằng, nó còn có những công dụng bất ngờ trong y học. Qua nhiều thế kỉ, thứ gia vị này được dùng như một loại thuốc giảm đau,

chất chống viêm, giúp chống giảm đau và chống viêm da và cơ. Nó còn có khả năng chữa bệnh vàng da, rối loạn kinh nguyệt, xuất huyết, bệnh đi tiểu ra máu, đau bụng, đầy hơi. Ngày nay, các cuộc nghiên cứu được tập trung vào đặc tính chống oxy hóa, chống chất sinh ung thư, chống vi khuẩn của nghệ, cũng như sử dụng nó vào việc điều trị bệnh tim mạch, rối loạn mạch máu dạ dày và các bệnh về gan.

Thức ăn mà chúng ta tiêu hóa hàng ngày có tác động trực tiếp tới sức khỏe, cho dù đôi khi chúng chỉ đóng vai trò là các gia vị. Cuộc nghiên cứu trong các gia đình di cư từ Ấn Độ tới Mỹ có thể phản ánh tầm quan trọng của nghệ trong chế độ ăn. Có nhiều tài liệu khẳng định rằng, tỉ lệ ung thư ở Ấn Độ thấp hơn so với ở các nước phương Tây. Tuy nhiên, các cuộc nghiên cứu đối với những di dân Ấn Độ vào các nước phương Tây lại chỉ ra rằng, tỉ lệ ung thư hay các bệnh kinh niên khác như bệnh về tim, bệnh đái đường, lại tăng mạnh sau một thế hệ trên các nước đó. Thay đổi chế độ ăn là một trong những nhân tố gây ra sự thay đổi của tỉ lệ bệnh tật. Trong một cuộc nghiên cứu do Viên Ung thư Quốc Gia Hoa Kì tiến hành, các nhà nghiên cứu đã cho biết: "một điều quan tâm đặc biệt trong phòng chống ung thư ấy là vai trò của nghệ, một thành phần có trong gia vị cà-ri hàng ngày của người Ấn Độ".

Nghệ có một số tác dụng nhất định, qua những nghiên cứu từ nhiều thế kỉ:

1. Nghệ và bệnh Cholesterol

Nhiều cuộc nghiên cứu chỉ ra rằng, nghệ có thể làm giảm LDL và tăng HDL và cân bằng lượng Cholesterol nhờ làm giảm lượng mỡ trong thành mạch máu. Theo cuộc nghiên cứu mới nhất, nghệ còn giúp giảm Cholesterol nhờ hấp thụ Cholesterol trong ruột, thúc đẩy chuyển hóa Cholesterol thành các axit mật.

2. Nghệ chữa trị các bệnh về thận

Các nhà nghiên cứu của Ấn Độ đã khám phá ra cách chữa trị bằng nghệ, ngăn ngừa những tổn thương của thận và phục hồi các chức năng thận trên những con chuột. Các cách chữa trị này chống lại những bệnh nước tiểu chứa protein, bệnh nước tiểu chứa anbumin, bệnh máu nhiễm mỡ.

3. Khả năng chữa bệnh Alzheimer

Các cuộc nghiên cứu vẫn đang tiếp tục, nhưng có nhiều bằng chứng chứng minh rằng nghệ có khả năng chống lại các độc tố có hại cho hệ thần kinh cũng như cho hệ gen của con người.

4. Nghệ và bệnh HIV

Virus HIV có thể được điều trị bằng nghệ. Nghệ can thiệp vào quá trình tái tạo của vi-rút HIV. Các nhà nghiên cứu khẳng định rằng đó là những phát hiện đầu tiên và sẽ còn hứa hẹn ở nhiều cuộc nghiên cứu khác.

NGHỆ VỚI BỆNH UNG THƯ

Theo nghiên cứu, nghệ có tác động trực tiếp và khó thay thế đến những tế bào ung thư mới.

1. Nghệ với bệnh ung thư phổi

Nghệ có tác dụng nhất định đối với việc chữa trị ung thư phổi có liên quan tới việc hút thuốc. Các cuộc thí nghiệm đối với nghệ và nicotin, một chất hóa học chính gây ung thư có trong thuốc lá cho thấy, nghệ có khả năng giảm tác hại của nicotin xuống khoảng 50%.

2. Nghệ với ung thư tuyến tiền liệt.

Ung thư tuyến tiền liệt hiện nay khá phổ biến. Ở tuổi 80, con người phải gánh chịu nguy cơ 50% của căn bệnh ung thư này. Những phát hiện mới nhất chỉ ra rằng, nghệ có khả năng kìm hãm sản sinh tế bào ung thư, làm giảm tiến trình phát triển của bệnh.

3. Nghệ và bệnh ung thư vú

Các nhà nghiên cứu Trung Quốc đã khám phá ra rằng, nghệ tác động rất mạnh đến các tế bào ung thư vú. Vì vậy, nghệ có khả năng chữa được căn bệnh đến nay vẫn chưa rõ nguyên nhân này.

4. Nghệ và bệnh ung thư dạ dày

Các nhà khoa học cho biết, nghệ là một trong những phương thuốc ngăn ngừa và chữa trị bệnh ung thư trực tràng an toàn và hiệu quả. Việc chữa trị bằng nghệ mặc dù gây ra một số phản ứng phụ, nhưng vẫn ít hơn các phương pháp khác

NGHỆ CHỮA BỆNH NHƯ THẾ NÀO?

Trong cơ thể người, nghệ có chức năng làm giảm sự xuất hiện của những gốc tự do, nhằm chống lại quá trình oxy hóa. Tính năng chống lại căn bệnh ung thư của Nghệ xuất phát từ khả năng không cho các tế bào thần kinh kết dính phát triển. Nghệ triệt tiêu hoạt động oxy hóa lipid. Về cơ bản, Nghệ có khả năng tập hợp các tế bào ung thư, ngăn chặn trước khi chúng phát triển và lan ra các phần tế bào còn lại.

CHỐNG CHỈ ĐỊNH

Các mặt hạn chế của Nghệ không có nhiều và cũng không phổ biến, và thường là gây đau dạ dày nhẹ. Có nhiều chứng cứ chỉ ra rằng, nếu dùng quá liều trong một thời gian dài chiết xuất nghệ, có thể có hại cho gan. Vì thế, nghệ được khuyến cáo không nên dùng cho những người mắc bệnh liên quan tới gan, những người nghiện rượu.

Lượng sử dụng an toàn được đưa ra đối với các bệnh nhân là 10g/ ngày. Không nên sử dụng cho những bà mẹ mang thai bị mắc bệnh sỏi mật. Nghệ cũng có thể gây ra chứng viêm da dị ứng ở người sử dụng...

How Does Turmeric Work?

Imbalanced or depleted neurotransmitters can cause symptoms of depression.

Turmeric inhibits monoamine oxidase (MAO) enzymes, preventing neurotransmitter depletion.

Turmeric aids serotonin and dopamine production to restore healthy neurotransmitter levels.

Turmeric also creates more neurotransmitter receptors by promoting neurogenesis.

*The above refers to our recommended list of turmeric extracts.

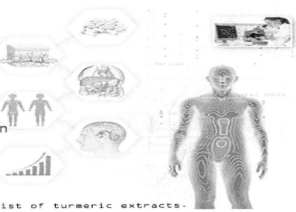

About Turmeric:

A Tropical perennial native to South and Southeastern Asia, Turmeric (Curcuma longa) can reach a height of 6 feet. It is a member of the ginger family, and bears long, dark green leaves that sprout from a brightly colored yellow-orange system of roots, or rhizomes. Turmeric's rhizomes have seen a wide range of use, from culinary applications as a spice (most notable giving curry its signature color) to Hindu religious ceremonies and folk wellness practices.

Ingredients: Organic Turmeric (Curcuma longa) Root

Directions: As a spice, add 1/8 teaspoon to your favorite dishes.

**PRODUCT OF INDIA
MADE IN USA**

WWW.TRUHERBSUSA.COM

ORGANIC
**TURMERIC
POWDER**
CURCUMA LONGA

TRUHERBS USA
bio-pharma

HERBAL SPICE

With Turmeric
Root Ground (Organic)

Net WT 11 oz (311gr)

COMPLIANCE WITH JAPANESE GMP STANDARD

- 100% Certified Organic
- 100% Satisfaction Guarantee

Supplement Facts

Serving Size 1 Capsule

	Amount per serving	% Daily Value
Saffron (Crocus sativus) (stigmas) 15 mg*		

*Daily Value not established

Other ingredients: Microcrystalline cellulose (plant fiber), gelatin, magnesium salt of fatty acid, silicon dioxide

COMPLIANCE WITH JAPANESE GMP STANDARD

Suggested Use: As a dietary supplement, take one capsule per day with water.

WARNING: Do not take this product if you are pregnant or nursing. Consult your healthcare provider before use if you are taking prescription medication or if you have a medical condition.

www.truherbsusa.com

TRUHERBS USA bio-pharma

Best before 12/31/2024

Full Spectrum
Saffron

Stigmas
Whole Ground
Herbal Supplement

60 capsules * 15mg

ĐẠI LÝ TRUHERBS

TRUHERBS USA bio-pharma

**Chuyên viên tư vấn
Amy Ngọc: 916 230 6172**

- **TAMMY**   Tel: 408-420-1042
- **THANH**   Tel: 916-267-5680
- **Angels Beauty (khu Grand Mall Sanjose)** Tel: 408-297-1688
- **Tina Thanh**   Tel: 916-267-5680
- **Hao Nguyen MN**   Tel: 612-790-5846
- **HONG PHAT GIFTSHOP**   Tel: 972-495-0282 / 214-470-0223
- **AV-DIRECK**   Tel: 714-829-8224
- **MY TIEN**   Tel: 916-743-1447
- **HONG PHUC**   Tel: 916-266-1430
- **KIM THANH**   Tel: 408-420-1042

CHUYỂN XE ĐÒ HỎA TIỂN CUỐI CÙNG

BS Trần quý Trâm

"Ai về Đại Lộc mà coi

Đi xe hỏa tiễn cho đời thêm vui

Rằng vui thì thật là vui

Đừng mê vui quá cái xui theo liền."

Tháng 6 năm 1977 sau khi lãnh án tù mấy năm ở trại tù Lý bá Sơ An Điềm về, vì tránh đi kinh tế mới vì vợ chồng tôi trói gà không chặt thêm 4 đứa con còn nhỏ làm sao mà lên núi chỗ ma thiêng nước độc nhất là khi gặp cái bệnh sốt rét là đời tàn (những ngày trong trại tù tôi phụ trách về y tế đã ngao ngán về căn bệnh sốt rét, nhất là sốt rét ác tính (pernicious access) tôi đã chịu thua, người tù đã bị là chỉ chờ chết, may mắn lắm mới cứu được 1 người). Tôi xung phong xin Ty Y tế Quảng Nam làm việc bất kể nơi nào, và được BS Hoàng Thao, Trưởng Ty y tế bấy giờ chuyển tôi lên công tác tại bệnh viện Đại Lộc, cũng là một hình thức quản chế tôi (isolation).

Bệnh viện Đại Lộc xa Đà Nẵng khoảng 30 km, xây trên Núi lở, nên còn gọi là bệnh viện Núi lở. Tờ mờ sáng là tôi phải leo

Honda chạy một mạch, phải đúng 8 giờ có mặt tại bệnh viện, trễ là mệt với tên chính trị viên ác ôn Phấn đang đứng ngoài cổng BV để canh giờ, tên nầy luôn theo dõi tôi đặc biệt vì tôi là một BS ngụy.

Một ngày cũng như mọi ngày xe bị hư, tôi đi xe ôm lên bến xe đi chuyển xe đò Đà Nẵng – Ái nghĩa, hết xe tốt, tôi đành leo lên chiếc xe đò bao cấp. Xảy ra câu chuyện nhớ đời như sau: Xe bao cấp nầy đa số cải tiến từ xe đò Phi long Tiến lực hiệu xe Renault của Pháp cũ, một cái thùng đặt sau xe lam bằng sắt cao bằng hai cái thùng phuy treo sau đuôi xe, gọi là xe chạy than hay xe hỏa tiển, bên trong thùng chứa than củi đốt. Chạy một quãng đường, thằng nhỏ lơ xe dùng một que sắt chọc đám tro cho than tiếp tục cháy. Xe lăn bánh trên đường tiếng máy xe ì ầm tro than rơi vung vãi lách tách ban đêm trời tối như những vệt sao sa. Ban ngày thì tiếng máy xe chạy ầm ầm khói phịt ra nghi ngút. Than văng ra khỏi thùng xe cửa thông không khí văng tung tóe trên mặt đường cháy đỏ rực, người ta nôm na gọi là xe đò hỏa tiển ,vô phúc cho chiếc xe đạp nào cán phải là cháy lốp xe. Xung quanh đường nhiều chỗ vá xe mọc lên để chém chặt mấy chiếc xe đạp do khổ chủ cán phải than đỏ nên bị cháy lốp. Tôi vì tới sau, xe hết chỗ phải bám vào sau xe chỗ

thùng than, nóng ơi là nóng, bụi than tấp vào mặt hừng hực thật khó chịu.Xe lăn bánh qua khỏi Gò cà bỗng thấy đầu xe nghiêng một bên, chú lơ xe tuổi khoảng 15,16 tuổi, mặt mày non choạch, tóc tai bờm xờm vóc dáng cũng thấy thông minh, đang đeo bên tôi, hốt hoảng nhảy xuống, tay cầm khúc gỗ dùng để canh xe la to:

"Xe bị bể lốp rồi ôn mệ ơi, coi chừng xe lật, ôn mệ giữ chặt xe nghe khôn!"

Nó vừa chạy trước đầu xe tay cầm cái cây canh xe , vừa hát câu rất ngon lành: "Ôi xương tan máu rơi lòng hận thù ngất trời." Rồi thêm câu Boléro "đời tôi cô đơn nên xe hư vẫn cô đơn," bỗng nghe đùng một cái như tiếng sấm nổ, chiếc xe hỏa tiễn bị nổ lốp lăn 2 vòng, tôi may mắn vì bám vào thành xe cũng lăn theo, thôi thì gà vịt trong lồng thoát ra ngoài kêu oang oác, gạo cơm thúng mủng đổ lung tung, mấy bà bán hàng té ngã nghiêng chồng lên nhau kêu la ơi ới! May mắn là không ai bị thương. Về phần tôi bị lăn hai vòng nhưng không bị gì chỉ bị trầy trụa sơ do mấy nồi niêu chén dĩa rớt chồng lên tôi. Chỉ có mặt tôi đen thui vì bị bụi than trông giống như ông Thổ địa , bản tay trại bị con gà trống vô hậu mổ mấy cái đau điếng ! Hú hồn hú vía và lần đầu cũng như lần cuối tôi tởn đến tra đi xe đò hỏa tiễn. Tôi hỏi cậu lơ xe: Ê cậu mi! Tại sao cậu mi hát bài: Ôi xương tan máu rơi lòng hận thù ngất trời của Bộ đội, bộ cậu mi lúc trước đi du kích hả, mi lại ưng tụi tau chết sao mi hát câu ôi xương tan máu rơi hả!

"Đâu có chú! Số là độ ni mấy xe đò hỏa tiễn ni răng mà hắn bị lủng lốp, lật xe dài dài! Người bị thương liên miên nên cháu tức cảnh sinh tình, hát mấy câu hát bộ đội cho vui! Chớ cháu không trù ai hết !Đợt ni chú hên đó, cháu tên Tuấn, lần sau gặp cháu, cháu bố trí chú ngồi trong xe, trời ngoài lạnh, trong xe ấm lắm, mà cái cảnh chú đứng bám vào xe, cháj thấy tội làm răng!"

Chuyện đi làm ở bệnh viện, đi xe đò hỏa tiễn bị lật xe, tới tai chính trị viên Phấn, anh nầy cám cảnh làm sao đó, trong kỳ họp đảng ủy bệnh viện, chính trị viên Phấn đề nghị cho tôi vô biên chế nhà nước. Tôi nghe mà cũng không ham, vì mức lương của tôi lên được 60 đồng (mua được 3 lít xăng).

Đ/C Phấn gặp tôi nói: anh cho tôi biết, trong quá trình lý lịch anh có công gì với cách mạng? Tôi nói: Báo cáo anh, khi tôi bị giam trong Kho đạn công an cho tôi giữ chức Tổ trưởng, và Mâm trưởng, khi công tác ở BV mấy anh cho tôi giữ chức Nhà trưởng, và trưởng liên lạc giữa BV và cửa hàng Mậu dịch ở Ái nghĩa có hàng cá thịt mới về thì báo cho lẹ ! Từng chức vụ đó thôi anh! Đ/C Phấn nói: Mấy chức đó cũng không phải có công trạng gì, thôi được để chúng tôi cứu xét! Khi được vô biên chế tôi cũng mệt với Đ/C Phấn, vì hắn ta theo dõi tôi vì sao 1 lít xăng 20 đồng, 1 tháng tôi được 60 đồng (3 lít xăng), tiền đâu tôi chạy xe dài dài (hắn nghi: có CIA móc nối, tài trợ tiền tài!

Sau nầy tôi có gặp Tuấn một lần, lúc nó đi theo với Ba nó lên Bệnh viện khám bệnh. Thì ra cha nó là Bốn cũng là trung sĩ thuộc tiểu đoàn 79 BĐQ Thượng Đức có về bệnh xá BĐQ ở Non nước khám bệnh mấy lần.

Cách đây 2 năm tôi có về Phước Lộc Thọ chơi, đi xe đò Hoàng, quả đất tròn thiệt, người tài xế không ai xa lạ chính là Tuấn. Tuấn gặp tôi mừng rỡ kể chuyện cha con vượt biên bao nhiêu là gian khổ, trên xe Tuấn bỏ nhạc Asia cho bà con nghe, tôi nói với Tuấn: sao cậu mi không bỏ bản nhạc : Ôi xương tan máu rơi của bộ đội cho bà con thưởng thức!" Tuấn cười. – Bây giờ đổi đời rồi chú ơi! Đợt ni con thích nhạc Mễ vì bà xã con ngừờ Mễ, khi nào rảnh cô chú tới thăm gia đình con, ba con nhắc đến chú hoài. Bữa nay chúng con khá lắm!

Tuấn nói tiếp : chú nhớ ghé tụi con chơi ! Thằng con trai của con thích học theo nghề của chú đó .! Năm nay nó vô Đại học, lại thích đi nghề Y như chú đó !

Trần Quý Trâm

XE ĐÒ HỎA TIỂN

Để Chính Văn được tiếp tục phục vụ Quý vị... Đọc giả xin hãy tiếp tục ủng hộ và giới thiệu đến bạn bè, thân hữu... đọc báo Chính Văn.

Chân thành cảm tạ.

HỘP THƯ TÒA SOẠN

Ban Biên Tập chúng tôi hân hạnh đón nhận thư từ - Ý kiến của Văn Hữu, Thân Hữu Đọc Giả khắp nơi ...

Mọi Thư từ và Bài vở xin gởi về :

Báo Chính Văn
7005 Walter Avenue Sacramento CA 95828 - USA

email : baochinhvan@gmail.com
hoặc : amyngoc@rocketmail.com

Tel: 916 230 6172 - 916 509 4445

Xin chân thành cảm tạ những lời khen tặng Khích Lệ của Đọc Giả, cũng như những Phê Bình của Thân Hữu -Văn Hữu.

Xin chân thành cảm tạ quý Văn Hữu:
-TS Trần Kiêm Đoàn, Nhà thơ Lê Trọng Nghĩa, Nhà thơ Lão Moc Hoàng Ngân Hà, Nhà thơ Duy An Đông, Nhà thơ Cao Mỹ Nhân, Nhà Báo Sơn Tùng, nhà thơ Nguyễn Phúc Sông Hương và nhiều Văn hữu khác... đã gởi tặng những Tác Phẩm và đồng ý đăng trên Giai Phẩm Chính Văn.

Ban Biên Tập chúng tôi đang và sẽ có gắng khắc phục để Giai Phẩm Chính Văn của chúng ta được hoàn hảo Tốt đẹp dù trong hoàn cảnh Báo chí thời Lưu vong rất ư là khó khăn.

THÂN KÍNH.

Thanksgiving Đầu tiên 1975 với Gia-đình Người Bảo-trợ

TAN NGUYEN

Nguyen duc Tan and his family pause with their sponsors, Lt. Col. Edward Johnson, to give thanks for their "modern day miracle." See story pages 10 and 11.

The 1st Thanksgiving NOV. 26 1975 in n USA with Sponsor Lt. Col ED.JOHNSON Cdr. of 1001 S.P.S. Andrews AFB

Khi rời trại tị nạn Fort Chaffee thuộc tiểu bang Arkansas ngày June 15, 1975, tôi được Lt. Colonel Ed. Johnson, Chỉ-huy Trưởng đơn vị 1001st USAF Security Police Squadron / Căn-cứ Không Quân Andrews.

AFB in Washington DC, bảo trợ. Lúc đầu cơ quan thiện nguyện của hội thánh Lutheran định đưa gia-đình tôi đi Minneapolis bang Minnesota vì có một gia-đình người Mỹ nhận bảo trợ. Nhân dịp Tổng-Thống Gerald Ford thăm viếng trại, tôi có dịp nói chuyện với 1 Sĩ-quan KQ trong phái đoàn và đang làm việc tại thủ đô WDC, tôi ghi vội tên anh Major Johnson vào vỏ 1 bao diêm và nhờ anh SQ này nếu có thể, nhắn dùm tôi đã chạy thoát khỏi VN và đang ở trại tị-nạn chờ đi định-cư. Tôi chỉ nhắn cầu may bắt chước cách các tù-binh Mỹ ghi vội tên và địa chỉ dúi vào tay nhân viên các phái đoàn hay báo chí ngoại quốc tới thăm trại tù, chứ không mong tin nhắn có kết quả. Trong khi làm thủ-tục xuất trại, một tuần sau văn-phòng trại gọi tôi và cho tôi điện-thoại viễn-liên collect call của anh Johnson. Khi nói truyện, anh Johnson chúc mừng tôi và nói đừng đi Minnesota nơi đó rất lạnh vì anh biết tôi bị bệnh Suyễn. Tôi cho anh tên tuổi, số người trong gia-đình. Anh liên lạc với ban điều-hành Trại tị-nạn, nhận bảo-trợ gia-đình tôi và cho biết có sẵn việc làm cho gia-đình tôi. Thế là thay vì đi Minneapolis, gia-đình tôi theo người bảo trợ mới Lt.Col. Ed.Johnson đi Andrews AFB/WDC.

Sau 10 ngày tạm trú trong cư xá vãng lai gia-đình sĩ-quan với sự chấp thuận của CHT Căn-Cứ, anh Johnson thuê cho gia-đình tôi 1 căn 3 phòng ngủ, 2 nhà tắm trong 1 apt cách phi trường Andrews 5 miles thuộc Tiểu-Bang Maryland, tôi nhớ giá thuê lúc đó là $250. CCKQ Andrews AFB/WDC nằm giữa 2 TB Virginia và Maryland. Đây là 1 CCKQ Quân-sự quan-trọng nhất của Hoa-Kỳ cũng có tên gọi là President base, nơi đồn trú của phi-hành đoàn số 1 chở Tổng-Thống và phi-hành đoàn của các quốctrưởng hay yếu nhân tới thăm Hoa-kỳ. Nơi này cũng có văn-phòng của cơ-quan Điều-tra liên-bang CIA, cơ-quan phản-gián FBI. Quân nhân trong đơn vị bảo-vệ Căn-cứ này được điều tra an ninh rất kỹ và cấp bậc từ Hạ Sĩ Quan trở lên.

(Phi-trường Quân-sự Andrews AFB tại Thủ-Đô WDC)

Tôi quen anh Johnson vào đầu năm 1970. Anh mới thăng cấp Thiếu-tá, từ Hoa-kỳ anh được bổ nhiệm làm CHT/3rd Sec.Pol. Squadron thay thế Chỉ-huy-trưởng cũ, 1 Trung-tá được trở về Hoa-kỳ vì khủng hoảng tinh thần do công việc và gia-đình tại Hoa-kỳ có vấn đề. Đơn-vị 3rd Security-Police Squadron đặc trách bảo vệ vòng đai phía Đông CCKQ/Biên-hòa, nơi đồn trú của Không-đoàn 3 Chiến Thuật/USAF. Trong các tài-liệu huấn luyện Security Police Traing Center tại Lackland AFB Texas về bảo vệ CCKQ thì BiênHòa/AFB/VN được coi là 1 căn-cứ qua-trọng nhất tại VN về mặt không kích, yểm trợ tại Vùng 3 chiến thuật VN , đôi khi tại Lào , Căm-bốt và Bắc-Việt. Đây cũng là nơi bị Việt Cộng pháo-kích nhiều nhất và đặc biệt trong trận Tổng tấn Công năm 1968 nhắm vào khu vực phía Đông nơi đồn-trú của Không-Đoàn 3 chiến thuật Hoa-kỳ, lực-lượng Việt-Cộng phải tháo chạy sau khi bị thiệt hại nặng do sự

chống trả mãnh liệt của đơn-vị 3rd Security Police Squadron và Trực-thăng võ trang Hoa-Kỳ.

(liên hoan thân-hữu CCKQ/BH 1970, từ T qua P : T/T Thái, GILL, Tân, Johnson.) - Hình do Lt.Col Ed.Johnson cung cấp 1975-

Đơn-vị 3rd Security Squadron /KĐ3CT là counterpart(*) với Lực-lượng phòng-thủ/ Sư-đoàn 3 Không-quân/VN. Đơn-vị của anh quân-số gần 600 người, có ban Quân-xa riêng, nhiều xe Jeep và Dodge 4x4 và đặc biệt có 2 xe bọc thép lắp súng Đại-liên 30. Lực Lượng Phòng thủ VN khoảng 200 quân nhân gồm Đoàn Quân-Cảnh (loại A), Đoàn Phòng-vệ và 1 Tiểu-đoàn Địa-phương-quân do Tiểu-khu tăng-phái bảo vệ vòng đai và canh gác trong các lô-cốt betong hay vọng gác cao có tầm nhìn xa. Khi Anh và đơn-vị anh đứng ra bảo trợ gia-đình tôi, vợ anh bà Jean Johnson là hội-trưởng hội vợ các SQ trong Căn-cứ. Bà Jean cùng 1   (*)đối tác đồng nhiệm

vài bà trong hội , lo ghi danh xin cho mấy con của tôi nhập học, trích ngừa và nhất là tìm được job Data entry cho vợ tôi tại công ty thực phẩm Evergreen. Còn tôi được anh Cunningham, 1 cựu Master Sergent trước có phục vụ dưới quyền anh Jonson và biết tôi tại CCKQ/Bien-hòa giới thiệu cho tôi cái job construction worker (phu lục-lộ)trong Geibhart Construction Co, một công ty xây cất. Công ty này đang có khế ước làm trong phi-trường và trong khế-ước có ghi phải có bao nhiêu phần trăm nhân-viên minority , nên mặc dầu với sức vóc khiêm tốn mà việc làm nặng nhọc của 1 phu lục-lộ đòi hỏi, lại được anh Cunningham là trưởng toán nhận, nên tôi có việc ngay. Lương mỗi giờ là $6.99 kể là khá cao so với lương tối thiểu lúc đó là $2.50.

Lương được trả đồng đều trừ vài chuyên viên điều khiển máy ủi, máy đào, máy súc thì cao hơn.

Thế là chỉ trong vòng 3 tháng với sự bảo trợ và giúp đỡ của vợ chồng anh Johnson và nhiều quân nhân trong đơn vị , gia-đình tôi kể như tự túc được. Quần áo, đồ đạc được CHT/CCKQ/Andrews AFB cho phép tổ chức mở Openhouse trong Căn-cứ quyên góp. Ngoài ra, tôi cũng được 1 Sĩ-quan cho 1 xe Opel cũ, ban Quân xa trong đơn vị anh Johnson tu sửa. Anh Johnson đưa tôi đi thi lái xe, tôi đậu phần thi viết, dùng xe Mustang của anh Johnson thi lái, tôi đậu ngay. Từ nay có bằng và tự lái xe đi làm khỏi nhờ mọi người luân phiên đưa đón.

Ngày 23/11/1975, gia-đình anh Johnson mời gia-đình tôi tới dự lễ Thanksgiving tại nhà anh trong cư xá CCKQ. Thanksgiving, lễ Tạ Ơn, là một ngày lễ rất quan-trọng tại Mỹ Quốc. Năm 1863, Tổng Thống Abraham Lincoln ban hành quyết định lấy ngày thứ Năm cuối cùng của tháng 11 là ngày lễ Thanksgiving , cũng là lúc mùa màng gặt hái của nông dân chấm dứt. Ngày lễ chính thức vào thứ Năm, ngày thứ sáu sau đó nhiều nơi tư chức, công chức cũng được nghỉ luôn. Nhờ vậy họ có 4 ngày nghỉ liên tiếp từ thứ Năm rồi thứ Sáu và 2 ngày nghỉ cuối tuần thứ Bảy, Chủ Nhật, giúp cho nhiều người có dịp về thăm nhà, thăm bạn bè. Đây là mấy ngày trong năm dòng người lái xe trên các xa-lộ xuyên-bang rất đông, tai nạn giao-thông gia-tăng, xe cộ thường bị kẹt vì số lượng xe lưu thông gấp bội, các hãng hàng không, xe lửa , xe bus luôn đầy khách. Anh Johnson mời 1 bà Cô từ Tiểu bang Ohio đến tham-dự . Bà cô này phụ cùng Jean (vợ anh Johnson) làm Roast Turkey, món ăn truyền thống ngày Thanksgiving để đãi chúng tôi.

1 HSQ trong báo Capital Flyers được cử tới chụp hình, phỏng vấn vợ chồng anh Johnson và tôi. Tuần báo Capital Flyers xuất bản mỗi tuần phổ biến cho các đơn vị nằm trong phạm vi Căn Cứ KQ/Andrews AFB. Vài ngày sau anh Johnson cho tôi tờ tuần báo này. Bữa ăn Thanksgiving chụp gia-đình anh Johnson và gia-đình tôi được đăng hình mầu trang bìa của tờ báo. Trong báo cũng có 4 trang in hình thuật lại cảnh Lt Col. Ed Johnson và mấy HSQ thuộc 1001ˢᵗ Security Squadron đi đón chúng tôi tại National Airport WDC. Tôi nhớ hôm đó trời mưa, phi-cơ đến trễ 1 giờ.

Trong mấy trang báo ghi lại hình đài Tivi số 3 quay gia-đình tôi và phỏng vấn tôi được phát trực tiếp và chiếu ngay tại phi-trường. Tôi được trao lại mấy hình này trong đó có mấy tấm ảnh chụp gia-đình tôi đứng cạnh anh Johnson mặc quân phục với lon Lt. Colonel/USAF (các anh mặc quân phục vì đi trong giờ làm việc). Buổi tiếp đón này trong tinh thần thân mật chiến hữu gặp nhau. Mở quần áo, vật dụng Mybo(đồ Mỹ bỏ) của chúng tôi được cấp phát trong trại Tị nạn, dồn trong mấy thùng giấy xin trong PX tại Fort Chaffee được mấy HSQ chất lên xe quân xa dodge 4x4 , gia-đình tôi cũng ngồi trong 1 xe, gia-đình tôi được đưa về tạm trú trong Cư-Xá Vãng-lai SQ trong phi-trường Andrews AFB. Tất cả mọi thứ đều đã được sự chấp thuận của Chỉ Huy Trưởng/CCKQ. Hình mẫu gia-đình tôi và gia-đình anh

Johnson trong bữa ăn Thanksgiving này , tôi lồng kính treo tại phòng khách. Nhiều năm

(Đài TV phỏng vấn, trực tiếp phát hình tại National Air Port WDC)

Sau bữa ăn, mọi người rất thích thú nghe Bà cô của anh Johnson kể lại chuyến đi thăm ông bà nội của bà vài ngày trước ngày Thanksgiving vào mùa Đông năm 1932. Hồi đó chính quyền chưa công nhận Thanksgiving là ngày lễ chính thức của người Mỹ, nhưng ngày lễ Tạ Ơn này luôn luôn được tổ chức vào tháng 11 là ngày mùa gặt hái chấm dứt.

Anh Johnson cũng cho bà cô biết vợ chồng tôi không bị trở ngại nhiều về Anh Ngữ, tôi là trưởng gia-đình đã đi Mỹ theo học 2 khóa về chuyên môn những năm 1966, 1969. Bà xã tôi cũng làm teller trong chi nhánh Bank of America thuộc khu vực dành cho Không-

Quân Hoa-Kỳ trước khi di tản. Bà Cô cho mọi người coi tấm hình đen trắng cũ là nhà của gia-đình bà ngày đó. Bằng dọng nói chậm dãi, bà chỉ mấy cục đá lớn chất cạnh nhà , về mùa Đông những cục đá này được nung nóng bằng củi trên bếp lớn sau nhà.

Đây là nguồn sưởi ấm trong nhà để trên giường ngủ và chất trên xe giữ ấm khi đi chơi xa. Gia-đình bà , lúc đó sống tại một miền quê Tiểu Bang Ohio gồm 5 người: Bố Mẹ và 3 anh, chị em. Xe ngựa đóng bằng gỗ có mui vải do 2 con ngựa kéo, trong xe có trải rơm cho ấm và đỡ bị đau sóc. Bà kể, đường đi tới nhà ông bà nội mất hơn 1 ngày, và một đêm. Nơi bà ở chưa có điện, đường đi theo đường mòn có chỗ trải đá , đi xuyên qua nhiều khu rừng thông, đường gập ghềnh khó đi ,ngồi trên xe bị nhồi lên nhồi xuống, gặp nhiều hươu nai chạy qua, chạy lại, và thấy dấu chân của dã thú như lợn rừng, báo (mountain lions) gấu ..in trên tuyết. Dân cư thưa thớt, trên dường đi xa xa nhìn thấy vài xóm nhỏ.. Đêm đầu tiên dừng chân bên 1 bìa rừng thông thưa để lấy cỏ, rơm cho ngựa ăn uống nghỉ. Bố mẹ tôi đốt lửa để làm nóng lại mấy cục đá to trên xe, thay nhau canh thức đề phòng dã thú. Ban đêm tuyết rơi nhiều, sáng ra mui xe phủ đầy tuyết, bánh xe gỗ, niềng thép, di chuyển chậm chạp, chìm sâu dưới lớp tuyết dầy 4, 5 inches.. Xe phải nghỉ nhiều lần cho ngựa nghỉ, hơi thở nóng phát ra từ lỗ mũi của chúng đóng băng và tuyết trắng đóng quanh mũi chúng. Bà Cô, tợp một hớp café nóng và chậm dãi kể tiếp: sự háo hức lúc đầu của anh em chúng tôi mất dần vì đói, khát , mệt mỏi. Hơi nóng từ mấy cục đá sưởi ấm đã hết, chúng tôi lạnh run. Bố mẹ chúng tôi luôn khuyến khích ráng chịu thêm vì sắp đến nhà ông bà nội. Cuối cùng xe ra khỏi rừng thông, từ khoảng trống khá xa , chúng tôi lên tinh thần khi bố mẹ chúng tôi chỉ ánh đèn xa xa là nhà của ông bà nội. Đến nơi, mấy đèn dầu trước cửa, lửa và hơi nóng tỏa ra từ lò sưởi, ông bà nội chạy ra ôm hôn mọi người làm mọi người tỉnh táo. Bà Cô kể tiếp: Sáng hôm sau, tôi theo ông Nội tôi ra nhà kho lớn phía sau xem ông vắt sữa bò, cho đàn gà và mấy chú dê, cừu ăn. Qua công việc của ông làm tôi mới biết Sữa từ vú Bò ra chứ không phải từ trong hộp đổ ra như tôi vẫn nghĩ. Tôi cũng thấy trứng gà từ đâu ra và tôi không dám ăn trứng một thời gian. Tôi cũng học được một bài học bởng lười, nhớ đời: trong khi chờ ông nội trong kho ra, đứng cạnh xe ngựa chở chúng tôi, nhìn vành bánh xe bọc thép sáng ngời tôi thè lưỡi hôn nhẹ lên niềng xe, lập tức lưỡi tôi bị đóng băng dính vào niềng xe. Lẽ dĩ nhiên vì nóng rát, tôi rụt lưỡi lại ngay nhưng cũng để lại một mảnh da lưỡi mỏng dính vào niềng xe. Tôi khóc òa lên vì đau đớn. Ông Nội tôi chạy ra bế tôi, khi thấy lưỡi tôi bị bỏng nhẹ và dặn tôi không bao giờ để lưỡi đụng vào sắt hay thép khi trời băng giá vì quá lạnh. Trong bữa ăn buổi chiều tôi được nghe Ba tôi và ông Nội tôi kể những công việc vất vả, nặng nhọc làm nhà ở và canh tác khu đất rộng 160 acres này. Ngày vui qua mau, sau 10 ngày thăm viếng và thưởng thức những món ăn trong ngày Thanksgiving, chúng tôi lại lên xe ngựa ra về. Ngày hôm đó Trời không lạnh lắm, nhìn qua làn tuyết mỏng hình dáng Ông bà Nội đứng bên hông nhà vẫy tay từ biệt mờ dần khi xe chở gia-đình tôi khuất sau đám rừng, chúng tôi rất cảm động, tôi òa khóc ..Ít lâu sau, ông bà nội tôi bán tất cả, di chuyển qua tiểu bang Idaho và qua đời tại đó. Đó là lần cuối cùng tôi gặp ông bà Nội tôi.

Nghe truyện của bà Cô anh Johnson, được thưởng thức món Turkey truyền thống do bà Cô và Jean Johnson, vợ anh Johnson, đích thân nấu nướng, trời đã khuya, chúng tôi xin phép ra về, cám ơn mọi người và không quên chúc gia-chủ một ngày lễ Thanksgiving vui vẻ, an lành.

Nhiều năm trôi qua, nhưng ký ức về ngày Thanksgiving đầu tiên năm 1975 luôn sống mãi trong trí nhớ của tôi và của mọi người trong gia-đình tôi. Chúng tôi vẫn liên lạc với anh Johnson qua điện thoại và đặc biệt trong những bưu thiếp Giáng-sinh hàng năm anh Johnson luôn kèm theo một trang thư kể lại sinh hoạt của gia-đình. Chúng tôi luôn nhắc lại những lần phi-trường bị pháo kích, những đêm không ngủ vì có tin VC tấn công, những bữa họp mặt mừng Giáng Sinh hay Tân-niên giữa 2 đơn vị Việt Mỹ tại Biên-Hòa và không bao giờ quên nhắc lại bữa Thanksgiving đầu tiên tại nhà anh trong Căn-Cứ Không-Quân Andrews AFB.

Thanksgiving không phát xuất từ tôn giáo nào và không phải ngày lễ riêng của người Mỹ. Các dân tộc khác cũng có những lễ tạ ơn Thượng Đế, tùy theo quan niệm và tôn giáo của họ.

Những người dân từ Âu Châu đầu tiên (Pilgrims), đa số từ Anh Quốc qua đi tìm đất mới, sống sót sau bệnh tật, đói lạnh, được thổ dân da đỏ đón tiếp, cung cấp thực phẩm sau mùa gặt hái của họ. Họ ăn mừng tạ ơn Thượng Đế và những thổ dân tốt bụng đã giúp họ được sống sót an lành, đời sống bắt đầu ổn định trên miền đất mới. Sau này, có dịp quen với gia-đình anh Kevin, người Mỹ gốc dân da Đỏ. Anh Kevin cho biết anh không thích ngày Thanksgiving: Người ta tổ chức lễ tạ ơn người da Đỏ đã giúp đỡ và chỉ dậy cách trồng trọt khi họ đến miền đất này, trong khi họ đã tàn sát và tiêu diệt cả triệu người da đỏ để xâm chiếm đất đai. Tôi hỏi anh Kevin người da trắng đến đây mang theo văn minh và cơ giới giúp Mỹ châu phát triển, đường xá mở mang ?..Anh Kevin nói điều đó có ích gì khi ngày xưa cha ông chúng tôi cưới ngựa đi thong dong, chậm nhưng an toàn, không sợ tai nạn, chưa kể không khí trong lành. Nghe anh Kevin nói tôi không khỏi nghĩ đến Hận Đồ Bàn của người Chàm tại Việt

Nam…

Sau ngày 30 tháng 4 năm 1975, đa-số người Việt chúng ta đến đây chạy trốn CS, không vì lý do kinh tế, chúng ta đến đây tìm tự do về văn hóa về tư tưởng. Ngày lễ Thanksgiving là một ngày đáng tôn-trọng, chúng ta hồi tưởng lại những khó khăn lúc ban đầu, nhớ lại những ân-tình của người Mỹ nói chung đã mở rộng vòng tay giúp đỡ người tị nạn xây dựng lại cuộc đời. Đây là một dịp xum họp gia-đình, một ngày để Tạ Ơn người Mỹ đã rộng mở lòng nhân đạo, cưu mang những người tị nạn VN trong những ngày mới tới. Mong rằng truyền thống cứu giúp những kẻ không may mắn vì lý do này hay lý do khác được duy trì và tiếp tục mãi mãi.

Thực Đơn làm Turkey:

Xem qua mấy cuốn sách thực đơn làm Turkey, phần nhiều na ná giống nhau, gia-đình tôi cũng như một vài gia-đình VN ở gần chia sẻ: Gà Turkey đông lạnh phải đợi 1 ngày cho tan đá sau đó rửa sạch, nhồi trong bụng Turkey nhiều món như khoai Tây nghiền , đậu hột xanh (green peas), ngô hột , rau Celery, nước chấm từ trái dâu đỏ (cranberry sauce), ruột bánh mì… Bụng Turkey khâu kín lại, sau đó cho vào bếp lò nấu ít nhất 5, hay 6 giờ mới chín…Món này nấu nướng công phu, mất nhiều thời gian ,nhưng không phải là món ăn ai cũng ưa thích. Khi ăn, thịt Turkey được cắt từng lát mỏng, kèm theo nước sốt, rau, đậu.. uống bia, rượu vang hay nước táo hâm nóng.

Làm Turkey theo gia-vị của người Mỹ thấy cầu kỳ, mất thì giờ và nhạt nhẽo, chúng tôi dùng thịt gà, hay thịt Turkey ướp với gia-vị Á-Châu rồi quay, hay nướng , thơm và hợp khẩu vị mình thích hợp hơn. Sau đây là thực đơn truyền thống trong bữa ăn ngày Thanksgving, mà bà Cô anh

Johnson cho tôi:

- 1 con Turkey hay vịt Trời (wild goose) từ 8 đến 10 pound rửa sạch, để ráo nước . Đồ nhồi trong bụng turkey: 1 muỗng bơ, 1 củ hành tây lớn thái nhỏ, khoai tây ,1 chén rau Celery thái nhỏ, 4 lát bánh mì bóp vụn,1/4 pound thịt heo xay mặn, 2 trái trứng quậy đều, 1 thìa bột gia-vị Sage, 1 thìa muối, ¼ thìa tiêu, ¼ thìa allsspice.

Cho vào lò và đun nóng khoảng 450 độ, từ 5 đến 6 giờ . Khi chín lấy ra để nguội, cắt từng lát ăn kèm đồ gia-vị.

TAN NGUYEN

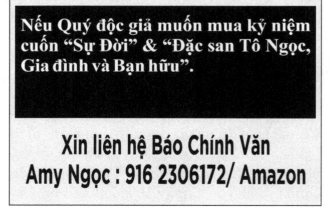

Supplement Facts
Serving Size 2 capsules

DOCTOR RECOMMENDED EUROPEAN FORMULA
Collagen, Juniper (Berry), Goldenrod (flower), Dandalion (leaf) Meadowsweet (herb), Willow (bark), MSM, Glucosamine, Chondrotine, Hyaluronic Acid. Other Ingredients : Vegetarian Capsules Magnetesium Stearate, Silicon dioxide

SUGGESTED USE
Adults : *During the first week take two 2 capsuleseach morning and evening then reduce to two (2) capsules each morning only. Additional capsules maybe safety taken during continued discomfort.*
These statements havenot been evaluated by the Food & Drug Aaministration. These products are not intanded to dianose treat, cure or prevent any disease.
Keep out of the reache of children. If you are pregnantor nursing or have other medical condicton, or are takingprescription drugs, consult your healthcare professionale before taking this prodruct This product is manufactured in the USA to the highest quality standards in accadance to good. Store with lid closed in a cold dry place.

Collagen Plus+
SKIN - HAIR - NAILS - JOINT

COLLA GEN

HYALU RONIC

GRAPE SEED

& more

60 x 850mg capsules MADE IN U.S.A

Herbal Dietary Supplement

COLLAGEN-HYALURONIC-MSM GLUCOSAMINE & GRAPE SEED

GLUCO SAMINE | BONE
CHON DROTIN | HYALU RONIC
 | MSM

FDA REGISTERIC 15058496154
Natural Products ASSOCIATION GMP certified
EUROPA FORMULAR
ORGANIC
100%
ALL NATURAL

Distributed by TRUHERBS U.S.A
Web : www.truherbsusa.com

ARTHRI SUPPORT is designed to be taken to help support Joint and Muscle comfort.*
For the best results, you must follow product directions.
KEEP OUT OF REACH OF CHILDREN.
If you are pregnant or nursing, or have other medical conditions, or are taking prescription drugs, consult your healthcare professional before taking this product

ARTHRI SUPPORT manufactured in the USA to the highest quality standards in accordance to Good Manufactoring Practicec. Store with lid closed in a cool, dry place.

*These statements have not been evaluated by the Food and Drug Administration. This product is not intended to diagnose, treat, cure or prevent disease.

Distributed by TRUHERBS U.S.A.
Web : www.truherbsusa.com

STOP THE PAIN!

ARTHRI support

Support Joint and Muscle Comfort

Herbal Dietary Supplement

60 Vegeterian Capsules

Supplement Facts
Serving Size: 2 Capsules
Servings Per Container: 30
Amount Per Tablet %Daily Value
+ Percent Daily Value not established

ARTHRI Support Proprietary Blend 450mg
Juniper (berry), Goldenrod (flower), Dandelion (leaf), Meadowsweet (herb), Willow (bark).

Other Ingredients:
Vegetarian Capsule, Magnesium Stearate, Silicon Dioxide. Grape Extract 700.

FDA REGISTERIC 15058496154
Natural Products ASSOCIATION GMP certified
EUROPA FORMULAR
ORGANIC
100%
ALL NATURAL

SUGGESTED USE: As a dietary supplement take one (1) capsules daily.

WARNING: If you are pregnant, nursing, taking any medications or have any medical condition, consult your doctor before use. If any adverse reactions occur, immediately stop using this product and consult your doctor. If seal under cap is damaged or missing, do not use. Keep out of reach of children. Store in a cool, dry place.

These statements have not been evaluated by the FDA. This product is not intended to diagnose, treat, cure or prevent any disease.

NO Gluten, Non-GMO, Soy, Artificial Color, Artificial Flavor, Artificial Sweetener, Preservatives, Wheat, Yeast, Milk, Lactose

MANUFACTURE FOR TRUHERBS U.S.A
E-mail: truherbs2009@yahoo.com
Website: www.truherbsusa.com

OMEGA 3 - OMEGA 6 - OMEGA 9

HEMP SEED OIL
COLD PRESSED

Dietary Supplement

60 Capsules

Supplement Facts
Serving Size: 1 Quick Release Softgel
Serving per container: About 60

Amount per serving	% Daily Value
Calories	5
Tatal Fat	0.5g	1%*
Polyunsaturated Fat	0.5g	+
Hemp Seed Oil	700 mg	+
Typically Contains:	
Omega-3 (Alpha Linolenic Acid)	14-28% +
Omega-6 (Linoleic Acid)	45-65% +
Omega-9	6-20% +

* Percent Daily Values are based on a 2,000 calorie diet
+ Daily Value (DV) not established.

Other ingredients: Gelatin, Vegetable Glycerin

Directions: For adults, take 1 quick release softgel daily, preferably with a meal.

KEEP OUT OF REACH OF CHILDREN. DO NOT USE IF SAFETY SEAL IS DAMAGED OR MISSING. STORE IN A COOL, DRY PLACE.

Mua **Collagen** + *Mua* **ARTHRI support** + *Tặng* **HEMP SEED OIL**

NGĂN NGỪA LOÃNG XƯƠNG
ĐAU NHỨC TOÀN THÂN

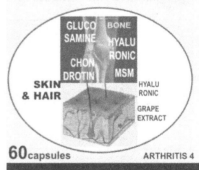
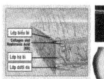

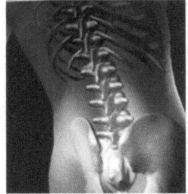
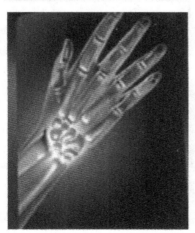

TRUHERBS USA

Sale 50%

RED GINSENG
PRODUCT OF KOREA

Whitening + SPF + Nourisch the Skin

Tẩy trắng + Chống nắng + Nuôi dưỡng, ngăn ngừa lão hóa da

Red Ginseng Whitening Peeling
(Lột nhẹ lớp tế bào chết, vết thâm đen
để có làn da sáng và bóng - Dùng ban đêm)

Make up + SPF + Chống lão hóa
(Có chất dưỡng ẩm, Anti...)

Mỗi tuần 2 lần, làm sạch lỗ chân lông
với Tumeric (Tinh chất Nghệ) để giữ làn da
sáng bóng ngăn ngừa nhiễm trùng gây mụn,
loại trừ những cặn bã bám trên da, nên giúp
làn da sạch và mịn màng hơn.

ONE SET (3)

ONLY **50**%

Before 150$ - Incl Schipping

Now 75$ - Incl Schipping

Limited time until stocks last (đến khi hết)

ẨM THỰC VIỆT NAM

Amy tổng hợp

Kể từ năm 1883, sau khi chiếm thành Hà Nội và buộc triều đình Huế phải ký hiệp ước đầu hàng, giao cho Pháp quyền quản trị thành phố, người Pháp bắt đầu du nhập vào đây một lối sống mới của người phương Tây.

Một trong những đặc điểm của lối sống đó là cách ăn uống. Và Hà Nội bắt đầu có những đổi thay để đáp ứng nhu cầu ẩm thực của người Pháp, nhưng rồi cách ăn uống của người Pháp cũng đã ảnh hưởng đến một bộ phận người Việt, để hình thành một cách ăn của người Hà Nội cũng như của người Việt Nam nói chung. Chúng tôi xin điểm lại những đổi thay đó đầu thời thuộc địa vào cuối thế kỷ XIX sang đầu thế kỷ XX.

1. Ăn uống hàng ngày của người Pháp

Đặt chân đến Hà Nội, cái khó khăn đầu tiên của người Pháp là tìm những thực phẩm thích hợp với cách ăn của mình. Hãy nghe một người Pháp phàn nàn với bác sĩ Hocquard khi ông đến đây vào đầu năm 1884:

"Ôi! Các bạn, cái xứ Bắc kỳ này thật là lạ! Không có một tí bơ nào trên khắp cái nước An Nam này, không có một giọt sữa tươi ở Hà Nội. Người ta có nuôi bò, nhưng nó không cho sữa, người An Nam không biết đến sữa. Chúng tôi đành phải nấu ăn bằng sữa đặc và cái thứ bơ mặn không biết đem từ đâu tới, đựng trong những hộp sắt Tây nhỏ hàn kín lại và giá cắt cổ… Cố đi tìm mãi, người đầu bếp của tôi mới phát hiện ra một tay buôn có trứng ăn được. Thú vị nhất là tôi chỉ trả rẻ hơn có một nửa số tiền: một quả trứng lộn, giá một xu! trứng tươi, một xu hai quả. Người An Nam thật quái dị!" (Bác sĩ Hocquard, Một chiến dịch ở Bắc Kỳ, 1892)

Sự thật ăn trứng lộn là một thói quen của nhiều cư dân Đông Nam Á, trong khi đó người Trung Quốc lại không bao giờ dám nhìn dù chỉ là quả trứng lộn mới bóc vỏ. Nhưng quả thật, trước năm 1954, **trứng lộn ở Hà Nội không bán tràn lan như bây giờ.** Với người Hà Nội xưa, thì việc ăn uống của người dân đô thị không khác mấy với người dân nông thôn. Nghĩa là mọi việc ăn uống đều phải dựa vào chợ búa.

Tuy là một thành phố, nhưng vẫn là Kẻ chợ, nên sinh hoạt buôn bán nơi đô hội đều diễn ra theo chu kỳ các phiên chợ. Đã thành thông lệ, mỗi tháng các phiên chợ diễn ra đều đặn cách nhau từ ba đến bốn ngày. Cứ mười ngày thì có hai hoặc ba phiên như tất cả các chợ vùng quê.

Không biết Hà Nội trước đây có bao nhiêu chợ, chỉ biết trong ca dao xưa có câu: "Bà già đi chợ Cầu Đông Bói xem một quẻ lấy chồng lợi chăng…" Cầu Đông nằm bên ngoài cửa Đông thành Hà Nội, nay vẫn còn chùa Cầu Đông trên phố Hàng Đường, xưa ở cạnh chợ.

Phố Paul Bert (năm 1914/1915), nay là phố Tràng Tiền, Hà Nội

Chợ cổ Cầu Đông nằm trên nền đất chạy dọc sông Tô Lịch, thuộc phường Đồng Xuân, tổng Hậu Túc, huyện Thọ Xương, nay không còn dấu vết. Sau này có lẽ đã được nhập vào chợ Đồng Xuân. Còn có nhiều chợ khác nằm bên ngoài các cổng thành mà ngày nay vẫn còn các tên: chợ Cửa Bắc, chợ Cửa Nam… Ngoài các chợ, các cửa hàng bán thực phẩm hầu như không có, hoặc chỉ có rất ít ở một số phố, như Hàng Đường chuyên bán bánh kẹo.

Hãy nghe ông bác sĩ trên mô tả: "Cạnh khu phố Tàu có một con đường nhỏ, luôn luôn đầy trẻ con đứng trầm trồ trước các cửa hàng: đấy là phố Hàng Đường, nơi ở của những người làm bánh và làm mứt. Một loạt các loại kẹo bánh của người Việt được bày trên giá hàng, chúng được xếp trên một loại giá nhiều tầng kê trên chân kệ.

Hàng Đào (Hà Nội) những năm thập niên 20

Có hàng núi đường phên đựng trong những chiếc sọt tròn lớn. **Đường phên là sản phẩm của xứ này: ở Bắc kỳ người ta trồng mía trên diện rộng, nhưng người bản xứ không biết làm ra đường tinh luyện, họ chỉ làm được đường cát và có hai loại.** Loại thấp nhất về mẫu mã và về mùi vị được chúng ta biết dưới cái tên đường phên, đường loại một giống như một thứ bột rất trắng, gồm những tinh thể nhỏ. Những người làm mứt kẹo bán cả đường phèn trắng hay vàng, mứt quả, kẹo màu nâu mà hạt hạnh nhân được thay thế bằng nhân lạc, hạt sen ngào đường…

Họ bán lẻ cả rượu chum – chum, hay rượu gạo đong bằng cái gáo làm bằng nửa vỏ dừa có cán tre" (Bác sĩ Hocquard, sđd) Và hãy xem nhận xét vô tư không hề có thiên kiến của người Pháp này đối với rượu và các thứ bánh Việt Nam hồi đó: "Binh lính chúng ta, từng quen ăn uống đủ thứ, cũng muốn nếm thử thứ đồ uống khủng khiếp đó. Hầu hết những ai uống một lượng vừa đủ đều bị như điên loạn, với ám ảnh muốn tự tử. Những thức bán ở Hàng Đường cũng có một vài thứ bánh khá ngon, ngay cả đối với người châu Âu.

Bánh quy An Nam rất tuyệt, nó được làm bằng bột gạo và đường, cán trên mặt đá bằng một cái trục gỗ và sau đó nướng rất nhẹ lửa. Bột được cắt thành từng miếng hình chữ nhật, bán thành gói bốn hay sáu miếng bọc bằng giấy trắng, có in một chữ đỏ ghi tên người sản xuất và châm ngôn của người làm. Ta thấy ở các cửa hàng bánh một thứ bánh ngọt hình tròn, to bằng đồng bạc, làm bằng bột gạo và bột quả táo, ăn rất ngon. Người Việt cũng làm đường mạch nha rất giỏi, kẹo thanh và một thứ kẹo lạc màu trắng, giống như kẹo nhân hạnh đào ở Montélimar (Bác sĩ Hocquard, sđd. Nhưng người Pháp khi mới sang không thể chỉ dựa vào nguồn cung cấp thực phẩm ở chợ và nhà hàng Việt Nam, mà chủ yếu phải dựa vào nguồn cung cấp riêng.

Một người bếp trưởng quân đội Pháp đã nói: "Chúng tôi được cấp khẩu phần thực phẩm hàng ngày. Chính quyền cấp cho mỗi người chúng tôi một khẩu phần thịt tươi, một hộp thịt đóng hộp, một suất đường, cà phê và rượu vang, tất cả những thứ mà chúng tôi không thể tìm thấy ở đây. Tôi đưa cho người đầu bếp An Nam tên là Hai 7 đồng một tháng, cộng thêm 2 quan tiền mỗi ngày để đi chợ. Với hai quan tiền đó anh ta có thể mua trứng, gà, vịt, cá để thay đổi hàng ngày".

Và còn nhận xét thêm:

"Người An Nam, cũng như người Trung Quốc, rất có thói quen nấu ăn. Theo tôi thì họ còn giỏi hơn những đầu bếp nổi tiếng các nhà hàng của chúng ta, họ có thể nấu ăn với rất ít dụng cụ. Chỉ một cái chảo và một cái nồi mà chúng tôi mua cho, anh chàng Hai có thể dọn mỗi bữa ăn hai hay ba món, nấu trên một cái lò ngoài trời đặt trên ba hòn gạch".

2. Cà phê và giải khát

Với người Pháp đã thành một thông lệ, là không thể thiếu hàng cà phê. Thói quen của họ mỗi khi gặp nhau là phải kéo đến tiệm cà phê. Đấy là nơi người ta gặp nhau hàng ngày, nơi gặp gỡ bạn bè từ xa đến, nơi những người làm ăn đến bàn công việc và đôi khi làm một ván bài…

Có lẽ thói quen đó sau này đã được người Hà Nội học theo, nhưng phải đợi sang nửa đầu thế kỷ XX, khi đã hình thành một tầng lớp viên chức và thị dân người bản xứ thì Hà Nội mới biết đến tiệm cà phê của người Việt.

Có lẽ người đầu tiên mở cửa hàng cà phê ở Hà Nội là bà De Beire, một trong những người phụ nữ kỳ cựu nhất đã đến Việt Nam theo đoàn thám hiểm của Jean Dupuis từ năm 1872, rồi quyết định ở lại đây mà không trở về nước.

Một bác sĩ Pháp đã nói về tiệm cà phê của bà như sau: "Năm 1886, tiệm cà phê của bà trở thành một thứ điểm hẹn, nơi mọi sĩ quan, kể từ tướng lĩnh cho đến quan một, tự coi có bổn phận, chiều chiều vào lúc 6 giờ, phải đến ngồi vào bàn một lúc trước bữa ăn tối. Bà De Beire đi đi lại lại giữa các bàn và ai cũng nói với bà một đôi câu thân ái.

Ai cũng biết câu chuyện đời bà và thái độ dũng cảm của bà khi bà cầm súng bắn trả bọn quân Cờ Đen trong lần chúng đốt phá nhà thờ công giáo. Nhất là ai cũng biết lòng hảo tâm vô hạn của người đàn bà tuyệt vời ấy, người chỉ biết làm điều tốt, đứng đầu mọi tổ chức từ thiện, tự mình đến bệnh viện thăm nom thương bệnh binh, dành cho họ tất cả rau trong vườn rau bà trồng chỉ để dùng vào mục đích ấy.

Khi mới đặt chân đến Bắc kỳ, tôi cứ đinh ninh sẽ gặp ở bà De Beire một cái gì như một nữ anh hùng và tôi đã xiết bao ngạc nhiên khi thấy trước mặt mình là một người đàn bà nhỏ thó gầy gò ốm yếu, đã già, đầu đội một chiếc mũ đàn bà kiểu thịnh hành năm 1830".

Cho đến năm 1885, riêng trên phố Paul Bert (Tràng Tiền ngày nay) và Hàng Khay đã có sáu tiệm cà phê: ngoài Cà phê sĩ quan của bà De Beire còn có Cà phê thương mại của ông Voisin ở nơi sau này trở thành Nhà in Viễn Đông I.D.E.O. (nay là Trung tâm văn hóa Pháp), Cà phê Hòa Bình của ông Blum, Cà phê quảng trường ở chỗ sau này là hiệu thuốc Reynaud-Blanc (nay là cửa hàng dược phẩm góc đường Hàng Khay-Hàng Bài) và cuối cùng là Cà phê Block (ở góc đường Hàng Khay – Bà Triệu ngày nay).

Người Hà Nội đã thừa hưởng được kỹ thuật pha và cách uống cà phê của người Pháp thời đó. Nhưng đến nay, khi ở Pháp và nhiều nước khác trên thế giới người ta không còn uống cà phê theo kiểu xưa nữa, thì ở Hà Nội (cũng như nhiều nơi khác ở nước ta) người ta vẫn giữ nguyên cách pha cà phê cũ kỹ bằng cái phin, để cho cà phê chảy từng giọt rất đặc và bốc mùi thơm đậm đà.

Người uống phải ngồi nhâm nhi cả tiếng đồng hồ bên tách cà phê, chỉ thích hợp với những ai nhàn rỗi, chứ những người bận rộn với công việc làm ăn thì làm sao mà chờ đợi được. Cho nên bây giờ hầu hết các tiệm cà phê ở Hà Nội đều bán cà phê pha sẵn, tuy vẫn rất đậm đặc so với thói quen của người phương Tây. Còn muốn có thứ cà phê hợp thời thượng như expresso hay capucchino thì phải đầu tư mua máy pha, chỉ các khách sạn hay nhà hàng lớn mới có chứ không vừa tầm với những tiệm cà phê nho nhỏ.

Có thể nói uống cà phê sáng đã trở thành một thói quen trong lối sống của người Hà Nội và người Việt nói chung. Có phải vì nước ta đã trở thành một trung tâm sản xuất cà phê của thế giới hay vì lý do gì khác? Nếu có sang Trung Quốc hay Hàn Quốc thì mới thấy cà phê vẫn còn là một thứ nước uống xa lạ. Nhưng trong khi cà phê đã trở thành một thức uống bình dân quen thuộc với nhiều tầng lớp lao động Sài Gòn, thì ở Hà Nội, cà phê vẫn chỉ phổ biến trong tầng lớp viên chức và học sinh sinh viên. Ở Sài Gòn, khi xong việc, từ người kéo xe cho đến phu khuân vác thường tìm đến quán cóc vỉa hè để nhâm nhi một ly cà phê đá, còn ở Hà Nội, những người lao động nghèo khổ chỉ giải khát bằng nước chè tươi hay nước vối, ít khi họ có mặt ở quán cà phê ven đường.

Người ta đến tiệm cà phê còn để giải khát, nhất là trong những tháng hè nóng bức của Hà Nội, ai cũng mong được một cốc nước ngọt có đá lạnh. Nhưng lúc đầu **hiếm khi người ta được uống lạnh** vì đá chở từ Hải Phòng lên rất bập bõm, thậm chí đôi khi phải chở từ Hồng Kông về.

Đến năm 1887 nước đá được đưa về đều đặn hơn, bán với giá mười xu một kg, trong khi ở Hải Phòng là bảy xu và ở Sài Gòn là hai xu. Năm sau giá nước đá bán lẻ rút xuống còn sáu xu một kg. Năm 1889 ở Hà Nội mọc thêm nhiều quán giải khát, chỉ tiếc rằng không được mát lắm bởi vì nhà công nghiệp Berthoin, người gần như giữ độc quyền lo nước đá cho người Hà Nội, đã không cung cấp đủ.

Thế là thư phản đối nhao nhao lên trên các trang báo, một trong những thư ấy làm ông Berthoin tức giận. Ông kiện tác giả bức thư. Nhưng các quan toà hình như là người cũng thích uống đá, đã xử cho nhà công nghiệp vụng về kia thua kiện. Và phải đợi đến năm 1891, nhà Larue mới mở một xưởng nước đá ở Hà Nội, trước khi đi vào kinh doanh bia Larue. Nhà máy nước đá đầu tiên đó hiện nay đã trở thành doanh nghiệp nhà nước chủ yếu sản xuất nước đá của Hà Nội nằm trên đường bờ sông.

Từ đây Hà Nội không lo thiếu đá nữa. Về bia thì phải đợi đến năm 1891 ông Hommel mới mở một xưởng nấu bia bên đường đê Parreau (tức đường Hoàng Hoa Thám ngày nay). Người ta đồn rằng tại đây ông Hommel đã khoan được giếng nước có chất lượng phù hợp với việc nấu bia, cho nên bia Hommel trở thành nổi tiếng khắp Bắc kỳ thời thuộc địa.

Và đến nay Nhà máy bia Hà Nội cũng thừa hưởng được nguồn nước đó để sản xuất bia ngon. Bên cạnh đó phải nói đến bia Larue cũng nổi tiếng một thời, nhưng sau khi người Pháp rời khỏi miền Bắc Việt Nam năm 1954, thì bia Larue cũng biến mất. Gần đây bia Larue mới xuất hiện lại, nhưng không hiểu vì lý do gì mà nó vẫn chưa có mặt tại Hà Nội mà chỉ phổ biến ở các tỉnh miền Trung trở vào.

Người Pháp không phải là những người uống nhiều bia như người Đức và cũng không có bia ngon nổi tiếng như người Tiệp, cho nên bia ở Hà Nội chỉ là bia chai bán ở các cửa hàng giải khát, chứ không có cửa hàng chuyên bán bia.

Thời đó, để giải khát người ta uống nước chanh đóng chai (limonade) nhiều hơn. Với người Việt thì uống bia chưa trở thành phổ biến và người Hà Nội cũng không uống bia thường xuyên như người Sài Gòn thời đó. Tên gọi "la de" của người Sài Gòn cho thấy bia đã thành một thức uống bình dân ở thành phố quanh năm nóng bức này, còn ở Hà Nội người bình dân thời Pháp thuộc không mấy khi biết đến bia.

Vậy mà không hiểu từ bao giờ sau năm 1954, các quán bia hơi đã trở thành nét sinh hoạt phổ biến ở Hà Nội để rồi lan tràn đến các thành thị khác trên khắp nước ta.

Buổi đầu, vào những năm 1960, khi các hàng bia mới mở tại Hà Nội, chỉ có những người thành thị gốc mới biết thưởng thức. Còn người từ nông thôn ra không biết uống bia, họ cho là đắng và thường phải pha thêm đường mới uống được. Nhưng chính vì pha đường nên lại càng dễ say.

Vậy mà chỉ sau một thời gian, bia đã trở thành đồ uống rất được ưa chuộng, không chỉ người Hà Nội, mà người nông thôn cũng ham thích, không chỉ có đàn ông, mà đàn bà con gái cũng rủ nhau đi uống bia. Cái cảnh xếp hàng lấy bia trong những năm theo chế độ bao cấp đã trở thành hình ảnh quen thuộc của người Hà Nội. Nhiều câu chuyện uống bia đã được phản ánh trên báo chí, vừa vui mà cũng có phần nhếch nhác. Và đến nay, có lẽ không đâu người ta tốn nhiều thì giờ nhậu nhẹt ở các quán bia như nước ta.

3. Cửa hàng thịt bò

Tuy nhiên, người Pháp vẫn thiếu thịt tươi ngon, nhất là với số lượng lớn. Đặc biệt người phương Tây ăn thịt bò nhiều hơn thịt lợn, trong khi đó người Việt chỉ mổ trâu mổ bò vào những dịp đặc biệt như khi mở hội làng, chứ hàng ngày không mấy khi mổ trâu bò bán ngoài chợ. Vả lại triều đình Việt Nam xưa từ lâu đã có chính sách cấm mổ trâu mổ bò, vì đây là sức kéo quan trọng trong việc phát triển nghề nông.

Sử sách từng ghi lại những điều luật cấm đoán từ thời Lý – Trần cho đến các triều đại sau này. Ta thấy việc cấm đoán này sẽ trở lại ở miền Bắc Việt Nam trong những năm chiến tranh, dưới thời kỳ bao cấp. Hồi đó trâu bò vẫn là sức kéo chủ yếu, cho nên nhà nước chủ trương cấm mổ trâu bò, đã có lúc món phở bò quen thuộc với bao thế hệ người Hà Nội hầu như biến mất trong một thời gian dài.

Việc cung cấp thịt bò cho quân đội Pháp lúc đầu do một nhà thầu phụ trách. Có lẽ lò mổ đầu tiên được mở gần khu Nhượng Địa (chạy dài từ Nhà hát lớn đến cuối đường Lê Thánh Tông ngày nay), là nơi ở chủ yếu của người Pháp trong những năm đầu chiếm đóng. Cạnh lò mổ có quây một trại nhốt bò chờ làm thịt. Do vậy mà cây đa mọc ngay gần đấy được gọi là "cây đa nhà bò" vẫn còn ở cuối phố Lò Đúc ngày nay. Lò mổ tiếng Pháp là "abattoir" (a-ba-toa), hồi đó chưa có

khái niệm này trong tiếng Việt nên dân ta cũng gọi theo cách phiên âm tiếng Pháp là "nhà ba toa".

Việc cung cấp thịt bò do nhà thầu giữ độc quyền nên người mua không có quyền chọn lựa. Vì vậy mà ngày 5 tháng 8 năm 1885, trên tờ Tương lai của Bắc kỳ có bài viết rằng: "Người Pháp ở Hà Nội đòi hỏi phải có một cửa hàng thịt, một tiệm giặt là kiểu Pháp, một thợ may, một thợ giày và… những bàn bi-a trong quán cà phê".

Thế là ông chủ nhà thầu Albert Billoux điên tiết lên vì sợ bị cạnh tranh, bèn gửi cho tòa soạn báo này một bức thư gay gắt như sau: "Ông ăn nói lộn xộn. Đòi một cửa hiệu thịt bò ư! Từ nay ông đi hỏi đâu có cửa hàng thịt bò thì đến mà lấy thịt. Hoặc là ông xin lỗi tôi, hoặc là ông sẽ không có thịt bò và đừng đặt hàng nữa mà vô ích".

Tuy nhiên, vài tháng sau, một hiệu thịt bò tư nhân đã mở ra ở phố Hàng Khay và ông chủ nhiệm báo Tương lai của Bắc kỳ lại được ăn thịt bò bít tết như cũ. Sau này có một số người Việt cũng mở cửa hàng bán thịt bò và người Hà Nội cũng dần dần làm quen với thịt bò. Mà thịt bò hồi đó chỉ bán tại các cửa hàng trên phố, chứ không có quầy thịt bò ở chợ. Có lẽ vì đây là thứ thịt chỉ bán cho các ông bồi ông bếp Tây, hay cho những nhà thượng lưu người Việt chứ không phải là bán cho đám bình dân ở chợ.

Có lẽ những người bán thịt bò đầu tiên ở các thành phố phía bắc là người Hà Nội, vì cho đến tận những năm 1930 – 1940, ở thành phố Huế, cũng chỉ có một cửa hàng thịt bò do người Việt đứng bán (nằm trên đường Trần Hưng Đạo ngày nay, nhìn sang chợ Đông Ba), mà lại do một gia đình Bắc kỳ mở.

Còn người Hà Nội lúc đầu ăn thịt bò như thế nào? Chắc ngoài những món theo kiểu Tây như bít tết hay hầm với khoai tây thì cũng chưa có món gì đặc biệt. Vì trong các món ăn truyền thống của người Việt không có món nào là thịt bò. Hãy quan sát cỗ cúng ngày tết hay khi có tang ma cưới xin, trên bàn thờ không có món nào là thịt bò. Chỉ có sau này mới có giò (chả) bò, một biến thể từ giò (chả) lợn mà ra. Còn các món quà bán rong ngoài đường, ta chỉ thấy sử dụng thịt lợn, gà, vịt, cua, ốc..., tuyệt không có món bò nào. Qua thống kê những món ăn được nhắc đến trong sách Hội điển của triều Nguyễn do Trần Viết Ngạc thực hiện, ta thấy trong quy định những món phải dọn trong cỗ yên hạng nhất để thết đãi sứ thần Trung Quốc, không có món nào dùng đến thịt bò.

Các món ăn dọn trong cỗ bàn cúng tế của triều đình chỉ có 4 món thịt bò thuộc về nem, ninh, quay và luộc. Một trong những món thịt bò người Pháp thường ăn là nấu với rượu vang, gọi là bò bourguignon (bắp bò hầm với rượu vang trong nhiều tiếng đồng hồ cùng với một số gia vị riêng, thêm khoai tây cà rốt), đã được người Hà Nội tiếp thu, nhưng có biến cải đi với tên gọi khác.

Đó là món thịt bò sốt vang, nhưng lại thêm cà chua, cà rốt và nêm gia vị bằng hoa hồi hay ngũ vị hương, tất nhiên là phải có rượu vang nhưng không đáng kể. Món này người Sài Gòn có cách nấu tương tự nhưng lại gọi là bò kho, cũng để ăn với bánh mì. Về mùi vị thì không hề giống với món ăn của Pháp. Chỉ riêng món bít tết, có lẽ vì cách làm không cầu kỳ lắm, lại gần với món rán của ta, nên được người Việt nhanh chóng tiếp thu để biến thành một món ăn trong bữa cơm Việt.

Người ta không ăn bít tết dọn từng suất cho mỗi người, mà thái miếng nhỏ để dọn cùng các món ăn khác để mọi người cùng gắp ăn chung với cơm. Ấy vậy mà vẫn gọi là bít tết chứ không gọi là thịt rán, cũng như gan rán có cho tỏi theo kiểu thịt bò cũng được gọi là "bít tết gan" (đã bít tết tức là thịt bò, nhưng lại làm bằng gan lợn).

Cũng cần nói thêm rằng thịt bò của người Việt nấu vẫn không thể sánh được với thịt bò của các hiệu ăn Tàu. Hãy nghe nhà văn Thạch Lam mô tả một cửa hàng chuyên làm món bò của người Tàu ở Hà Nội thời Pháp thuộc: "cái món thịt bò của "nhà khách cháy" Tự Lạc Hiên, có chú bếp béo quay và cô hàng nhí nhảnh, tất cả các món bằng thịt bò, xào cải làn, áp chảo, mì bò nước hay khô, mà bao giờ thịt cũng mềm, cháy sém ngoài mà trong vẫn sung nước ngọt". (Thạch Lam, Hà Nội băm sáu phố phường, Nhà xuất bản Đà Nẵng, 1943).

Ngoài ra người Pháp còn đem đến những thứ thịt khác mà người Việt không mấy khi dùng, đó là thịt thỏ nuôi trong nhà. Người Việt chỉ ăn thịt thỏ rừng khi săn được, mà thỏ cũng không có nhiều ở nước ta.

Ông Lacaze, một nhà buôn lớn, đã thuần dưỡng được mấy cặp thỏ nhà quen được với thủy thổ miền Bắc Việt Nam. Tại đám cưới con gái ông lấy một đại úy trong quân đội năm 1887, món xivê thỏ lần đầu tiên ra mắt đã được hoan nghênh nhiệt liệt. Sau này cái món thịt thỏ cũng được người Việt biết đến, nhưng không mấy ai ưa chuộng và thịt thỏ không phải là thực phẩm được bán phổ biến trên thị trường Hà Nội.

4. Bánh mì

Thức ăn căn bản của người Âu là bánh mì, thì không thể dựa vào nguồn cung cấp ở Việt Nam. Bột mì ở Hà Nội trong những năm đầu phải chở từ Sài Gòn ra, mà Sài Gòn lại phải nhập bột từ chính quốc hay từ Úc. Lúc đầu các lò bánh mì ở Hà Nội đều do các nhà sản xuất nghiệp dư làm.

Việc nướng bánh không phải là chuyện khó khăn, vì hầu hết nông dân Pháp đều có thói quen tự nướng lấy bánh cho gia đình dùng, lâu lâu lại đốt lò một lần để ăn trong cả tuần, cả tháng. Nhưng đấy là thứ bánh dùng trong bữa ăn thông thường, không có các thứ bánh ngon.

Mãi đến năm 1894, báo Tương lai Bắc kỳ (L'Avenir du Tonkin) mới đưa tin: ông Becker, chủ lò bánh mì chuyên nghiệp, sắp tới kinh doanh ở Hà Nội, vậy là dân Hà Nội sắp được ăn bánh sừng bò và bánh xốp như ở Paris vậy.

Đọc tin ấy tự ái nổi lên đùng đùng, ông chủ hàng bánh Camin, có cửa hàng ở phố Paul Bert và hình như không phải là dân chuyên nghiệp, bèn gửi đến tòa soạn mẫu bánh xốp của mình, được báo đánh giá "trước nhất là hình dáng trông cũng hay hay, nom như những quả đào, mà bên Pháp thường gọi là "cái ti của thần Vệ Nữ", đưa lên mũi ngửi thì thơm cực kỳ. Bột được nhào rất kỹ, ăn rất ngon. Có cạnh tranh có khác!".

Cửa hàng bánh mì nổi tiếng sau này của Pháp cũng nằm trên phố Paul Bert (Tràng Tiền) là hiệu Chaffangeon, ngoài bánh ăn thông thường còn có các loại bánh khác có bơ và đường như *croissant (sừng bò)*, *brioche (bánh vành khăn)*, khiến ai đi qua đó đều bị hấp dẫn bởi mùi thơm lan tỏa.

Sau này khi nguồn cung cấp bột mì dồi dào hơn, thì người Hà Nội cũng bắt đầu làm quen với thứ bánh của người Pháp, mà người ta gọi là "bánh Tây" (hình như từ Huế trở vào đến Sài Gòn, không ai gọi như thế). Nhưng với người Việt, bánh mì chỉ dùng trong bữa ăn sáng, vì nó tiện lợi, không phải nấu nướng mất công. Còn ăn vào các bữa chính thì chỉ có những nhà trung lưu quen ăn "cơm Tây", hay các hiệu ăn chuyên làm cơm tây mới dùng.

Người Hà Nội đã nhanh chóng nắm bắt được kỹ thuật nướng bánh mì và đã có những thương hiệu nổi tiếng như bánh mì Gia Long, có cửa hàng trên đường Gia Long (xưa là phố Hàng Giò, nay là Bà Triệu), bánh mì Tạ Văn Phồn... cung cấp cho tất cả các cửa hàng bán ăn sáng và những chú bé chạy rong trên khắp các phố ủ trong những chiếc bao tải còn nóng hổi. Bánh mì Gia Long sau năm 1954 được đưa vào Sài Gòn và cũng được đánh giá cao.

Nếu người Pháp ăn *bánh mì kẹp thịt (sandwich)* nhân chỉ có giăm bông hay xúc xích hoặc bơ và phó mát, thì người Hà Nội đã sáng tạo ra cách ăn riêng với nhân bằng nhiều thứ khác nhau. Ngoài những thức ăn chế biến sẵn của Tây như giăm bông, xúc xích, bánh mì của ta còn có thêm lạp xưởng, thịt xa xíu, giò chả, rưới xì dầu, tương ớt đậm đà, chứ không đơn điệu như món ăn của Tây.

Bánh mì Sài Gòn

Rồi sau này đi vào Nam còn cho thêm dưa leo, cà chua, rau thơm, khiến cho một chiếc bánh kẹp thịt tuy đơn giản, nhưng có thể trở thành một bữa ăn có đủ các thành phần dinh dưỡng hoàn chỉnh.

Rồi đến năm 1894, ở Trại Ghềnh, anh em ông Gobert đã trồng được khoai tây, được người Pháp tiêu thụ rất mạnh. Đó cũng là thức ăn quen thuộc của người Pháp, có thể thay thế cho bánh mì trong các bữa ăn.

Ta có thể coi đấy là thời điểm khoai tây được du nhập vào nước ta. Nhưng cho đến nay, **khoai tây tuy được trồng nhiều khắp nước ta và giá rẻ, nhưng vẫn không được người Việt sử dụng như một thứ lương thực chính và cũng không ăn thường xuyên như khoai lang**, mặc dầu khoai lang cũng là một thứ củ được người Bồ Đào Nha đưa từ châu Mỹ phổ biến sang châu Á từ thế kỷ XVI trở về sau.

LA VIE EN ROSE

Sexoton
BỔ THẬN KIÊN TINH

- Bổ sung nội tiết cho quý ông.
- Bổ sung dưỡng chất cho quá trình sinh hoá của thận khí.
- Công thức đặc biệt có chứa hồng sâm Đại Hàn.
- Giúp quý ông có đời sống sinh lý hưng phấn với thời lượng và chất lượng tuyệt hảo.
- Tuyệt với trong hạnh phúc lứa đôi..

 Distributed by TRUHERBS U.S.A.
www.truherbsusa.com

Woman's Life
ĐỜI HỒNG PHỤ NỮ

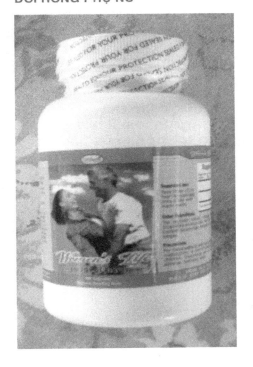

- Giảm stress (căng thẳng)
- Bổ sung nội tiết cần thiết.
- Giúp làm đẹp da, ngực nở, săn chắc.
- Giảm căng thẳng đưa đến chứng khô âm đạo.
- Giúp chỗ nhậy cảm săn chắc.
- Giúp phụ nữ có đời sống màu hồng & kéo dài hưng phấn của tuổi thanh xuân.
- Giữ gìn hạnh phúc lứa đôi.

TRÁI KHỔ QUA & BỆNH TIỂU ĐƯỜNG

Khổ qua với đặc tính giảm thiểu bệnh tiểu đường hiện đang được nhìn nhận trong điều trị bệnh tiểu đường. Các nghiên cứu đã xác nhận khổ qua đóng một vai trò trong việc kiểm soát việc sản xuất insulin của cơ thể, do đó kiểm soát lượng đường trong máu. Tác dụng hạ đường huyết là rõ rệt hơn ở trái cây tổng hợp khổ qua mà hóa chất được tìm thấy trong số lượng cao nhất. Một số nghiên cứu tài liệu cho thấy khổ qua (mướp đắng) tăng cường sự hấp thụ của tế bào glucose, thúc đẩy sản xuất insulin, và làm cho tác dụng của insulin mạnh hơn. Thậm chí một số tài liệu cho thấy hiệu quả rõ rệt khổ qua tác dụng làm giảm đáng kể cholesterol.

Các nhà khoa học, các học viện về sức khỏe tự nhiên, và nhiều người khác đang tập trung vào các đặc tính có lợi của trái này với lợi nhuận hứa hẹn. Trong y học Ayurveda, khổ qua được xem như một "nhà máy insulin", và một số nghiên cứu cho thấy, nếu sử dụng một cách chính xác, nó có thể làm chậm tác dụng của insulin.

Tại Ấn Độ, một số bác sĩ rất tự tin về tác dụng chống bệnh tiểu đường của khổ qua, đôi khi khổ qua còn được phân phối tại các bệnh viện cho những người bị bệnh tiểu đường.Ngoài ra, Sở Y tế Philippines đã đề nghị khổ qua là một trong những loại thuốc thảo dược tốt nhất cho điều trị bệnh tiểu đường.

Có ba nhóm hợp chất trong khổ qua chịu trách nhiệm về hành động hạ thấp lượng đường trong máu của nó:

Charantin: một hợp chất steroid hỗn hợp đã được tìm thấy có hiệu quả hơn uống loại thuốc hạ đường huyết : tolbutamide.

Polypeptide P: plypeptide insuline xuất hiện hạ đường huyết ở bệnh nhân tiểu đường loại I. Hiện alkaloid trong khổ qua có tác dụng làm giảm lượng đường trong máu, nhưng các nhà nghiên cứu vẫn chưa hoàn toàn đồng ý về các hợp chất có hiệu quả nhất hoặc nếu nó là sự kết hợp của tất cả chúng nào của hiệu ứng này.

Oleanolic axit Glycosides: Các hợp chất này đã được tìm thấy để cải thiện việc tăng dung nạp glucose ở bệnh nhân tiểu đường loại II bởi ngăn ngừa sự hấp thụ đường từ ruột. Liên quan đến tác động của gia tăng số lượng tế bào beta trong tuyến tụy là tốt, và kết quả là cải thiện khả năng của cơ thể để sản xuất insulin.

Distributed by : TRUHERBS U.S.A.
P.O.Box 246357 Sacramento CA 95824

EUROPA FORMULA - TESTEN INGREDIENT

DIABETES SUPPORT giúp cân bằng lượng đường trong máu, phục hồi năng lực hỗ trợ tuyến tụy tạng sản xuất insulin.

Trong sản phẩm, mỗi viên nang chứa 615 mg hợp chất thảo dược sau đây :

Vitamin C 30 mg
Vitamin E 15 IU
Selen 25 mcg
Chromium 50 mcg
Alpha Lipoic Acid 20 mg
Blend dac biet 615 mg 615 mg

Sự pha trộn (615mg) có chứa : *Gymnema Sylvestre, Coccinia indica, mướp đắng, chinensis Schisandra, anemarrhena asphodeloides,*
Cám gạo, Rehmannia glutinosa,
Vaccinium myrtillus.

Vitamin C:

Những người bị tiểu đường có thể được hưởng lợi do được bổ sung thêm vitamin C. Chất dinh dưỡng này có thể giúp điều chỉnh nồng độ đường trong máu. Kể từ khi insulin giúp vitamin C, cũng như glucose, được vào tế bào, những người bị tiểu đường có thể không có đủ vitamin C trong nhiều tế bào của họ. Cũng giống như đường, vitamin C không thể làm công việc của nó nếu nó không phải bên trong của một tế bào. Bổ sung vitamin C có thể buộc nó vào tế bào cơ thể, nơi nó có thể bảo vệ chống lại nhiều biến chứng của tiểu đường. Điều này có nghĩa là các phân tử glucose không gắn vào các tế bào máu. Đường tôn trọng những tế bào hồng cầu là nguyên nhân của nhiều biến chứng tiểu đường: như chữa lành vết thương khó khăn, vấn đề với các mao mạch và lưu thông chậm chạp.

Vitamin E: Các nghiên cứu cho thấy đã vitamin E giúp giảm nguy cơ tim mạch ở những người bị tiểu đường.

Selen: Giúp tạo ra các protein chống oxy hóa đã giúp prevent Default tổn thương tế bào từ các gốc tự do được cho là đóng góp vào sự phát triển của một số bệnh mãn tính.

Crom: Giúp Cải thiện đường huyết. Báo cáo nghiên cứu *crom* đã giúp làm giảm lượng đường trong máu cũng như số lượng insulin cần thiết cho người bị tiểu đường. Bệnh tiểu đường thai kỳ và steroid có thể được hưởng lợi từ crom là tốt. Chromium đã được tìm thấy để giảm vấn đề kháng insulin thấy ở những người hút thuốc lá. Chromium là một chất chống oxy hóa, nào do đó giúp bảo vệ cơ thể chống lại các gốc tự do (oxy hóa).

Alpha Lipoic Acid: Các nghiên cứu trên toàn thế giới đã cho thấy khả năng của ALA để bình thường hóa sự hấp thu và sử dụng glucose. Tổn thương thần kinh hoặc bệnh thần kinh ảnh hưởng đến hơn 50% bệnh nhân tiểu đường và là một trong những ghi nhận. Một nghiên cứu được công bố trong "Diabetes Care" đã thể hiện kết quả bổ sung axit alpha lipoic có thể phần nào phục hồi chức năng thần kinh tiểu đường sau khi chỉ có bốn tháng. *

Sự pha trộn thảo dược độc quyền (615mg) có chứa:

Gymnema Sylvestre: Gymnema sylvestre giúp làm giảm nhu cầu insulin trong bệnh tiểu đường và do đó giúp giảm lượng đường trong máu lúc đói. Gymnema Sylvestre Giảm sự hấp thu glucose ở ruột và bệnh nhân tiểu đường. Malthus có thể nhận thấy lượng đường trong máu thấp. GS4 các thành phần hoạt động từ Gymnema sylvestre giúp nâng cao các tế bào beta trong tuyến tụy, dẫn đến gia tăng sản xuất insulin.

Bệnh tiểu đường có liên quan đến sự mất cân bằng nội tiết tố. Gymnema đóng vai trò quan trọng trong phòng chống adrenaline từ kích thích gan sản xuất glucose. Béo phì là bệnh tiểu đường thuộc loại 2. Một trong những lợi ích sức khỏe lớn của Gymnema Sylvestre là đã làm điều đó giúp bạn trong việc giảm cân, đặc biệt là khi kết hợp với citrate canxi và crom.

Coccinia indica: Đã được chứng minh là làm giảm lượng đường trong máu. Thể hiện sự hấp thụ chậm đường ăn uống

Mướp đắng: là một thành phần cũng đã nghiên cứu đã được chứng minh là làm giảm lượng đường trong máu. Thành phần này vì thế đã được chứng minh để tăng mở rộng sản xuất của các tế bào beta của tuyến tụy, từ đó cải thiện khả năng của cơ thể để sản xuất insulin.

Chinensis Schisandra: Giúp lượng đường trong máu thấp hơn. Giúp tăng cường mở rộng lưu thông.

Anemarrhena asphodeloides: Thể hiện giảm và cân bằng lượng đường trong máu. Vì vậy, giúp tăng phóng to insulin.

Cám gạo: đã được chứng minh là giúp giảm mức đường huyết lên đến 30% ở những bệnh nhân tiểu đường loại 1 hoặc 2.

Rehmannia glutinosa: là một thành phần thảo dược truyền thống được sử dụng để điều chỉnh nồng độ đường và giúp đỡ để thoát khỏi cơ thể của lượng đường dư thừa.

Vaccinium myrtillus: Cây nham lê của Châu Âu (Vaccinium myrtillus), một loại thảo dược truyền thống, đã được sử dụng để giúp kiểm soát lượng đường trong máu và tăng thấp hơn ở bệnh nhân tiểu đường. Thành phần hoạt chất này đã được chứng minh là có khả năng làm cho cơ thể thoát khỏi đường quá nhiều trong máu. Nó không chỉ là một nguồn tốt để thoát khỏi cơ thể của đường quá nhưng đó là một chất giảm viêm thận.

DISTRIBUTED BY TRUHERBS U.S.A.
web : truherbsusa.com

Tâm Lý

Bạn gái và sự chinh phục

Nghệ thuật chinh phục đối tượng tượng không chỉ là một "lĩnh vực" của riêng các đấng mày râu, mà ngay cả với phái yếu cũng rất quan trọng. Để có thể hấp dẫn, lôi cuốn một người đàn ông, một bạn trai lý tưởng mà bạn thích, vấn đề khả năng và sở trường của một người con gái là cần thiết. Trong cuộc sống ngày nay, làm thế nào để cho một người đàn ông yêu tha thiết và muốn đi đến hôn nhân thực sự với bạn, thì quả là một điều không đơn giản. Có lẽ do cuộc sống xã hội ngày càng bực bách và đầy dẫy những khó khăn, trong khi người đàn ông luôn coi trọng sự thành đạt, nên họ rất ngần ngại khi quyết định lập gia đình. Quen và yêu nhau, với họ là một điều dễ dàng, thậm chí họ luôn sẵn sàng. Thế nhưng khi đề cập tới chuyện hôn nhân, hầu như nhiều đàn ông đều lẩn tránh bằng những câu bóng gió vu vơ rồi tìm cách lơ đi. Do vậy trong tình yêu, khả năng chinh phục của người con gái rất quan trọng. Để có thể giúp bạn có được người bạn đời lý tưởng:

- Đừng bao giờ đòi hỏi quá cao về mẫu người bạn tình. Hãy đưa ra một tiêu chuẩn khiêm tốn, hợp với thực tế thân phận của mình. Ngày nay, đa số đàn ông đều có một kiến thức nhất định cũng như khả năng nhìn nhận thế giới xung quanh. Việc xỏ mũi họ không phải dễ.

- Hãy nhận thức được mục tiêu và đối tượng mà bạn muốn chọn, nên bình quân tiêu chuẩn của đối tượng. Chẳng hạn một cô hàng nước thì đối tượng thấp nhất là anh chàng đồng gánh như mình và cao nhất là ông chủ cửa hàng tạp hoá. Như vậy, tiêu chuẩn giữa hai đối tượng trên là... anh chàng quản lý tạp hoá. Bạn đừng mơ làm vợ một giám đốc hay chàng tài tử điện ảnh nào đó, vì những ước mơ đó khó trở thành hiện thực.

- Một khi đã lùng săn ra đối tượng mà bạn cho là như ý, hãy mạnh dạn tiếp cận và ra hiệu cho chàng tiến tới. Từ đó, bạn sẽ dễ dàng có cơ hội để tìm hiểu về những sở thích, tính tình, công việc... các yếu tố cần thiết cho hạnh phúc gia đình sau này.

- Theo thời gian, khi mối quan hệ giữa bạn và đối tượng đã trở nên khắng khít, bạn nên tìm cơ hội bộc lộ những thói quen không mấy tốt đẹp hay các khuyết điểm thường gặp để dò tìm thái độ phản ứng từ phía chàng. Và tất nhiên những thử thách có chủ tâm phải được đạo diễn một cách kín đáo, tránh gây hiểu lầm nơi đối tượng để thử thách, bởi nó dễ dàng làm cho tiến trình phát triển tình cảm của bạn bị chùng lại.

- Và khi tình cảm đang lên ngôi, hãy tạo những cơ hội giả để đặt vấn đề sâu xa hơn bằng những hình thức đề cập từ xa. Dù rằng bạn cũng có thể nói thẳng về vấn đề hôn nhân, song tốt nhất là hãy để chàng tự nguyện từ những gợi ý với tư cách nhắc khéo của bạn. Không nên mơ tưởng đến những gì xa vời, mà hãy hành động theo chính tiếng gọi của con tim bạn với mức độ cho phép. Những sự vồ vập quá đỗi cũng có thể làm cho đối tượng có suy nghĩ không hay về bạn.

LẠC LỐI

Tuổi thơ lạc lối phố đông

Thanh niên lạc lối khổ trong tình trường

Trung niên lạc lối quên đường

Chạy theo vật chất vấn vương ái sầu

Lão niên chẳng có hơn đâu

Dễ lầm lạc lối mong cầu vãng sanh

Sinh lão bệnh tử rõ rành

Chớ nên lạc lối đường lành Tây Phương.

Trí Thắng

Diễm Đào từ Paris

NGÀY MAI RỒI MÌNH CŨNG GIÀ.

« Ngày mai rồi mình cũng già » lời hát của một bản nhạc do nhạc sĩ sáng tác Vũ Thành An.

« *Ngày mai rồi mình cũng già* » một bài hát như lời gởi gắm, một tấm tình về lòng nhân ái : hãy thương những người già như chính mình vì con người không ai tránh khỏi tuổi già « *Thân thể này sẽ tàn úa/ Được thua thì cũng thế thôi/ Một tiếng yêu thương xin trao cho nhau* ». Lời ca rất đơn sơ giản dị nhưng mang nhiều ý nghĩa trung thực và là điều mà không ai tránh được. Tuy nhiên, con người ai cũng phải chấp nhận tuổi già đến với mình một cách thản nhiên hay lo âu. Nhưng chính cái nhìn của xã hội làm cho con người đôi khi giật mình tỉnh giấc, không khỏi mang một nỗi buồn man mac dù đó là sự thật

Một vài mẫu chuyện ngắn ngắn sau đây, cho thấy « cái nhìn » của xã hội và con người, làm cho những người « cao tuổi » tự thấy mình như bị luật đào thải của xã hội và dường như xã hội không còn cho mình một chỗ đứng ?

Ghi danh học đại học :

Bà T. đứng sắp hàng để chờ đến lượt mình. Sự kiên nhẫn của con người được thể hiện vào những lúc « sắp hàng cả ngày ». Đang lơ mơ suy vẫn về cuộc đời, về con người. Bà nhìn người thư ký, dáng người đầy đà, tay cầm điện thoại nói chuyện liên tục, cuộc đàm thoại trên điện thoại không dính gì đến công việc của bà nhưng là nhân viên của chính phủ, một công việc vững chắc, không dễ bị mất chỗ như làm việc cho tư nhân, nên thường họ không làm việc hết lòng !

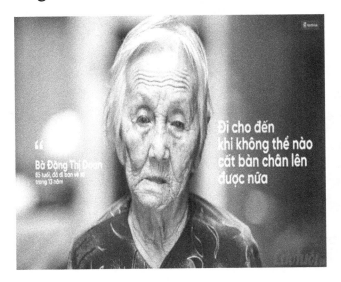

Đi cho đến khi không thể nào cất bàn chân lên được nữa

Bà Đặng Thị Đoan

Tay vẫn cầm điện thoại, bà ấy ngước lên nhìn :

- Bà cần gì ?
- Tôi xin ghi danh.
- Cho con của bà ?

Câu hỏi này chợt làm cho bà giật mình nhớ đến thực tại « Mình đã già ? » dù răng tuổi « chỉ ngoài 50 »

- Tôi xin hồ sơ ghi danh cho tôi.
- Cho Bà ?
- Phải !

Ba ta trố mắt nhìn bà T. vừa ngạc nhiên, vừa khó chịu, không hiểu vì lý do gì ? Theo luật thì ghi danh học ở trường đại học « không giới hạn tuổi tác, không phân biệt màu da… » Bà thầm nghĩ như vậy.

- Bà có bằng cấp gì chưa ?
- Tôi có bằng tú tài ở nước tôi và bằng cấp này không được công nhận tương đương với bằng tú tài ở Pháp để được ghi danh vào đại học, vì vậy tôi muốn theo học lớp này.
- Không được, ở đây chỉ cho ghi danh những người chưa có bằng tú tài để theo học và lấy bằng tương đương với bằng tú tài và chuẩn bị vào đại học.
- Đó là một cách trả lời để từ chối. Nói xong, bà mời người kế tiếp và tự cho rằng đã giải quyết xong vấn đề.

Bà T. ngỡ ngàng trước câu trả lời lạnh lùng kia và cũng cảm thấy ái ngại nhường chỗ cho những em trẻ tuổi đang chờ đến lượt mình.

Thái độ của người thư ký và số em trẻ đứng sắp hàng đợi đến lượt làm cho bà chợt giật mình tỉnh giấc : « Mình cũng già rồi ! »

Bà về nhà suy nghĩ, lấy điện thoại gọi đến văn phòng ghi danh thì họ chỉ hỏi địa chỉ để gởi hồ sơ ghi danh, bà tự nghĩ, dù sắc diện không che dấu tuổi tác nhưng ít ra mình còn giữ được giọng nói chưa già nên không bị hạch hỏi.

Vài ngày sau thì bà nhận được hồ sơ ghi danh và bà có đầy đủ giấy tờ kèm theo hồ sơ. Trong hồ sơ ghi danh nếu hồ sơ không đầy đủ thì hồ sơ không được nhận. Bà nghĩ lần này nếu mình không được nhận thì bà sẽ làm đơn khiếu nại. Nhưng không biết sao, lần này bà đổi chiến thuật, bà lợi dụng năng khiếu xem tướng, và chữ viết để « gây cảm tình »

Bà thư ký cũng vẫn làm ra vẻ bận rộn, tay cầm điện thoại, nhìn bà T :

- Bà nộp hồ sơ ghi danh cho con bà ?
- Bà cho tôi xin năm phút để tôi được nói về bà ?

Một chút sừng sờ, hôm ấy cũng vắng vẻ, bà khoát tay :

- Được bà cứ nói !

Lời coi tướng cũng như một tranh vẽ, mình tô điểm những nét « mạnh, » để làm nổi bật cá tính của mỗi con người và tâm lý thì phụ nữ thích được « xem bói ». Thế là « tài xem tướng » của bà T. có hiệu quả và bà chuyển bại thành thắng : đơn ghi danh được nhận dễ dàng và ngoài ra bà thư ký còn hướng dẫn bà T. chuẩn bị những bài tests thi tuyển.

Vừa ra khỏi phòng thi, bà cũng không biết mình viết gì, một cô sinh viên hỏi thăm, bà chỉ biết cười trả lời :

« Thì cũng viết đầy trang cho có chữ vậy thôi »

« Thôi có chữ viết là tốt rồi. ».

May mắn thay, bà thi đậu sau một năm dùi mài kinh sử bà lấy được bằng tương đương và được ghi danh vào trường Đại học, là một trong những ước mơ của bà từ lâu.

Tuy nhiên, ngày nhập học. Với số tuổi ngoài năm mươi bên cạnh những em trẻ từ 18 tuổi, những em cao tuổi nhất cũng chỉ ngoài 30. Sự khác biệt về tuổi tác và màu da hay bất cứ sự khác biệt nào cũng làm cho con người cảm thấy như bị tách rời ra khỏi cộng đồng, xã hội.

Thật ra, học hoài, học mãi mà vẫn chưa cảm thấy có sự tự tin nơi chính mình. Muốn xoá tan mặc cảm, bà T. tự đấu tranh với chính bản thân mình để « cắp sách » đến trường, lặn lội mưa gió, tuyết rơi trắng đường và có những đêm thức trắng « miệt mài kinh sử » mà không sờn lòng. Mặc cho những sự cách biệt về tuổi tác, màu da, mặc

cho những câu trả lời « hững hờ » của những người Thầy, vì có thể họ cũng thầm nghĩ là từng tuổi này mà học làm gì ? Sự học hỏi mang lại kết quả gì cho xã hội ? Với những khó khăn đó, đôi khi bà cũng tự hỏi mình học để làm gì, có ích lợi gì cho ai ? Cho chính bản thân mình ? Nếu câu hỏi này được trả lời thì chắc mình sẽ nhận được câu trả lời là mình ích kỷ ? Cuộc sống đòi hỏi con người phải biết hi sinh cho người khác, phải biết quên mình sống cho người ? Nhưng thật ra có mấy ai sống theo mẫu mực đó. Thôi thì tạm thời tự nhận là mình ích kỷ vì đã từ lâu chưa tìm được cho mình « một hướng đi ». Học hỏi là một cái gì đó dường như bất tận.

Dù không còn tuổi để bằng cấp giúp bà có việc làm, dù sự cách biệt tuổi tác đôi khi làm cho mình cảm thấy lẻ loi giữa đám sinh viên trẻ nhưng bà cũng muốn dự thi như mọi người để tìm những cảm giác lo âu những ngày ôn thi, hồi hộp khi chờ coi kết quả khi ngày nào xa xưa đó. Những tình cảm, những cảm xúc sẽ giúp ta trẻ lại trong tâm hồn, sẽ giúp ta vượt không gian để « trẻ mãi không già »!

Bảo hiểm sức khoẻ

Bà D. bước vào văn phòng bảo hiểm, lấy phiếu chờ gọi đến tên.

Người nhân viên bước ra mời bà vào văn phòng nhỏ, một bàn bureau với máy vi tính. Thời đại hiện nay trong những văn phòng không còn những tủ đựng hồ sơ cồng kềnh như ngày nào xa xưa đó. tất cả hộ sơ được lưu trữ trong bộ máy nhỏ kia.

- Chào bà. Bà có hồ sơ ở đây chưa ? Tôi có thể làm gì giúp bà ?
- Lần đầu tiên tôi đến đây. Tôi muốn đổi hãng bảo hiểm nhà.

Người nhân viên, hỏi những chi tiết liên quan đến bảo hiểm, giá cả…

- Bà còn cần chi nữa không ?
- Tôi muốn hỏi thêm về bảo hiểm sức khoẻ ?
- Xin lỗi bà cho biết tuổi ?
- Năm nay tôi bước qua tuổi 70.
- Ồ, tiếc quá ! Phải chi bà đến đây trước ngày sinh nhật 70 thì bà có thể ghi tên bảo hiểm sức khoẻ !

Câu trả lời cũng đơn giản và dễ hiểu nhưng động thời cũng cho mình thấy rằng trong vấn đề bảo hiểm sức khoẻ thì sau 70 là tuổi có sức khoẻ mong manh, cũng là một sự từ chối chỗ đứng của con người sau tuổi 70, một thành phần « phế thải » của xã hội.

Dù biết đó là quy luật trong ngành bảo hiểm và mình nằm trong thành phần đó nhưng mình cũng không tránh được một cảm giác buồn ?

Cô nhân viên nhìn bà với một nụ cười nửa như ái ngại, nửa như thương hại.

Trong gia đình :

Ngoài xã hội, vì quyền lợi vì luật lệ, những người cao tuổi dần dần mất chỗ đứng của mình, mất đi sự hiện hữu của mình trên cõi đời này. Con người như cảm thấy bơ vơ như mất hướng đi. Những sự mất mát nào cũng làm cho con người như bị hụt hẫng. Điểm tựa còn sót lại trong cuộc đời tạm bợ này là gia đình, nhưng đôi khi mình cũng không níu giữ được ?

Bà A. thời son trẻ bà làm việc dành dụm mua được một căn nhà nhỏ ở vùng ngoại ô. Có một chút đất phía trước nhà, bà trồng nào cây mận, cây xoài, chanh dây, và vài loại hoa hồng, hoa lan, hoa cúc. Hằng ngày bà ra khu vườn nhỏ, nhìn cây trái tươi tốt, bông hoa với đủ màu sắc hương vị. Ngày bà về hưu, bạn bè từ từ dường như thưa thớt, có thể vì đường xá xa xôi mà cũng có thể mỗi người với những bận rộn lo cho con cháu hay đau ốm với tuổi già nua. Bà chỉ còn tìm vui trong sự chăm sóc cây cỏ và dù sao bà còn may ắn là mắt còn đọc được những quyển sách mà lúc trẻ vì bận rộn mưu sinh bà không có thì giờ đọc.

Khi các cháu còn nhỏ bà chăm lo cho cháu. Tình thương con cháu, chăm lo cho chúng, bà cảm thấy mình cũng còn có một chỗ đứng trong gia đình và không cảm thấy mình vô dụng.

Thời gian trôi đi như dòng nước chảy. Các cháu lớn lên, vùi đầu trong việc học hành, rồi lập gia đình. Bà chỉ còn mảnh vườn với cây cỏ còn cần sự chăm sóc của bà. Tuy nhiên, một hôm bà đang tưới cây, cơn chóng mặt làm bà xây xẩm ngã quỵ.

- Con nói bao nhiêu lần là chặt hết những cây và bông của má, không có ích lợi gì trong khi đó tụi nhỏ lớn rồi cần có phòng riêng. Giọng nói lanh lãnh của cô con dâu làm cho bà giật mình tỉnh dậy.

Thế rồi, thời gian ngắn sau, cây ăn trái của bà bị chặt bỏ, những cây hoa hồng, lan cúc cũng bị bứng gốc quăng đi. Thợ đến xây trên mảnh đất nhỏ nhoi của bà Căn phòng của bà có một khung cửa sổ duy nhất mà nơi hằng ngày bà vẫn đứng nhìn cây cảnh được thay bằng bức tường! Sự xâm lấn đất đai, đến quyền tự do của bà không phải từ bên ngoài mà từ trong gia đình, điều này làm cho bà buồn vì từ lúc trẻ bà là « cây cột trụ » của gia đình bà. Tuổi già sức yếu nhường chỗ lại cho sự lạm dụng quyền hạn, từ từ bà không còn được tham gia vào những chuyện vui buồn trong căn nhà nhỏ này. Con trai bà thì thường không có ở nhà, bà cũng không hiểu tại sao. Không còn cảnh « đi phải thưa về phải trình » như bà vẫn thường dạy cho con mình. Giờ đây thì những cung cách đó trở nên « lạc hậu » vì con dâu của bà thường chế diễu bà mỗi khi bà dạy dỗ những đứa cháu nội biết giữ cung cách

« Thôi đi má, má làm như mình là bà hội đồng vậy. Thời buổi văn minh này ai mà còn nói những câu nói dài dòng như má vậy »

Năm tháng chồng chất, sức khoẻ bà yếu dần, sự đấu tranh cũng như quyền hạn cũng chấp cánh bay cao vì bà mất đi sự tự túc. Ngày nào con người mất đi sự độc lập thì tự do cũng không còn nữa.

Ngày ngày bà giam mình trong căn phòng nhỏ, bà vui với những cây cảnh tí hon mà bà tự tạo cho mình. Bà gieo hạt me trong những chai nước với một chút đất, bà có được những cây me, cho bà một chút màu xanh của cây cỏ. Ngày ngày bà theo dõi, bà nhận thấy rằng khi trời sụp tối thì những chiếc lá me xếp lại, khi trời rựng sáng thì những chiếc lá me bung xoè ra.

Những chiếc lá me non với màu xanh lá mạ, thì theo đúng quy luật, trời vừa sụp tối thì những chiếc lá nhỏ kia xếp lại, nhưng những chiếc lá « cao tuổi ngả qua màu xanh thẩm thì lại không theo quy luật, xếp và mở một cách chập chạm. Những lá màu thẩm hơn thì không còn xếp hay mở nữa giống như người sắp lìa đời không còn sinh lực nữa. Cây cỏ làm cho mình suy nghĩ đời sống của thực vật cũng không khác loài người bao nhiêu !

Chỉ có một đứa cháu nội còn thương bà nhưng nó bận học, rồi lại có bạn bè. Bà cũng không còn ai để chuyện trò với bà. Bà sống yên lặng bên cạnh những chậu me nhỏ.

- Nội ơi, con có món quà này cho nội nè !

- Gì vậy con ?

Duy mang vào cho bà một chai nước nhỏ, bên trong có rễ cây poireaux.

- Con tặng cho nội. Con học trong trường, cách trồng này không cần đất, mà chỉ tốn nước thôi. Vài tuần sau nội sẽ thấy cây lớn lên, nội chỉ cần thỉnh thoảng chấm nước vô nhen.

- Nội cám ơn con.

Thế là từ đó trên bìa cửa sổ, bên cạnh những cây me tí hon bà còn được những cây poireaux, cây céléri. Nhìn cây phát triển hằng ngày, như nhìn con cái lớn lên theo năm tháng. Nhưng không có gì là trường cửu, cuộc sống nào, dù là con người hay cây cỏ, muốn được sinh tồn cũng phải hội đủ những điều kiện như, đất nước, khí trời, được chăm lo…Bà biết những cây xanh mà bà hiện có thu nhỏ trong phạm vi hạn hẹp này một ngày nào đó sẽ không còn nữa, cũng như bà một ngày nào đó bà sẽ ra đi về đến một nơi nào đó ?

Bà chấp nhận một ngày bà từ giã cõi đời này đi qua bên kia thế giới, mà cho đến nay, cũng chưa ai biết con người sẽ đi về đâu. Bà sống hằng ngày bằng niềm tin, bằng lời cầu nguyện, ít ra bà còn được « nói » với Thượng để để bà không thấy mình cô độc, mình không bị bỏ rơi. Ngoài ra bà cũng còn có quyển nhật ký mà bà vẫn hằng ngày viết những tâm tình và bà dấu kín, bà hi vọng một ngày nào đó con trai bà, con dâu bà hay các cháu của bà đọc được có thể hiểu được những ngày cuối đời của bà, những chuỗi ngày cô quạnh, đơn độc của những người già, mà con người không ai tránh khỏi quảng đời đó.

Cơ thể :

Không ai có thể từ chối tuổi già của mình bằng ngay chính cơ thể của mình : đau nhức các khớp xương mỗi khi trái gió trở trời.

Hàng ngày nhìn vào gương thì bỗng nhiên một ngày nào đó, những nếp nhăn, những vệt nám trên da mà thường ta gọi là da trổ « đồi mồi »

Động tác, đi đứng khó khăn, điều này thì không ai chối cãi và mình cũng không trách cứ những người chung quanh, xã hội, mà đó là quy luật chung của tạo hóa :

« Ngày mai rồi mình cũng già
Không thể nào níu lại nữa
Ngày mai rồi mình cũng già
Thân thể này sẽ tàn úa.

Tuy nhiên những ngày còn lại ở thế gian này, ta cứ vui sống, mỗi ngày còn trên cõi đời này, những ngày trôi qua là mỗi ngày ta lượm lặt những niềm vui nhỏ bé.

Sống cho hết cuộc đời, tìm những công việc làm mà mình ưa thích, giúp đỡ mang đến hay chia sẻ những niềm vui nho nhỏ cho người chung quanh, sống cho hết cuộc đời này, khi ta từ giã nơi đây chúng ta sẽ bước sang một thế giới khác, một thế giới sẽ không còn tranh chấp, tị hiềm ? Đây là một câu hỏi to tướng mà biết bao nhiêu người đặt ra mà vẫn chưa có câu trả lời ? Tuy nhiên với « niềm tin và hi vọng » mình cứ nghĩ rằng nơi chốn mà mình sắp đến sẽ là nơi chốn bình yên để cho mình an tâm ra đi như cuối bài nhạc « Hồn ta là đốm tinh hoa/ Về viễn phương bay xa bay xa ».

Diễm Đào
Paris 2019

TUYỂN TẬP TRUYỆN NGẮN
TÔ NGỌC.

LTS - Bài này nói lên tâm tư của những tình yêu bị đổ vỡ do sự kỳ thị tôn giáo của đạo Thiên Chúa giáo ở Việt Nam - Điều này không có ở quốc gia khác.

ĐẠO TÌNH YÊU

Thế là Maria Huỳnh Thị Bông, vợ tôi, nhất định bỏ về nhà bố mẹ, chỉ vì một lý do giản dị : tôi không chịu để nàng mang thằng Thịnh - con trai đầu lòng của tôi và nàng - đi rửa tội !

Trước khi lấy Bông, lập trường chắc nịch của tôi là *"Thứ nhất Bắc kỳ, thứ nhì không đấm ngực"* (Mea culpa : lỗi tại tôi mọi đàng) nhưng rút cục thì Bông – vợ tôi – "dân giá sống", gia đình theo đạo Chúa (Roman Catholic) từ thời Pháp chiếm sáu tỉnh Nam kỳ ! Trong khi đó thì tôi – thằng chồng – "dân rau muống" chính tông, mới di cư năm 1955, gia đình theo đạo Phật cũng đã lâu lắm, nghe đâu vào thời kỳ Tây hạ thành Hà Nội gì đó. Nghĩa là đôi bên, vợ và chồng, đều có những cái khác biệt, rất đặc biệt...

Thế mà chúng tôi lấy nhau. Trước khi lấy nhau, chúng tôi đã trải qua một giai đoạn yêu đương lâm li não nùng.

Chúng tôi đã phải bỏ ra rất nhiều thời giờ, lý lẽ để thuyết phục đôi bên gia đình cho chúng tôi lấy nhau. Mẹ tôi, vốn là một Phật tử thuần thành. Từ lâu lắm bà đã bực mình vì tôi không chịu đi lễ chùa vào những ngày tuần rằm, mồng một hoặc những ngày vía các vị Phật hay Bồ tát, nay lại nằng nặc đòi cưới một con vợ "đi đạo" thì bà buồn ra mặt.

May mà khi về ở với tôi, Bông đã được tôi thuyết phục rằng "đạo hiếu" thờ cúng ông bà cha mẹ không phải là một tôn giáo. Tôi đã đem cả một số báo *Đức Mẹ Hằng Cứu Giúp* - do một người bạn tôi hằng quý mến là nhà văn Hà Châu người chủ trương tờ báo, một người có đời sống rất đạo đức, thuộc giòng Chúa Cứu Thế Saigon - ra để biện luận cho ý kiến của tôi, thì nàng đã đồng ý và bằng lòng làm giỗ cũng như lo phận sự của một nàng dâu đối với gia tiên nhà chồng. Duy chỉ có lễ Phật là nàng không chịu, và tôi cũng không hề đòi hỏi nàng làm việc đó...

Nhà tôi trước kia bày chung bàn thờ Phật và bàn thờ gia tiên, vì lý do nhà chật cũng có mà vì mẹ tôi nêu ra rằng mỗi ngày bà tụng kinh trước bàn thờ chung thì các cụ cũng được nghe kinh, như vậy lợi lộc cho các cụ hơn. Nhưng từ ngày tôi lấy Bông, tôi đã phải thuyết phục mẹ tôi một lần nữa, bày riêng hai bàn thờ. Thờ Phật riêng, thờ gia tiên riêng. Tôi không muốn chơi cái trò nhập nhèm bắt vợ tôi lễ gia tiên nhà tôi lại lễ... ké Đức Phật ! Nếu không tự cho là mình yêu vợ thì ít ra cũng đã công bằng lắm đấy chứ!

Gia đình tôi đã khó khăn, gia đình nhà Bông lại khó khăn hơn. Nhà nàng đạo dòng đạo gốc từ mấy mươi đời. Chú bác cô dì, anh em nội ngoại nhà nàng có nhiều người làm linh mục, sư huynh, dì phước... Tất cả lực lượng ấy là một trở ngại cho cuộc tình duyên của tôi với nàng. Tôi hiểu rằng khi lấy tôi, Bông đã đặt tình yêu lên một bậc cao nhất, nàng đã hy sinh đến tột đỉnh, thứ nhất là đám cưới của nàng với tôi chỉ có phép cưới ở Hội Đồng Xã chứ không có phép cưới ở nhà thờ! Ông chú ruột của nàng, một linh mục nặng đầu óc bảo thủ, nhất định không thèm nhìn mặt cô cháu gái mà ông đã tuyên bố với gia đình trước đây là khi nào cô cháu lấy chồng thì đích thân ông sẽ làm phép cưới! Lẽ dĩ nhiên là tôi, thằng cháu rể, đã được ông coi như một con quỷ dữ, một thứ Sa-tăng hiện hình vào phá hoại gia đình ông.

Trong gia đình Bông chỉ có một người bênh vực tôi, đó là Thành, anh trai của Bông và cũng là bạn thân của tôi. Thành, một huynh trưởng hướng đạo đồng thời cũng là một "chuẩn linh mục" có đầu óc cấp tiến. Anh đang tu học tại một chủng viện, chỉ còn một vài năm nữa có thể anh sẽ thụ phong linh mục, nếu anh được Ơn Trên soi xét.

Nhưng có lẽ lý do chính yếu để gia đình nàng chấp nhận tôi làm con rể là vì Bông quá yêu tôi, đã bịa ra chuyện nàng có thai với tôi. Gia đình nàng hoảng lên. Ý kiến cho Bông uống thuốc Ô Kim để phá thai cũng được nêu lên và được một số người trong gia đình tán thành với lý do "phải triệt hạ mầm mống ác quỷ"!

Bông đem chuyện đó nói với tôi. Tôi tương kế tựu kế, xách ngay một quả lựu đạn – tôi không nhớ mình đã xin thằng bạn nhà binh nào thứ võ khí gớm ghiếc ấy – rồi mang bộ mặt cô hồn hầm hầm đến nhà Bông, đặt quả lựu đạn lên bàn, dõng dạc nói: "Nếu con tôi và Bông có làm sao, thì chớ trách tôi!"

Sau cái chầu lựu đạn ấy, cả gia đình Bông loạn hẳn lên. Chính anh Thành đã nêu lên sự lợi hại của một thằng liều, vì yêu dám làm chuyện động trời. Anh Thành còn nêu lên sự quen biết giữa hai gia đình trước đây, từ thời kỳ mà ông bố vợ tôi và bố ruột tôi cùng đi tù với nhau khi họ là sinh viên một phân khoa Đại học nào đó ở Hà Nội (trước 1945 ba của Bông ra Hà Nội học, có chân trong một tổ chức chống Pháp...)

Thế rồi sau đó chẳng hiểu vì lý do mang bầu của Bông, dù là bầu giả tạo, vì lý do lựu đạn, vì lý do bạn đồng chí cách mạng giữa hai ông sui gia trước đây, hay là vì lý do nào khác, rút cục tôi và Bông lấy nhau trong một bầu không khí ... sáng sủa hơn đám ma một tý!

Từ ngày gả chồng cho Bông, gia đình nàng, nhất là ông bà nhạc tôi, chịu khó đi nhà thờ kỹ lắm. Cả hai cầu nguyện cho Bông, và nhất là cho tôi rất nhiều. Tôi rất cảm động khi biết được lòng tốt đó của ba má Bông. Cả hai cầu xin Đức Mẹ và Đức Chúa đem lại sự hiểu biết cho tôi, để tôi "trở lại đạo", để tôi khỏi bị "loài quỷ dữ" ám ảnh. Có lẽ hai ông bà cũng không quên xin Ơn Trên tha tội cho mình vì đã gả Bông cho tôi, một thằng "ngoại đạo" bướng bỉnh!

Trong khi đó thì mẹ tôi cũng gõ mõ kỹ hơn bao giờ! Là Phật tử thuần thành, mẹ tôi không nặng lời với tôi, và cả với Bông nữa mặc dù bà không tán thành cuộc tình duyên của tôi với nàng. Bà đi lễ chùa chăm hơn trước. Không một việc thiện nào bà không đóng góp. Tuy không nói ra, nhưng tôi hiểu mẹ tôi đã noi gương Đức Phật, đã và đang cố gắng gieo nhân lành, đã làm thật nhiều "hạnh" bố thí để con cháu được hưởng phúc tốt. Và nhất là để cho tôi khỏi bị vợ lôi kéo, bởi vì ít tháng về sau này, vì yêu Bông và muốn đền đáp lại sự hy sinh của nàng đối với tôi, tôi đã chiều ý, đưa nàng đi nhà thờ xem lễ và tôi cũng xem lễ luôn với nàng.

Thấy tôi làm dấu nhanh nhẩu và gọn gàng thì nàng thích lắm. Khi cao hứng tôi còn giải thích về hai cách làm dấu vai trái hay vai phải trước của đạo Chúa với đạo Chính thống (Orthodoxe) bên Hy lạp và Nga sô.

Bông trố mắt nghe, điều này phải nói nàng hoàn toàn không biết. Nàng hỏi tại sao tôi biết. Sau tôi mới nói thiệt : hồi nhỏ tôi quặt quẹo khó nuôi, bố tôi cho tôi làm con nuôi một ông linh mục người Pháp... Ông linh mục Pháp đã rửa tội, đặt tên thánh Francois, cho tôi học trường Puginier... Năm tôi lên mười thì ông linh mục về Pháp, tôi cũng ra khỏi trường Puginier và... chấm hết !

Được biết chi tiết đó, vợ tôi mừng hơn bắt được vàng... Nàng kể với ba má. Gia đình nàng vui ra mặt. Một cuộc vận động ghê gớm đã diễn ra. Ông bố nuôi linh mục của tôi ở Pháp, lúc đó đã già sống trong một nhà hưu dưỡng, được gia đình lục vấn tới. Ông xác nhận tất cả những điều tôi nói đều thật...

Nhưng gia đình nàng lại thất vọng một lần nữa, bởi vì lôi một tên "ngoại đạo trở lại đạo" thì dễ, chứ lôi một tên "có đạo" theo cái lối ba bị như tôi thì quả khó vô cùng ! Tôi coi như pha những việc mà một tín đồ đạo Chúa với đức tin và sự tuyệt đối vâng lời không bao giờ dám nghĩ chứ đừng nói là dám làm. Tôi đọc Kinh thánh, nhất là Kinh Tân ước, moi móc những câu tôi cho rằng không phải lời Chúa, mà là lời người đời sau thêm vào với mục đích củng cố địa vị tổ chức của mình (giáo quyền, vương quyền, hay cả hai), chẳng khác chi vua Minh Mạng thời xưa đã cho thu hết các ấn bản Sấm Trạng Trình trong dân gian, đem về triều đốt sạch, rồi sai các quan soạn lại, thêm bớt, xếp đặt, ghép câu nọ với câu kia, thành những câu sấm có lợi cho dòng họ Nguyễn Phước, sau đó cho in thật nhiều và tung ngược ra ngoài cho dân... Gia phả dòng họ tôi có ghi lại việc xưa kia một cụ trong họ bị chết chém vì có người tố cáo cụ lưu giữ một bản Sấm cũ !

Mặc dầu thất vọng, song gia đình nàng vẫn cầu nguyện cho tôi. Thú thực tôi rất cảm động khi biết tin tất cả những người trong gia đình Bông, kể cả ông chú nặng đầu óc bảo thủ, mỗi tuần đều dành ra một ngày để cầu xin Ơn Trên soi sáng bộ óc tối tăm u ám của tôi. Lắm lúc tôi tự cho mình là một tên khốn kiếp, đã không biết rung cảm trước sự thành khẩn của những người xung quanh, đã lo lắng cầu nguyện cho mình. Chỉ có một hành động nhỏ nhoi là chịu làm phép cưới ở nhà thờ. Vấn đề theo đạo không còn lý tới nữa, vì tôi đã được rửa tội, có... "rơ-suy" đàng hoàng ! Ông bố nuôi tôi sẵn sàng làm chứng và sẵn sàng xuất trình bản trích lục - dĩ nhiên bằng tiếng Tây. Hành động đó sẽ làm cho biết bao nhiêu người được sung sướng, ấy thế mà tôi không chịu làm.

Tôi không chịu làm vì tuy không phải là một Phật tử cầm "carte", Phật tử có "phái quy y", không phải là đệ tử của ông sư Trí Quang hay ông sư Tâm Châu, nhưng từ khi lớn lên, từ

khi biết đọc biết viết và biết nhận xét đến giờ, tôi đã tìm hiểu về các triết thuyết tôn giáo và rút cục tôi đã cảm thông và chấp nhận nền triết học Phật giáo mà tôi coi là một hệ thống giáo dục tuyệt hảo. Kể từ đó, tôi tự coi tôi như là một Phật tử tuy tôi rất hiếm đi lễ chùa, và hơn thế nữa, tôi không thuộc một câu kinh cũng như một khóa lễ nào. Đạo Phật đã thấm trong máu tôi, sẽ không bao giờ ra khỏi tâm hồn tôi, mặc dù tôi yêu Bông và sẵn sàng chiều Bông trong một vài hình thức nào đó...

Khi hai đứa lấy nhau, mặc dầu Bông bề ngoài nói sẽ chấp nhận đạo ai nấy theo, nhưng tôi hiểu trong thâm tâm, nàng đã nghĩ rằng một ngày kia tôi sẽ theo nàng (và không chừng nàng cũng đã nói thế với gia đình, để ba má nàng bằng lòng gả nàng cho tôi). "Lệnh ông không bằng cồng bà", phương ngôn đã nói vậy... Bà ra lệnh thì ông sức mấy mà dám chống lại. Cũng có thể gia đình nàng đã nghĩ xa hơn, cho rằng tôi sở dĩ không theo đạo là vì tôi còn mẹ. Nhưng mai này khi mẹ tôi về với các cụ thì mọi việc sẽ diễn tiến theo như trù tính của họ.

Bông cũng đã đưa ra một giải pháp có tính cách xổ số như thế này : nếu sinh con đầu lòng là trai, nàng sẽ bỏ đạo Chúa theo đạo Phật, còn nếu sinh con đầu lòng là gái, tôi sẽ bỏ đạo Phật theo đạo nàng. Giải pháp đó tôi không chấp nhận, bởi vì tôi đã thấy tận mắt một gia đình lục đục. Một ông luật sư danh tiếng ở Sài Gòn đã sống những chuỗi ngày buồn khổ chỉ vì chấp nhận giải pháp đó, khi bà vợ may mắn đã thắng cuộc. Ông ta vốn con một đã điên cái đầu trước vấn đề tôn giáo, theo vợ bỏ mẹ hay theo mẹ bỏ vợ ? Tín ngưỡng theo tôi là do cái tâm cảm nhận của con người đối với Chúa hay với Phật, chứ không phải phó mặc do cái mà Tây gọi là sự kết hợp giữa *ovule* và *spermatide*, tự điển Đào đăng Vỹ dịch : *phôi châu* và *tinh tử !*

Tôi phải thú nhận một điều trong khi gia đình vợ tôi có những dự định ghê gớm để tôi "trở lại đạo", thì chính tôi, phải, chính cái thằng vẫn tự hào đã thấm nhuần triết học Phật giáo, cũng đã nghĩ những mưu mô rất ma tịt, chả có tí gì là đạo đức Phật giáo cả !

Thưa quý vị, tôi đã áp dụng một chính sách hết sức bỉ ổi để làm giảm bớt cái cường độ tín ngưỡng của vợ tôi đang theo. Nghĩa là mỗi buổi sáng Chủ nhật, khi tôi biết vợ tôi sẽ đi nhà thờ thì nhằm lúc 4 hay 5 giờ sáng tôi bèn đòi hỏi nàng làm cái "bổn phận thiêng liêng" của vợ chồng. Nàng chiều tôi và dĩ nhiên tất cả những khả năng của tôi tích luỹ bảy ngày trong tuần cộng với các bài bản tôi đọc được trong cuốn "*Le nouveau de Kama Sutra*" tôi đem xài hết... Xài xong tôi phờ người ra thì nàng cũng lử cò bợ, và ngủ luôn một mách... Thế là hết lễ với bái !

Tôi áp dụng chính sách đó được mấy tháng trời, nhưng rồi dường như vợ tôi biết được cái âm mưu khả ố của tôi, nên tối thứ Bảy nào nàng cũng pha cho tôi một ly nước uống trước khi đi ngủ. Uống ly nước này, tôi ngủ li bì luôn... Tôi ngủ một mạch cho tới sáng, và nàng thì đã dậy từ lúc 6 giờ và đã sửa soạn mọi việc rồi đi lễ...

Dù thế nào mặc lòng, tôi và mẹ tôi đều công nhận Bông là một nàng dâu hoàn toàn. Nàng lo lắng cho gia đình tôi, nàng thuộc lòng ngày giỗ của các cụ và nàng làm cỗ rất khéo. Nàng bảo với tôi đạo hiếu thật là hay, vì nó thiết thực và có màu sắc dân tộc. Nhà nàng - sau khi công đồng Vatican họp và cho phép - ngày giỗ cũng làm cơm thắp nhang nến và cầu kinh nhưng không có vẻ thiêng liêng bằng nhà tôi. Nghe Bông nói vậy, một tia sáng bỗng lóe lên trong óc tôi. Tôi nghĩ : hay là dùng một thứ mê tín khác để thay thế cho tôn giáo của nàng ?

Tôi bàn với mẹ tôi, thì mẹ tôi gạt ngay đi và bảo tôi rằng :

- Con đừng hy vọng hão huyền. Con không thể mang một thứ mê tín nào khác để thay thế cho vợ con được... Bởi vì, ở trên thế gian này, không có một tổ chức tôn giáo nào có tài thuyết cho tín đồ tin theo một cách mê say như đạo của vợ con... Tất cả những cách thức gieo rắc sự vâng lời tuyệt đối cho tín đồ đã được người ta nghiên cứu kỹ càng. Hơn thế nữa, họ tổ chức rất khoa học, rất tinh vi, có hệ thống quốc tế và có đầy đủ phương tiện để chế ngự những kẻ đi sai đường lối đã vạch ra.

Tôi nói :

- Con sẽ hướng dẫn vợ con dần dần. Vợ con sẽ đi chùa…

Mẹ tôi lắc đầu :

- Phải có cái "duyên" với đạo Phật thì mới theo đạo Phật được. Trước đây cậu con đã cho con làm con nuôi Cha Martin, con đã được rửa tội… Hồi nhỏ con học trường Frère… Nhưng khi con lớn lên, có lẽ một phần vì gia đình mình theo đạo Phật, và một phần khác vì khi trưởng thành con có suy nghĩ… Cậu mợ không hề bảo con bỏ đạo Chúa theo đạo Phật. Con hoàn toàn được tự do trong tín ngưỡng. Con không qui y, nhưng mợ biết con đã là một Phật tử… Như vậy là con có cái "duyên" với đạo Phật… Mợ không hy vọng vợ con nó theo đạo Phật, nhưng mợ công nhận nó rất ngoan và hiền. Mợ chỉ cầu nguyện Phật gia hộ cho con… cho vợ con… Mợ chỉ lo cho các con của con…

Tôi hiểu mẹ tôi lắm. Điều lo lắng của bà là ở những đứa cháu nội. Chúng sẽ theo mẹ hay theo bố ? Và, có lẽ điều này cũng là nỗi thắc mắc của gia đình Bông. Tôi linh cảm thấy như đang có một âm mưu lớn lao nhằm lôi kéo đứa con trong bụng Bông khi nó chào đời.

Vợ tôi có bầu thì cứ về nhà bố mẹ luôn. Tôi không chứng kiến tận mắt, nhưng tôi đoán gia đình vợ tôi đã bày ra nhiều kế hoạch để lôi kéo đứa con tương lai của chúng tôi. Một nhà bảo sanh ở gần nhà bố mẹ vợ tôi đã được đề cập đến. Tôi yên lặng, không nói ra nói vào một câu nào. Tôi không muốn vợ tôi phải suy nghĩ nhiều trong khi có thai.

Nhưng đó chính là một lầm lỗi lớn của tôi. Có lẽ nàng quá hy vọng ở những mưu kế mà gia đình nàng bày ra. Kể ra vợ mình đẻ, có nhà vợ mình lo lắng thì còn gì thú và khỏe xác hơn nữa ! Nhưng tôi là thằng có chủ trương đường lối, tôi làm theo ý tôi và cái lý đó có thể bị coi là dở hơi, cám hấp.

Gia đình vợ tôi ở Gò Vấp. Khi vợ tôi chuyển bụng kêu đau thì đúng lúc nàng đang ở nhà bố mẹ. Tôi được tin tức tốc mượn chiếc xe hơi của một tên bạn thân, tới chở vợ vào bảo sanh viện Hùng Vương ngay… Tôi đã sửa soạn từ trước các giấy tờ. Trong lúc vợ tôi đau đẻ, nàng không biết gì cả.

Khi đẻ xong nàng mới biết mình nằm ở Hùng Vương. Và cũng đẻ xong, nàng mới biết rằng tôi đã to tiếng với người nhà của nàng về việc chở nàng đi Hùng Vương thay vì tới nhà bảo sanh tư ở gần nhà ba má nàng. Nàng buồn ra mặt. Nàng không nói năng gì cả. Tôi phải nói rằng tôi chở nàng đi

Hùng Vương vì nhà thương Hùng Vương có đủ phương tiện hộ sản, vì nhà thương Hùng Vương có bạn quen, vì nàng chửa con so, phải để ở nhà thương như Hùng Vương thì tôi mới yên lòng. Tuy nói như vậy nhưng bụng tôi thì nghĩ khác. Nhà thương Hùng Vương ở Chợ Lớn xa cách nhà bố mẹ vợ tôi. Ông bà muốn tới thăm thì cũng chỉ phiên phiến gọi là thôi. Sài Gòn dạo này hay kẹt xe, lại thêm đi tới mấy chuyến xe lam, xe buýt mới tới, ông bà sẽ đỡ thăm viếng, sẽ đỡ... rỉ tai vợ tôi! Tóm lại, tôi đã lật ngược thế cờ trong nháy mắt khiến đối phương không kịp phản ứng!

Sanh thằng Thịnh được một tháng, khi đã khỏe lại, Bông mới bảo tôi:

- Anh... Em có điều này muốn nói với anh...

Tôi âu yếm hỏi:

- Điều gì?

Bông bảo:

- Chắc anh cũng hiểu, em lấy anh, em đã chịu rất nhiều hy sinh...

- Đúng, em hy sinh cho anh rất nhiều. Tình yêu của chúng ta là tình yêu thần thánh, không thể đem so sánh với bất cứ một cái gì khác trên đời...

Nàng ngừng một lát mới nói tiếp:

- Anh biết đấy, bên đạo khó lắm, ấy thế mà em dám cãi lời gia đình để lấy anh. Người con gái có đạo khi lấy chồng phải làm lễ cưới ở nhà thờ, phải do cha chủ lễ, thế mà lấy anh chúng ta lại không có thánh lễ nào.

Tôi định nói là nàng có lễ trước bàn thờ gia tiên nhà, như vậy đã được các cụ chứng kiến rồi, nhưng tôi lại thôi. Tôi hiểu vợ tôi đang có điều áy náy lắm muốn nói, tôi không nên làm nàng thất vọng. Dù sao tôi cũng phải nghe vợ tôi nói hết đã.

Bông lại tiếp lời:

- Bây giờ Tòa Thánh đã cho phép những cặp vợ chồng không cùng tôn giáo lấy nhau.

Nghe đến đây một tư tưởng bỗng lóe trong óc tôi. Tôi nghĩ: "Ế khách chứ quái gì! Bói rẻ còn hơn ngồi không! Buộc không được thì phải cởi! Lại cái trò của mấy anh sơn đông mãi võ, mua một biếu một, hay mua một chai thuốc Trường Phong của nhà thuốc Võ văn Vân, biếu thêm một hộp dầu cù là Ngôi Sao Gia Định"!

Bông thấy tôi yên lặng nghe không nói gì cả thì nàng tin tưởng tôi sẽ khứng chịu tất cả mọi điều kiện nàng đưa ra.

Nàng thong thả nói:

- Nhưng dù sao thì đối với Chúa, với giáo hội em vẫn là người có tội.

Tôi bỗng hỏi lại:

- Chúng mình yêu nhau chân thành, anh thành thực đối với em... Anh không hề dối em, ngay cả việc anh không chịu làm phép cưới ở nhà thờ anh cũng nói thật. Nếu anh như kẻ khác, cứ làm lễ nhà thờ cho vui vẻ cả làng đi, rồi về nhà anh lại tính khác thì em xử làm sao ?

Bông gật đầu nắm tay tôi :

- Em hiểu điều đó, và em yêu anh là ở điều đó. Em biết có nhiều đứa bạn lấy chồng, chồng rửa tội theo đạo rồi, lễ cưới rồi, về nhà bỏ luôn cái rụp. Em hãnh diện có một người chồng chân thật như anh, em không hề ân hận gì hết.

Tôi thú quá, quý vị ạ... Được vợ khen và khen trúng mối như thế, một thằng đàn ông với đầy đủ thất tình như tôi, hỏi không thú làm sao được !

Và nàng lại nhìn tôi bằng đôi mắt thật chứa chan tình cảm :

- Anh ạ, nhưng dù sao thì em cũng là người có tội với Chúa, anh hãy giúp em để Chúa tha tội cho em...

- Anh "ngoại đạo" (tôi phải dùng danh từ này để nàng vui lòng, còn trong thâm tâm, tôi nghĩ rằng trên thế gian này có nhiều đạo khác nhau chứ không phải chỉ là một đạo Chúa mà bảo mình không theo đạo đó là "ngoại" được, cả cụm từ "trở lại đạo" nữa, theo tôi nó cũng biểu lộ sự kiêu ngạo nói lấy được của một số các nhà truyền giáo thời xa xưa), anh làm sao giúp em ?

Bông nói :

- Có... Anh có thể giúp em, và nhất là con chúng ta có thể giúp em.

Tôi hiểu ngay nàng định nói gì. Nàng muốn thằng Thịnh theo đạo Chúa chứ gì ? Điều mẹ tôi tiên đoán đã đúng. Nhưng có điều từ khi Bông sinh cháu Thịnh mẹ tôi không hề đả động gì cả.

Tôi hỏi ngay một câu vào đề :

- Nghĩa là em muốn rửa tội cho thằng Thịnh ?

Bông gật đầu.

Cơn tức của tôi bỗng nhiên ùn ùn kéo tới. Một thằng bạn thân có kinh nghiệm đã nói với tôi rằng : một thằng đàn ông theo đạo vợ không được ai tin cậy đâu, bởi vì thằng đàn ông đó đầu óc đã quá rắn khó có thể trở thành một tín đồ nhiệt tình. Người ta cần là cần ở những đứa con của thằng đàn ông đó sau này, chúng là những tờ giấy trắng bôi màu gì ra màu nấy ! Rồi về già thằng đàn ông sẽ cô đơn, cha mẹ chết hết, bè bạn chẳng còn ai, vợ con thì đi nhà thờ hết, rút cục cũng phải theo thôi ! Tớ nói thật, vua Bảo Đại nêu ra lý do tổ tiên giòng họ vương triều phải tế lễ để không theo đạo bà Nam Phương... Nhưng ông cứ mở mắt chờ xem tôi nói có trúng không. Trước sau thì vua Bảo Đại cũng trở thành Phê Rô hay Phao Lồ Nguyễn Phước Vĩnh Thụy ! Cái gì không biết chứ cái món này Vatican họ thần tình lắm ông ạ !

Cơn tức của tôi đã khiến tôi đanh mặt lại, và tôi hét to lên :

- Con tôi không có tội lỗi gì mà phải rửa với ráy !

Thế là Bông – Maria Huỳnh Thị

Bông, vợ yêu quí của tôi – bỗng khóc òa lên.

Ngay sau đó, nàng bỏ về nhà bố mẹ…

Sau khi Bông đi, bỏ lại thằng Thịnh nằm chỏng chơ trong nôi, thì người đầu tiên mắng tôi là mẹ tôi. Mẹ tôi bảo tôi là thằng ngu đệ nhất hạng, không hiểu cái máu gái đẻ, khi nó uất lên thì có lắm chuyện lôi thôi lắm. Mẹ tôi bảo tôi phải lập tức xin lỗi vợ tôi và đón vợ tôi về. Nhưng tôi nhất định không chịu. Tôi không thể để mất "lập trường" và tôi cũng không thể xử nhũn một cách hèn hạ như vậy. Nếu cần, tôi cho nàng đi luôn.

Mẹ tôi thở dài không nói nữa. Tôi biết mẹ tôi rất thương Bông. Mẹ tôi thường nói khi xưa mẹ tôi lấy bố tôi chịu bao điều khổ sở, mẹ tôi hiểu lắm. Mẹ tôi không thể nào xử tệ với con dâu, vì con dâu là người mang nặng đẻ đau, phải chịu hy sinh cho dòng họ nhà chồng. Mỗi lúc sinh nở lẻ loi, sống chết trong đường tơ kẽ tóc, đó là người đàn bà thực sự đã đem sinh mạng của mình phục vụ cho việc nối dõi tông đường nhà chồng.

Bông bỏ đi, chính tôi phải săn sóc thằng Thịnh. Nó còn bé quá, mỗi lúc nhìn nó tôi lại nghĩ tới Bông. Tôi thầm nghĩ nàng thật độc ác đã bỏ nó lại cho tôi. Nhưng rồi tôi lại nghĩ : nếu nàng bế nó đi thì tôi tính sao ? Tôi sẽ bỏ mặc hay tới tận nhà nàng để bắt con tôi lại ?

Một tuần trôi qua. Tôi hốc hác vì thức đêm săn sóc cho thằng Thịnh. Nó sốt, nóng quá, chân tay nó giật lia lịa… Mẹ tôi cũng gầy đi vì cháu nội của bà. Một vài người trong xóm khuyên nên sửa lễ tam sinh cúng, vì con tôi đẻ nhằm giờ kim sà. Mẹ tôi không tin những thứ đó. Bà bảo là Phật tử không bao giờ tin nhảm như vậy. Bà bế cháu cùng với tôi đi bác sĩ. Bà không đả động gì đến vợ tôi và cũng không nói nặng thêm với tôi lời nào nữa. Bà quá giận vì hành động thô lỗ của tôi.

Tới ngày thứ tám thì vợ tôi trở về…

Bông không nói gì với tôi, nhưng tôi hiểu nàng trở về vì nhớ thằng Thịnh. Tình mẹ con, nàng bỏ nó được bảy ngày cũng là gan lắm rồi. Nhưng có lẽ nàng cũng tin ở tài nuôi trẻ của mẹ tôi… Mẹ tôi dạy nàng nhiều điều trúng phóc. Nhưng còn một điều khác, có lẽ chính gia đình nàng đã không còn tin tưởng ở nàng và có thể một câu nói nào đó trong khi tức giận do ba má nàng thốt ra đã khiến nàng không còn hứng thú ở lại với gia đình. Nàng đã có chồng, dù thằng chồng nàng là quỷ Sa-tăng đi chăng nữa. Tôi là một con quỷ - nhất định gia đình Bông và đôi khi nàng cũng nghĩ như thế - nhưng tôi là một con quỷ biết yêu thương vợ chân thành, một con quỷ không làm hại ai trừ mỗi việc làm vừa lòng gia đình nàng, dù chỉ để dối trá bề ngoài.

Bông trở về, mặt lầm lì... Tôi hiểu nàng đang đè nén tự ái vì lòng thương con. Tự nhiên tôi thương nàng nhiều hơn. Tôi tự nhủ : dù cho thằng Thịnh rửa tội cũng chẳng làm sao. Đó chỉ là cái hình thức, điều cần là ở cái tâm. Tôi đã không xử sự được như bố tôi trước đây. Tôi hay đau yếu, nghe nói cho làm con nuôi một ông cha sẽ khỏe mạnh, bố tôi liền thực hiện, và cũng không hề ngăn cản khi ông linh mục rửa tội cho tôi. Rút cục lớn lên tôi vẫn là tôi. Tôi không những đã không theo tôn giáo của ông bố nuôi, mà còn trở thành một người chống đối khá mạnh mẽ. Tôi rõ thật lẩm cẩm... Tôi đã ngu muội khi làm Bông buồn và làm cho cả gia đình nàng buồn. Đời sống chỉ có một ý nghĩa khi có một lý tưởng để theo. Con tôi theo tôn giáo này hay tôn giáo khác, như vậy chẳng hơn là chẳng có tôn giáo để theo sao ?

Tình yêu của Bông đã khiến tôi mềm lòng đi phần nào.

Năm sau, khi thằng Thịnh được 18 tháng thì mẹ tôi mất. Lúc này Bông đã có bầu được ba tháng.

Cái chết của mẹ tôi làm Bông buồn vô cùng ! Một điều lạ lùng trong gia đình tôi : mẹ tôi và Bông rất thương nhau. Chính Bông nói ra điều ấy. Nàng công nhận mẹ tôi thương nàng hơn mẹ nàng thương nàng. Nàng đã khóc mẹ tôi bằng những giọt nước mắt chân tình. Tôi rất cảm động trước tình cảm ấy. Tình thương giữa mẹ chồng và nàng dâu trong gia đình tôi đã đánh tan tất cả thành kiến mẹ chồng Bắc kỳ cay nghiệt con dâu Nam kỳ hỗn láo.

Và, tôi đã không chối cãi rằng chính sự việc đó mà tôi bằng lòng cho Bông đem thằng Thịnh đi rửa tội ! Tôi nghĩ : ít ra thì hành động của tôi cũng chuộc lại những lỗi lầm của tôi đối với gia đình nàng. Họ là những người chân thật mặc dầu hơi khe khắt.

o

Tám năm qua...

Tôi và Bông đã có ba con... Thằng Thịnh, con Thanh và thằng Thụy...

Trừ thằng Thụy còn bé quá chưa biết gì, nhưng con Thanh và thằng Thịnh thì đã khôn ra phết. Chúng nó biết bênh nhau khi trẻ con hàng xóm bắt nạt.

Trong nhà chỉ có mình thằng Thịnh theo đạo Chúa, còn hai đứa sau thì không. Bông không kỳ kèo gì cả, nhưng trong thâm tâm nàng, tôi biết nàng vẫn muốn điều đó...

Một hôm, tôi vừa đi làm về, Bông hầm hầm bảo tôi :

- Anh về mà coi thằng Thịnh với con Thanh kìa !

Tôi hỏi :

- Chuyện gì đó ?

- Anh vào trong nhà coi, sẽ rõ !

Tôi bước vào. Một cảnh tượng

diễn ra trước mắt tôi : thằng Thịnh và con Thanh đã đem hai pho tượng, một tượng Chúa Giê Su trên bàn thờ của vợ tôi, và một tượng Phật trên bàn thờ của mẹ tôi khi trước, đem để chung vào một góc nhà, còn chúng thì đang xì xụp lễ. Thằng Thụy gõ vào cái lon sữa bò kêu leng keng.

Hành động của chúng làm tôi bật cười to, nhưng rồi nước mắt của tôi bỗng ứa ra.

Vợ tôi hỏi :

- Anh, anh làm sao thế ?

Tôi nói, nghẹn ngào :

- Bông... Chính thằng Thịnh, con Thanh, thằng Thụy... Chúng nó đã mở mắt anh, mở mắt chúng ta...

Bông, vợ tôi chợt hiểu... Nàng cũng nước mắt vòng quanh.

Tôi nắm tay vợ tôi :

- Ròng rã mấy năm nay anh và em đã tranh chấp nhau một cách lố bịch... Thật vô lý hết sức !

Bông gật đầu, nàng ôm lấy tôi.

Ngay từ hôm đó, chúng tôi đem bày cả tượng Phật lẫn tượng Chúa chung vào một bàn thờ, bên dưới là bài vị của các cụ tam tứ đại, của bố tôi, mẹ tôi... Các con tôi thích thú khi thấy bố mẹ chúng đã cụ thể hóa hành động của mình.

Và cũng bắt đầu từ hôm đó trên thế gian này đã không kèn không trống phát xuất một đạo mới với năm tín đồ, là tôi, vợ tôi, thằng Thịnh, con Thanh và thằng Thụy... Tôn giáo đó không có tên gọi, nhưng nếu cần phải đặt một cái tên, thì tôi nhất định gọi là *"Đạo Tình Yêu"*.

Chính nhờ *"Đạo Tình Yêu"* đó mà đời sống của vợ chồng tôi, của gia đình tôi, càng ngày càng đằm thắm và hạnh phúc.

Chúng tôi biết ơn Phật, biết ơn Chúa, và biết ơn cả lũ con chúng tôi nữa...

Saigon 1969

ĐỘI MỒ TRẢ OÁN

Lúc đó đã hơn 11 giờ...

Chỉ còn chưa đầy một giờ đồng hồ nữa thì tới giao thừa, mà anh Út vẫn chưa về. Chị Út vẫn sữa soạn xong tất cả mọi thứ, chỉ chờ anh Út về cúng giao thừa mà thôi. Chiếc kim đồng hồ bình thản nhích theo tiếng tích tắc đều đều, như đếm từng giây phút cuối cùng của một năm. Chị Út ngồi thu hình trên chiếc ghế nhìn ra ngoài ngõ đợi chồng. Cánh cửa ngôi nhà mở rộng trông ra sân, hun hút vì một khoảng vườn rộng trước mặt... Bên ngoài tối đen như mực, thỉnh thoảng một vài tiếng súng đì đẹt từ xa vọng lại như nhắc nhở mọi người hiểu rằng loạn lạc còn đang bao trùm, hãy phiên phiến mọi thứ...

Anh Út đi lâu quá... Suốt từ chiều tới giờ. Giờ này anh Út vẫn chưa về, thật đáng ngại quá...

Chợt có tiếng thằng Còm, con thứ Hai chị Út, lầm nhầm nói mê trong giường. Chị Út vội tới bên giường con, đắp chăn cho thằng bé. Thằng Còm nhe răng cười. Trong giấc mơ, mặt nó nhăn lại, hai cái răng cửa to trông như hai cái bàn cuốc, lộ ra một cách ngộ nghĩnh. Chị Út nhìn hai cái răng đó phập phồng lo sợ... Thằng bé đang ngủ, bỗng đưa tay lên cọ mũi. Cử chỉ đó lại càng làm cho chị Út thấy ghê ghê... Chị kéo vội chiếc khăn đơn lên ngực con, rồi trở về ghế ngồi chờ anh Út. Trên bàn thờ nến hương leo lét cháy, mùi hương tỏa ra nhẹ nhàng như một nhịp cầu móc nối giữa đời sống hiện tại và thế giới linh hồn.

Một cơn gió lạ bỗng ở đâu thổi thốc vào. Ánh nến bùng lên rồi tắt ngấm. Chị Út vội tìm hộp quẹt. Chị châm lại đèn và nến, chị Út trông thấy ảnh hai vợ chồng ông cụ già trên bàn thờ hình như đang trợn mắt nhìn chị. Chị vội vàng quay mặt đi hướng khác, không dám nhìn... Đó là ảnh ba má chị, mất đã lâu rồi... Ông bà mất từ hồi chị lấy chồng được hơn một năm. Cả hai đều chết vì đạn giặc, và cũng trong đêm hôm đó chồng chị mất tích, không thấy về nữa... Chị mới chắp nối với anh Út được vài năm nay.

Chị Út châm xong ngọn nến, vừa ngã xuống ghế để chờ chồng về, thì một trận gió thứ nhì lại nổi lên, và đèn nến lại tắt ngấm... Tay chị Út một lần nữa lại dò tìm hộp quẹt. Nhưng rồi nhớ tới hình ảnh ba má trên bàn thờ, chị bỗng thấy ngại ngùng. Con mắt của những người thân yêu đó lúc bình thường không có gì, nhưng không hiểu sao đêm nay lại có vẻ dữ tợn thế...

Chị Út tính chờ anh Út về sẽ châm đèn cũng không muộn, chứ thực tình bây giờ chị thấy sợ khi phải nhìn lên tấm hình chụp song thân mình. Chị chưa bao giờ thấy đôi mắt của cha mẹ mình lại dễ sợ như thế. Chị ngồi yên lặng trong bóng tối và đếm từng giây phút chờ anh Út về. Chị đoán anh Út lại nốc rượu vào rồi đấu láo với mấy người bạn không chịu về nhà ngay chứ gì. Anh Út có tật uống rượu, và khi rượu vào thì anh bất cần đời, ông Trời coi cũng nhỏ!

Những chấm đỏ trên bát hương cứ ngắn dần. Bỗng chị Út thấy những chấm đỏ đó rực lên, rồi một ngọn lửa tỏa sáng trên bàn thờ. Bát hương bốc lửa cháy phừng phực. Trong cái ánh sáng đỏ rực đó, chị Út lại càng nhìn thấy rõ sự giận dữ của cha mẹ chị... Chị Út vội đem bát hương xuống thổi cho tắt ngọn lửa. Chị châm đèn lên. Chị lầm bẩm tự trách mình sao không bỏ bớt chân hương từ trước, để hương bắt lửa cháy rực như thế...

Cắm lại hương, thắp lại nến, chị Út lại ngồi trên ghế chờ chồng.

Chợt có tiếng chó sủa... Lâu lắm mới có tiếng chó sủa, vì từ khi có những cuộc hành quân liên tiếp ở vùng này thì bọn chó má đó bị khử đi khá nhiều. Người ta bắn chết quăng xác đi cũng có, mà bắn chết rồi cho vào nồi luộc cũng có. Cái món thịt chó nhập cảng của dân Bắc xem ra thế mà có những đường nét hấp dẫn đối với dân nhậu, và anh Út cũng là một trong những thực khách trung thành của món thịt cầy. Tiếng con chó sủa như bị tắt nghẹn nơi cổ. Dường như có người bóp cổ nó. Con chó oẳng oẳng thêm được vài tiếng rồi im bặt... Chị Út bỗng dưng sờ lên cổ, mắt chị hoa lên... Chị thấy thấp thoáng như có bóng người đứng lấp ló ở cổng.

Chị cất tiếng hỏi :

- Ai đấy ?

Nhưng không có tiếng trả lời... Một nỗi ghê sợ bỗng đến với chị, chị vội khép cửa lại để tầm mắt mình khỏi nhìn ra sân và khu vườn hun hút phía trước mặt. Khu vườn đó chôn vùi một dĩ vãng kinh sợ mà chị Út muốn quên : anh Huỳnh.

Trong khi chị Út muốn quên đi những hình ảnh khủng khiếp đã ám ảnh chị trong nhiều ngày tháng, thì đêm nay, một đêm cuối năm, trong ngôi nhà nằm giữa khu vườn hẻo lánh của xã Hạnh Hòa này, những hình ảnh đó lại hiện về... Cũng vào giờ này năm ngoái, anh Huỳnh chồng có treo có cưới của chị đã trở về với chị... Người chồng khốn khổ đó sau mấy năm biệt tích đã trở về với tấm thân tàn ma dại... Nhà đất này của cha mẹ anh để lại, anh yêu

từng gốc cây, từng luống đất, và anh yêu cả người vợ đẹp nõn nường mà anh tưởng là có thể quên được, nhưng rồi trong những ngày xa cách, anh mới thấy thấm thía tất cả những gì là nhớ là thương. Cây cối, mồ mả cha ông, và người vợ đẹp, là những nguyên động lực đã khiến anh Huỳnh cố trở về với gia đình... Nhưng anh không ngờ. Phải anh không ngờ... Vợ anh bây giờ đã là của kẻ khác. Một người đàn ông xa lạ đã tới làm chủ cả một tấm thân màu mỡ là vợ anh, làm chủ cả một khu vườn rộng thênh thang, nơi đó có mộ phần của cha mẹ anh và có cả ngôi nhà gạch mà anh tốn rất nhiều công trình mới xây cất nên. Anh trở về giữa đêm giao thừa với hy vọng tìm lại được tất cả những gì đã mất...

Nhưng cũng trong đêm đó, anh đã thấy tất cả sự thực về người vợ mà anh đặt trọn niềm hy vọng. Vợ anh đã cùng với người chồng mới xiết cổ anh cho tới chết, rồi đào lỗ chôn xác trong vườn...

Giữa lúc loạn lạc này, sinh mạng con người không bằng con ngóe, một anh Huỳnh chết, chứ một trăm hay một ngàn anh Huỳnh chết, thì có nghĩa lý gì. Người ta đã toa rập với nhau đem chôn một cách kín đáo... Một cây trứng cá được trồng lên trên ngôi mồ bất hạnh để đánh dấu.

Đã một năm qua, chị Út cố gắng quên đi cái hình ảnh cuối cùng của người chồng bất hạnh ấy. Anh

Huỳnh nhe hàm răng ra cười sung sướng khi gặp vợ. Hai cái răng bàn cuốc trắng nhởn giữa màu da thịt xạm nắng của anh Huỳnh, làm chị Út nhớ tới như không bao giờ có thể quên. Anh Huỳnh đã trở về với chị trong đêm giao thừa... Lúc ấy anh Út bế hai đứa con đi la cà chưa về. Chị Út gặp chồng làm ra vẻ mừng rỡ, nhưng rồi sao đó chị báo tin cho anh Út biết... Chị Út đã chuốc rượu cho chồng cũ say mèm, rồi cả hai người cùng chung vai sát cánh chẹn cổ anh Huỳnh cho đến chết...

Chị Út còn nhớ rõ âm thanh cuối cùng của anh Huỳnh thốt ra khi cổ mới bị chẹn :

- "Đồ khốn... Tao sẽ báo thù..."

Rồi sau đó là tia nhìn rực lửa phát ra từ đôi mắt hận thù... Anh Huỳnh chết không ai biết. Hai vợ chồng hy vọng những năm tháng kế tiếp, khi mà xương thịt anh Huỳnh tan trong lòng đất lạnh, thì mọi việc sẽ êm xuôi.

- "Đồ khốn... Tao sẽ báo thù..."

Những âm thanh cuối cùng đó bây giờ bỗng nhiên lại vang lên bên tai chị Út. Chị bịt lấy tai, cố xua đuổi hình ảnh người chồng cũ đang len lén trở về trong tâm trí chị. Anh Huỳnh sẽ báo thù... Đêm nay là đêm giao thừa, nhưng cũng là ngày giỗ đầu của anh Huỳnh. Không có một nén nhang thắp cho người quá cố. Người ta đón Xuân, người ta vui Xuân, người ta chúc nhau mọi sự tốt lành, trong khi có một người chết giữa một đêm Xuân đang bị bỏ rơi đủ mọi bề...

Chị Út nhắm nghiền hai mắt lại, nước mắt trào ra ở hai bờ mi. Chị nhớ tới đám cưới của chị với anh Huỳnh. Dù sao thì anh Huỳnh cũng là người đã từng đầu gối tay ấp với chị... Một ý tưởng bỗng lóe lên... Chị đứng dậy tìm thẻ hương, lấy ba nén hương châm đốt. Chị không thể để anh Huỳnh hương lạnh khói tàn trong đêm giao thừa này được. Nghĩa tử là nghĩa tận, dù thế nào mặc lòng chị cũng không thể tàn nhẫn đến độ không thắp cho người chồng quá cố mấy nén hương.

Khu vườn đó quen thuộc với chị Út lắm. Chị nhớ từng gốc cây từng mô đất. Cây trứng cá mới trồng nằm ở phía cuối vườn, nơi cỏ dại mọc la liệt. Chị muốn cắm một tuần hương để tỏ lòng hối hận với người chồng cũ...

Bỗng chị nghe thấy có tiếng động lạ trong vườn... Có tiếng chân người dẫm trên những cành khô. "Ai làm gì trong vườn vào giờ này?" Chị Út phân vân tự hỏi. Cả khu vườn được rào kín bằng dây thép gai và anh Út thì hiện đi vắng, vậy thì ai vào đây? Vào đây làm gì?

Chị Út bỗng thấy lạnh ở gáy... Nếu không phải là anh Út, không phải những người khác, vì trong cái lúc sửa soạn tống cựu nghinh tân này, còn có ai lại đi lang thang trong khu vườn vắng vẻ làm gì - thì là ai? Trời ơi! Hay là anh... Huỳnh? Trong vườn này có hai, ba ngôi mả, nhưng toàn là mả cũ, chỉ có mỗi mả anh Huỳnh là mả mới mà thôi... Ngôi mả đó không có gò, chỉ có một cây trứng cá mọc và lớn như thổi... Xung quanh một khoảng đất rộng, hoa cỏ mọc tươi tốt vì được vun tưới bằng cả một khối thịt người bất hạnh...

Một trận gió lại thổi tới làm chị Út ớn lạnh. Mấy nén hương trên tay chị tắt ngấm tự lúc nào. Xung quanh chị tối om với những tiếng động lạ lùng... Chợt có tiếng lộp bộp rơi trong vườn. Tiếng những tảng đất ném ra xung quanh. Có cả tiếng cành cây thân cây gẫy đổ. Chị Út không thể lầm được nữa, đúng là tiếng bới đất. Ai bới đất trong vườn nhà chị? Không thể ai khác ngoài... anh Huỳnh?

Chị Út rùng mình... Đúng anh Huỳnh rồi! Anh Huỳnh bị chết oan, chết nhằm giờ thiêng, nên đêm nay vào lúc giao thừa và cũng là ngày giỗ đầu của anh, anh đã đội mồ trở lên...

Chị Út sợ quá, chị bỏ chạy la lên và đóng sầm cửa lại...

Chẳng hiểu sao đêm hôm nay trời cứ gió quẩn luôn luôn, đèn nến thắp lên được một lúc thì gió lại nổi lên và làm tắt ngấm. Chị Út chỉ nhận ra những đốm hương đỏ trên bàn thờ và từ đó chị định phương hướng chỗ nào là bộ bàn ghế, chỗ nào là giường của các con, và chỗ nào là cửa ra vào. Chị Út, hơn lúc nào hết, mong mỏi anh Út chóng trở về với mình. Có anh Út bên cạnh, chị sẽ đỡ sợ hơn. Anh Út là người gan dạ, chị sẽ yên lòng có người bảo vệ.

Thời gian cứ kéo dài thêm ra. Mãi vẫn chưa tới giao thừa. Chị Út liếc nhìn vào chiếc đồng hồ dạ quang... Còn 20 phút nữa mới tới 12 giờ đêm. Khu vườn nhà chị nằm ở chỗ hẻo lánh nên chẳng có ai qua lại, nhất là vào lúc cuối năm này. Trước đây chị đã nhiều lần bàn với anh Út dọn lên ở trên xóm Trung, chỗ đó đông đảo, có người ra kẻ vào vui vẻ... Nhưng anh Út không nghe. Anh nói chỗ xóm Trung đông người, chuyện ra chuyện vào chỉ đâm nhão, và biết đâu vì câu chuyện tọc mạch hớ hênh, vụ anh Huỳnh có thể bị tiết lộ thêm phiền... Cho nên hai vợ chồng nhất định ở đây, dù vào lúc tối trời vắng vẻ những hình ảnh ma quái có nhiều khi làm cho người ta sợ hãi khổ sở.

Bỗng chị Út nghe thấy có tiếng lệt sệt nặng nề như đang kéo lê một cái gì.

Chị lắp bắp lên tiếng hỏi:

- Ai ngoài sân đó?

Không có tiếng đáp lại... Chỉ có tiếng chân bước dính nhem nhép. Cả tháng nay trời không mưa, sân đất khô cứng như sành, tiếng lép nhép ở đâu ra? Xung quanh đây không có hồ ao... Chỉ có độc một cái giếng sâu hoắm, mà cái giếng thì ngay gần bên cạnh nhà, có ai ra vào đụng chạm thì biết ngay.

Chị Út lại lên tiếng một lần nữa:

- Mình đã về đấy phải không ?

Cũng vẫn không có tiếng trả lời.

Chị Út sợ quá. Nhưng trong lúc sợ hãi này, bỗng chị sực nhớ tới chiếc đèn pile của anh Út. Chiếc đèn pile đó lúc tối chiều anh Út quên không đem theo. Chị lấy tay sờ soạng về phía giường mấy đứa con nằm. Chiếc đèn pile ở đầu giường, chị tìm không khó. Cầm chiếc đèn trên tay, chị bấm nút... Một luồng sáng yếu ớt phát ra từ chóa đèn... Pile đã gần cạn nên ánh sáng vàng vọt không hơn một ngọn đèn dầu... Chị mở rộng cánh cửa và chiếu đèn ra sân, loang loáng đưa đi đưa lại mấy cái...

Nhưng tịnh không có gì cả... Chị Út thở mạnh như tống tất cả mọi nỗi lo âu ra khỏi người. Chị trở vào, nhưng không quên khép cửa, và lại thắp đèn chờ chồng.

Chị đang lúi húi thắp đèn, thì có tiếng kẹt cửa... Cánh cửa đang khép bỗng mở phanh ra... Chị Út quay phắt lại. Chị bỗng há mồm nhìn trong kinh sợ : một bàn tay đầy đất cát đang thò vào. Bàn tay xòe ra, những ngón tay khẳng khiu xương xẩu. Chị thoáng thấy có vật sáng sáng ở cổ tay. Đúng là tấm lắc bằng bạc của... anh Huỳnh mua ở Sài Gòn trong dịp hai vợ chồng chị mới lấy nhau lên thăm người bà con trên đó.

Bàn tay nắm lấy cánh cửa, nhưng rồi sau đó bỗng biến mất... Chị Út đưa tay lên ngực cố đè nén sự sợ hãi... Chị cho là mình quáng gà và bị ám ảnh, nên vội cầm đèn ra đóng cửa lại. Lần này chị cài chốt chứ không dám khép hờ như trước nữa. Nhưng trước khi đóng cửa chị muốn quan sát bên ngoài có gì lạ không. Chị chiếu đèn pile xuống sàn một lần nữa, và lần này chị nhìn thấy những dấu chân. Những dấu chân đầy đất bùn bẩn thỉu....

Chị chưa kịp kêu lên, thì bỗng một bàn tay nắm chặt lấy tay chị. Một bàn tay nhem nhép đầy đất bùn... Phải, chính bàn tay mà chị vừa trông thấy thò vào trong nhà. Chiếc đèn pile rớt xuống đất, nhưng ánh sáng vàng vọt của nó vẫn tỏa chiếu trong đêm... Trong cái ánh sáng đó, chị Út nhận thấy một bóng đen bê bết đất bùn từ đầu tới chân, và cái bóng đen đó đang giữ chặt lấy chị trong tay... Bóng đen nhe răng ra, chị Út thấy hai chiếc răng bàn cuốc. Chiếc răng đặc biệt của anh Huỳnh ! Chị lại ngửi thấy mùi thối ủng bốc vào người mình... Thôi rồi, không còn nghi ngờ gì nữa ! Anh Huỳnh đã đội mồ lên !

Mắt chị Út dại đi... Nhưng chị cố lắp bắp :

- Mình... Tha tội cho em...

Nhưng bóng đen vẫn không đáp... Chị Út thấy anh Huỳnh giơ một tay khác lên, trong khi tay kia vẫn giữ chặt cứng lấy người chị. Bàn tay từ từ hạ xuống trên đầu chị, xoa lên trán chị, rồi sờ vào má chị... bàn tay lạnh ngắt như nước đá. Bàn tay vuốt ve nơi cổ chị. Cảm giác lạnh buốt bò lén lén nơi xương sống. Bàn tay bỗng nổi gân, và chị Út chỉ kịp nhận thấy trên khuôn mặt của anh Huỳnh, đôi mắt bỗng rực lên, thì bàn tay của anh đã chẹt cứng lấy cổ chị...

Chị giãy giụa, miệng há ra, mắt mở to...

Sáng hôm sau cả làng Hạnh Hòa náo loạn về cái chết của chị Út, về cái xác anh Huỳnh bị khai quật thối um, và chứng điên loạn của anh Út.

Thì ra, anh Út cũng bị ám ảnh vì cái chết của anh Huỳnh, đêm hôm đó đã nổi cơn điên vào vườn đào mả anh Huỳnh, rồi về nhà chẹt cổ vợ cho đến chết !

CHU VĂN AN
MỘT KHÔNG GIAN, MỘT THỜI GIAN

Danh Nho Chu Văn An (không rõ năm sinh, chỉ biết ông mất năm 1370) tự Linh Triệt, hiệu Tiều Ẩn,

người làng Quang Liệt, huyện Thanh Đàn, nay là xã Thanh Liệt huyện Thanh Trì tỉnh Hà Đông.

Ông là một trong số những người đầu tiên viết sách bằng chữ Nôm, với các tác phẩm như *Quốc Văn Thi Tập, Tử Thư Thuyết Ước, Tiền Ẩm Thi Tập* v.v...

Trong *"Đại Việt Sử ký toàn thư"* tác giả Ngô Sĩ Liên nhận định : *"Sau muôn năm, nghe cái phong cách của tiên sinh, người ngoan ngạnh cũng hoá ra liêm chính, kẻ ươn hèn cũng tự lập được"*.

Trong *"Việt sử Tổng vịnh"* vua Tự Đức phê : *"Cái học của họ Chu là chủ cho rõ lễ, chính tâm trừ thuyết tà, khử nét bậy"*.

Ông nổi tiếng là người cương trực, khí phách... Dưới triều vua Trần Dụ Tông (1341-1368), kể từ năm Đại Trị nguyên niên (1358), Thượng Hoàng (cha của vua Dụ Tông) mất rồi, các cựu thần như Trương Hán Siêu, Nguyễn Trung Ngạn v.v... cũng qua đời, việc chính trị trở nên bại hoại, nhà vua thì ăn chơi trác táng, cờ bạc rượu chè, bọn gian thần thì nghênh ngang đắc chí...

Ông dâng sớ *"Thất Trảm Tấu"* xin vua chém đầu 7 tên nịnh thần lộng hành trong triều hầu chấn chỉnh lại kỷ cương giềng mối... Nhưng vua không nghe, ông liền treo ấn từ quan về dạy học. Môn đệ từ nhiều nơi tới xin học rất đông. Danh thơm toả rộng khắp nơi. Một lần nữa ông được nhà vua mời vào triều ban chức Tể tướng. Nhưng với sĩ khí của một nho gia chân chính không ham danh lợi, ông đã khẳng khái chối từ, tiếp tục nghề dạy học với hoài bão hoàn thành việc đào tạo nhân tài cho đất nước.

Khi ông mất, vua Trần truy tặng tên thuỵ là Văn Trinh, hiệu Khang Tiết, lập thờ tại Văn Miếu. Riêng dân chúng và các môn đệ thì lập đền thờ ông tại núi Chí Linh (còn gọi là núi Kiệt Đặc hay Phượng Hoàng) thuộc tỉnh Hải Dương, là nơi ông đã nhiều năm dạy học cho đến khi qua đời.

Ngoài ra tại thôn Huỳnh Cung, cạnh xã Quang Liệt cũng có đền thờ ông. Ông còn được sắc phong Thành Hoàng làng Phương Viên (nội thành Hà Nội, nằm trong khu vực phố Trần Xuân Soạn), thờ tại đình làng này.

Tên Chu Văn An được đặt cho ngôi trường thân yêu của chúng ta kể từ ngày 12.5.1945, thay cho tên cũ sặc mùi thực dân : *Lycée Protectorat* (Ly Pro, hay Trường Bảo hộ) mà từ những năm trước (từ 1907 tới 1945) người ta thường gọi là Trường Bưởi.

Sở dĩ có tên Trường Bưởi vì trường cất trên thửa đất trước đây thuộc sở hữu của một công ty Pháp (nhà in Schneider) tại xã Thuỵ Khuê (liền với Hồ Tây) kéo dài đến làng Bưởi, gần thành phố Hà Nội.

Cũng xin ghi thêm một chi tiết : nằm trong khu đất này, vào đời Lê, vua Thánh Tông (1460-1497) cho xây một ngôi chùa nhỏ thờ Phật dành cho người Chiêm Thành được gom đưa từ miền Nam ra định cư tại vùng này với tên chùa *Châu Lâm*, hay *"Chùa Bà Đanh"*.

Sau này người Chiêm Thành rời khu vực Thuỵ Khuê/Bưởi sống tản mạn khắp nơi, từ đó Chùa Châu Lâm trở nên vắng vẻ ít người tới lễ bái, nên trong dân gian có câu ví von *"vắng như Chùa Bà Đanh"*.

Khi trường Bưởi được xây cất, Chùa *Châu Lâm* bị rỡ bỏ, đồ tế tự chuyển sang *chùa Phúc Châu* ở cuối xã Thuỵ Khuê. Hiện nay trong chùa Phúc Châu còn giữ được tấm bia dựng năm 1699 với hàng chữ *"Châu Lâm Tự"*.

Trường Bưởi xây năm 1907, niên học đầu tiên : năm 1908. Thoạt đầu dạy hai cấp : tiểu học và trung học đệ nhất cấp (4 năm đầu bậc trung học, từ đệ thất tới đệ tứ, với bằng tốt nghiệp cao nhất là bằng Thành Chung, hay B.E.P.C., mà người ta thường gọi là bằng "đíp-lôm").

Năm 1926 Trường Bưởi bỏ cấp

tiểu học, thêm trung học đệ nhị cấp, gọi là *ban Tú Tài bản xứ* (phân biệt với Tú Tài Tây, học chương trình Pháp, như trường LAS tức *Lycée Albert Sarraut*).

Ngày 19.12.1946 chiến tranh Việt Pháp bùng nổ, trường CVA đóng cửa.

Đầu năm 1948, khi gia đình tôi hồi cư về Hà Nội, thì CVA được dạy tạm tại trường tiểu học Hàng Cót (trường R. Brieux), trước mặt có đường rầy xe điện Yên Phụ - Cống Vọng. Thời gian này ông Nguyễn Cao Kỳ, có tên "Kỳ Đen", học tại đây. Còn Trường Bưởi gần Hồ Tây lúc đó là doanh trại của một đơn vị Nhẩy Dù.

Sau khi dự kỳ thi tuyển sinh 350 người, tôi được nhận vào học lớp Đệ Thất trường CVA, niên khoá 1949-1950. Lúc này CVA rời Hàng Cót về học tại Trường Đồng Khánh cũ.

Đám "lính mới" chúng tôi được chia thành 7 lớp : từ 7B1 tới 7B7. Các lớp đều có giờ âm nhạc do Thầy Thẩm Ngọc Oánh, tức nhạc sĩ Thẩm Oánh, phụ trách mỗi tuần 1 giờ. Sau này khi trường dọn lên Cửa Bắc, thì Thầy Nguyễn Văn Hương, tức nhạc sĩ Hùng Lân, lo việc hát hỏng.

Học tại Đồng Khánh được vài tháng thì có vụ học sinh Trần Văn Ơn ở Saigon bị bắn chết (dưới thời Thủ tướng Trần Văn Hữu), các vụ

bãi khoá phản đối lan từ trong Nam ra Bắc. Dĩ nhiên học sinh CVA cũng tham gia.

Niên khoá 1950-1951, sau khi Chính phủ *"Quốc Gia Việt Nam"* do vua Bảo Đại lãnh đạo có thế mạnh và uy tín, phong trào hồi cư gia tăng, học sinh ngày một nhiều, CVA được chia làm 2 : nửa ở lại học tại trường Đồng Khánh đổi tên thành ***Trường Nguyễn Trãi***, nửa dọn về Cửa Bắc, góc phố Đỗ Hữu Vị và phố Quan Thánh (trước đây là Trường Sư Phạm), ***vẫn mang tên cũ CVA.***

Thời kỳ này trường do Gs Phạm Xuân Độ làm hiệu trưởng. Một hoặc hai năm sau Gs Vũ Ngô Xán được bổ nhiệm thay thế Gs Độ. Tôi học chung với anh Vũ Ngô Viêm (con Gs Xán), còn mấy người anh và chị của Viêm (Vũ Ngô Luyện, Vũ Nhất Thanh, Vũ Nhị Thuỷ... đều học các lớp trên, đệ nhị cấp).

Ban giảng huấn của CVA Cửa Bắc gồm nhiều giáo sư giỏi. Đã trên 50 năm, tôi chỉ còn nhớ được tên một số Thầy.

Lớp lớn tuổi có các vị :

Gs Nguyễn Tường Phượng (có bút hiệu Tiên Đàm, nhưng bọn học sinh rắn mắt thường gọi là *Cụ Tiêu Đờm*), Gs Nguyễn Đình Phong (cha vợ của ông Nguỵ Như Kontum, có tên *Cụ Phong Tàu Phù*), Gs Phan Thế Roanh (trưởng nam của danh sĩ

Phan Mạnh Danh, có tên *Cụ Roanh Tàng Hình, hay Roanh Nghĩ Lan Man)*, Gs Thận Tổng Giám Thị (tác giả một cuốn sách Vạn Vật Lớp đệ tứ, có tên *Cụ Thận Khịt* – vì bị bệnh mũi – hay *Cụ Củ Não Sinh Tư)* v.v...

Lớp trẻ có các vị như :

Gs Lê Trung Nhiên, Gs Lê Giáp Đệ, Gs Nguyễn Sỹ Tế, Gs Tô Đáng, Gs Nguyễn Trọng Sơn (nhiếp ảnh gia), Gs Quỳ (không nhớ họ, dạy Anh văn, da ngăm đen, có tên *Hắc Toàn Phong Lý Quỳ, hay Adjective)*, Gs Phạm Đình Ngọc (dạy Anh văn, có tên *Ngọc Gàn)*, Gs Đào Văn Dương, Gs Quỹ (dạy toán), Gs Bùi Đình Tấn (dạy Sử Địa, người nhỏ bé, có tên *Yểu Điệu Thục Nữ)*, Gs Hùng Lân (dạy nhạc), Gs Nguyễn Dung (hoạ sĩ, em trai của Bộ Trưởng Tài Chánh Nguyễn Lương dưới thời TT Ngô Đình Diệm, có tên *Phối cảnh bao diêm)*, Gs Nguyễn Sửu (dạy Anh văn, anh của hoạ sĩ Nguyễn Dung), Gs Huấn (không nhớ họ, dạy Vạn Vật, có tài vẽ trên bảng hình tròn bằng một nét vòng rất đều đặn, có tên *vòng luẩn quẩn)*, các cụ Nguyễn Sĩ Giác, (Nghè Rễ, có tên *Cụ Ngáp hay Cụ Ngủ gật)*, Trần Lê Nhân (lúc nào cũng khăn đóng áo dài ta, có tên *Cụ trịnh trọng bưng bát hương)*, và sau chót là cụ Tiếp (không nhớ họ, dạy Hán văn, mỗi tuần một giờ) v.v...

Dưới quyền cụ Thận Tổng giám thị, có hai vị phụ tá : ông Nguyễn Văn Doanh, thường gọi là *ông Doanh Mô Ni Tơ* (để khỏi lẫn với Gs Phan Thế Roanh) và ông Phụng.

Ông Phụng đẹp trai khỏe mạnh, luôn đeo kính Rayban, có tên *Phụng Trai Lơ*. Ông Phụng có hai vợ, bè bạn của ông gọi ông là *Phụng deuxième bureau*.

Cũng vì cái tên đùa cợt "phòng nhì" này mà sau khi tiếp quản Hà Nội ngày 10.10.1954, và đóng cửa Hải Phòng vào tháng 5/1955 không cho di cư nữa, ông Phụng đã bị CS cho ngồi tù hơn 10 năm vì tình nghi ông là nhân viên Phòng Nhì Pháp !

Thời gian tôi theo học CVA, từ 1949 đến 1954, thì các lớp được gọi với tên : đệ thất, đệ lục, đệ ngũ, đệ tứ (trung học đệ nhất cấp), đệ tam, đệ nhị, đệ nhất (trung học đệ nhị cấp). Các Ban cũng chia khác với những năm sau 1954. Thật vậy : Ban A cổ điển, Ban B sinh ngữ, Ban C toán, Ban D vạn vật. Phần tôi liên tục theo Ban B từ đệ thất tới đệ tam.

Về các bạn học, thì có một số bạn quen nhưng không thân thiết, vì khác lớp hay vì nhà ở quá xa nhau. Với tuổi đời năm nay gần 70, tôi xin tạm kể một số bạn lúc đó chơi với nhau, nhưng ngày nay đã gần như là *"nghìn trùng xa cách",* về không gian, thời gian và cả về tình cảm...

Có những người còn nhớ nhau, giao tiếp với nhau, thư từ với nhau, nhưng cũng có những người do cuộc sống và địa vị xã hội khác biệt, đã hoàn quên hẳn nhau hoặc có nhớ thì cũng chỉ là bàng bạc, như một nét đan thanh… Đó cũng là thường tình theo lẽ vạn vật vô thường.

Thật vậy, sau thời kỳ CVA, các bạn còn theo học các trường khác : Luật, Y, Dược, Kiến trúc, Văn, Sư phạm, Thương mại, Quốc gia Hành chánh, Võ bị Quốc Gia Dalat, Võ khoa Thủ Đức v.v… Trường mới, bạn mới, cuộc sống mới với gia đình vợ con v.v… ít ai có thời giờ nghĩ đến bè bạn cũ xưa, cho dù thời gian học trung học là thời gian thắm thiết nhất, nhiều kỷ niệm đẹp nhất của tuổi hoa niên.

Tôi theo *"nghề viết mướn"* hay *"viết nhựt trình"*, từ năm 1959 tại Saigon. Có hai bạn học cũ từ tiểu học cùng nghề viết với tôi : anh Vũ Khắc Mai Anh (nhà văn Vũ Mai Anh, nổi tiếng với tác phẩm *Hoa Dại,* xuất bản năm 1967) và Nguyễn Đức Cầu, còn gọi là *"Cầu Giặc"* (tức nhà văn Hùng Phong, nổi tiếng ngay từ năm 1952 khi còn học CVA, làm báo *Liên Hiệp* của ông Soubrier Văn Tuyên, có truyện dài bán cho nhà Nam Cường Saigon, xuất bản năm anh mới 18 tuổi : *Tình chết một mùa thu*). Cả hai đều còn ở lại Saigon, vẫn

thường liên lạc với tôi qua thư từ.

Một bạn khác, không thân lắm, cũng theo nghề này, nhưng ở lại Hà Nội từ 1954, làm việc cho cơ quan TTXVN, là anh Nguyễn Hà, có tên đùa cợt *"Hà Phét"*. Anh Hà nhà ở phố Hàng Bông, là con trai ông *Doanh Mô Ni Tơ* (giám thị CVA, như nói ở đoạn trên).

Một số bạn khác gặp lại ở Saigon sau 1954, như :

Vương Xuân Sĩ (con trai nhà buôn vải Lợi Quyền Hà Nội, sĩ quan, mất tại Saigon hồi năm 1955 trong cuộc chạm súng với lực lượng Bình Xuyên của Bảy Viễn), Nguyễn Thế Nhã (sĩ quan, mất tại Huế gần ngày 30.4.1975), Phạm Trịnh Phú (sĩ quan), Đoàn Túc (sĩ quan), Trần Xuân Ninh (bác sĩ), Ngô Tôn Quát (bác sĩ), Đỗ Kiểm (chuyên viên nhà đất, nay ở Sacramento), Phạm (hay Nguyễn ?) Thuỵ Hùng (luật sư, nay ở San Jose), Hoàng Sinh Tài (Tài Loi), Nguyễn Văn Anh (Anh Xạ Phang, vì sinh tại huyện Kai Uyên tỉnh Vân Nam Trung Hoa), Nguyễn Kim Dũng (nhà ở phố Nhà Thương Khách, sĩ quan, nay là nhà văn Thế Uyên, ở Mỹ), Trần Xuân Dụ (nhà giáo, viết văn với bút hiệu Trần Dự, nay ở Mỹ), Ngô Đồng & Ngô Quyền (con cụ Ngô Khánh Thực, cùng phố Monseigneur Deydier, tức Bùi Viện với nhà tôi, đầu đường có gánh phở của anh Tráng, được nhà văn Vũ Bằng ca tụng trong cuốn *"Miếng ngon Hà Nội"*, phố này bây giờ đổi tên thành Phan Huy Ích thuộc Quận Ba Đình Hà Nội), Nguyễn Cầu tức *"Cầu Bệu"* (Hàng Gai, cháu gọi Bộ trưởng Tài chánh Nguyễn Lương bằng chú ruột, Cầu là chuyên viên kiểm soát không lưu tại phi cảng TSN cùng tốt nghiệp khoá huấn luyện tại Đài Bắc với Trương Dục, chồng của danh ca Mai Hương), Vũ Hưng (Hàng Vôi), Lê Bá Quý (Hàng Đường, có tiệm bán tạp hoá), Lê Thanh Phong (sĩ quan, nhà ở khu đối diện với nhà Máy Đèn phố Đỗ Hữu Vị, bụi than quanh năm, ngôi nhà sau này bán lại cho gia đình nhà văn Ngọc Giao) v.v...

Lớp ở lại Hà Nội sau 1954 khá đông, tạm kể vài tên :

Đặng Kim Sơn, Đặng Ngọc Hải (Sinh Từ, cả hai nay đều làm nghề buôn), Đặng Ngọc Giao (Jambert, nay là huấn luyện viên thể dục), Vũ Khoái (con nhà văn Vũ Bằng, nay là bác sĩ, đã vô ở hẳn Saigon), Vũ Quý Ngoạn (Hàng Cân, có người em trai mắc chứng động kinh, lâu lâu sùi bọt mép lăn kềnh giữa sân trường), Bùi Hy Hiền (Quan Thánh), Trần Khắc Cần (Hàng Bông, Cần theo CS từ khi còn học CVA, bị bắt, sau trốn vào mật khu, viết văn với bút hiệu Thạch Sinh Thanh, sau 30.4.1975

thấy có vài bài đăng báo ở Hà Nội), Khánh Lác (Hàng Bạc, con nhà giàu, gia đình buôn vàng bạc từ nhiều đời, Khánh lấy vợ khi còn đi học, thường đem con vào lớp học chơi đùa với các bạn, CS tịch thu hết tài sản, cuộc sống rất vất vả, có thời kỳ Khánh phải kéo xe bò đi đổ rác), Phí Văn Ty (Jambert), Phạm Quang Tiến (Hsq. Truyền tin, Phà Đen), Lều Thọ Quý (Hàng Gai, nhà giáo), Nguyễn Ngọc Du (con trai ông Nguyễn Huy Giao tức nhà văn Ngọc Giao, nổi tiếng từ thời kỳ báo Tiểu Thuyết Thứ Bảy, những năm 1939-1940, tác giả *Đất* và *Xã Bèo,* Du không thích văn chương mà ưa võ nghệ, anh là một trong số những môn sinh đầu tiên của võ sư Nguyễn Lộc phái *Vôvinam* ở Hà Nội) v.v...

Thời kỳ này phong trào văn nghệ học sinh ở Hà Nội rất cao. Vào dịp Tết âm lịch ba trường CVA, Nguyễn Trãi và Albert Sarraut thường có những buổi trình diễn kịch, ca nhạc và phát hành nội san. CVA có tờ *Tre Xanh.* Có lần bọn chúng tôi đem báo sang bán tại trường Trưng Vương bị các cô diễu là *"Trẻ Ranh"*!

Về kịch, trường Nguyễn Trãi đứng đầu, vì có Gs Vũ Khắc Khoan hướng dẫn. Gs Khoan dựng những vở kịch nổi tiếng như *Thành Cát Tư Hãn* (của Vi Huyền Đắc), *Mật Chuột* (của Văn Thuật), *Thần Tháp Rùa* (của Vũ Khắc Khoan) v.v... diễn tại Nhà hát Thành phố, thường được gọi với tên Nhà Hát Lớn.

Nguyễn Trãi còn có một sân khấu nhỏ ngay trong trường, một phòng khám và chữa răng chung cho học sinh các trường Trung học công lập tại Hà Nội, khỏi phải đi nhà thương Phủ Doãn như trước đây. Một học sinh CVA sau ở lại học tại Nguyễn Trãi, vô Nam trở thành một dịch giả nổi tiếng với cuốn "Bố Già", đó là anh Nguyễn Ngọc Tú tức Ngọc Thứ Lang, chúng tôi thường gọi là 'Tú Lếch" (anh Tú bị lé mắt).

Bài này tôi chỉ viết sơ qua và vắn tắt về CVA, ngôi trường trong quá khứ cá nhân tôi từng theo học.

Không gian đó, thời gian đó nay chỉ còn là kỷ niệm.

Một kỷ niệm luôn hiện ra trong tâm não.

Một kỷ niệm thật đẹp tôi hằng trân trọng trong suốt cuộc đời mình.

Sacramento, Thu Quý Mùi

cordyceps
ĐÔNG TRÙNG HẠ THẢO 950

ĐÔNG TRÙNG HẠ THẢO 950, SẢN PHẨM ĐƯỢC BỘ NÔNG NGHIỆP HOA KỲ CHỨNG NHẬN USDA ORGANIC, 100% NUÔI TRỒNG VÀ SẢN XUẤT TẠI MỸ.

GIÚP NÂNG CAO SỨC ĐỀ KHÁNG | GIÚP TĂNG CƯỜNG SINH LỰC, BỔ THẬN, GIẢM TIỂU ĐÊM | GIÚP NGỦ NGON, NGỦ SÂU, GIẢM STRESSES.
GIÚP GIẢM BỚT ĐAU NHỨC, TÊ TAY TÊ CHÂN | GIÚP ĐIỀU HÒA HUYẾT ÁP ĐÃ THÔNG KINH MẠCH | GIÚP HƠI THỞ THÔNG THOÁNG VÀ BỔ PHỔI.
GIÚP CƠ THỂ HẤP THỤ OXYGEN NHIỀU HƠN NÊN LÀM VIỆC KHÔNG BIẾT MỆT.

ĐẠI LÝ TRUHERBS

Chuyên viên tư vấn
Amy Ngọc: 916 230 6172

- MY TIEN — Tel: 916-743-1447
- HONG PHUC — Tel: 916-266-1430
- KIM THANH — Tel: 408-420-1042
- TAMMY — Tel: 408-420-1042
- THANH — Tel: 916-267-5680

- Angels Beauty (khu Grand Mall Sanjose) Tel: 408-297-1688
- Tina Thanh — Tel: 916-267-5680
- Hao Nguyen MN — Tel: 612-790-5846
- HONG PHAT GIFTSHOP — Tel: 972-495-0282 / 214-470-0223
- AV-DIRECK — Tel: 714-829-8224

Liệu pháp tinh dầu mùa Cảm Cúm

LIỆU PHÁP TINH DẦU LÀ GÌ?

Amy tổng hợp

Con người cảm nhận **được mùi thông qua các tế bào khứu giác đặc biệt ở màng nhầy** mũi. Những ấn tượng *này được xử lý ở trung tâm khứu giác* - một trong những phần lâu đời nhất của não bộ. *Trung tâm khứu giác nằm ở "trung tâm cảm giác",* hệ thống limbic, một khu vực điều chỉnh các chức năng cơ thể vô thức quan trọng. Chúng bao gồm các chức năng quan trọng như hơi thở và nhịp tim, cũng như tâm trạng và sức sống.

Tinh dầu có thể có tác dụng làm mát da, **làm tăng lưu lượng máu. Tác dụng khử trùng, thông mũi hoặc long đờm của hơi của một số loại dầu cũng được biết đến.** Trong trường hợp các ứng dụng có tiếp xúc cơ thể, có một thành phần thư

giãn thông **qua "tình cảm con người".** Nhận thức được các tác dụng phụ của liệu pháp hương thơm
"Chữa lành bản thân" (Heal Thyself), ông viết: *"Bệnh tật không bao giờ được chữa khỏi hoặc diệt trừ bằng các phương pháp vật chất hiện nay vì lý do đơn giản là bệnh tật không phải là nguồn gốc của nó. Bệnh tật về bản chất là kết quả của sự xung đột giữa linh hồn và tâm trí và sẽ không bao giờ được xóa bỏ ngoại trừ thông qua nỗ lực tinh thần và tinh thần. "DR Bach "*

Nếu bạn cần cải thiện các vấn đề **sức khỏe từ lo lắng đến ngủ không ngon**, bạn có thể **cân nhắc liệu pháp tinh dầu.** Trong loại điều trị này, bạn sử dụng chiết xuất từ thực vật được gọi là tinh dầu, bằng cách thở bằng mũi hoặc thoa lên da. Một số người bôi dầu lên da khi họ được mát-xa hoặc đi tắm.

Tinh dầu là gì?

Tinh dầu được làm từ hoa, thảo mộc và các bộ phận của cây, như vỏ cây, rễ, vỏ và cánh hoa. Các tế bào tạo ra mùi thơm cho cây là "bản chất" của nó. Khi tinh chất được chiết xuất từ thực vật, nó sẽ trở thành tinh dầu.

Cần rất nhiều sản phẩm thực vật để tạo ra tinh dầu. Hơn **200 pound hoa oải hương** được sử dụng để tạo ra chỉ **1 pound tinh dầu oải hương**.

Không phải tất cả các sản phẩm làm từ tinh chất thực vật đều là tinh dầu. Tinh dầu thật không bị pha trộn với các hóa chất hoặc hương liệu khác. Chúng được tạo ra bằng một quy trình cụ thể không làm thay đổi tính chất hóa học của cây.

Chanh, hoa cúc, hoa oải hương, gỗ tuyết tùng và cam bergamot là một số loại tinh dầu được sử dụng thường xuyên trong liệu pháp hương thơm.

Cách hoạt động của liệu pháp hương thơm

Các chuyên gia cho rằng liệu pháp hương thơm sẽ kích hoạt các khu vực trong mũi của bạn được gọi là cơ quan tiếp nhận mùi, chúng gửi thông điệp qua hệ thần kinh đến não của bạn.

Các loại dầu có thể kích hoạt một số khu vực nhất định trong não của bạn, như hệ thống limbic, có vai trò trong cảm xúc của bạn. *Chúng cũng có thể có tác động đến vùng dưới đồi của bạn, có thể phản ứng với dầu bằng cách tạo ra các chất hóa học tốt cho não như serotonin.*

Một số chuyên gia cho rằng khi bạn thoa tinh dầu lên da, chúng sẽ gây ra phản ứng trên da và các bộ phận khác của cơ thể, như khớp.

Liệu pháp hương thơm được sử dụng để làm gì?

Đối với một số điều kiện, nghiên cứu cho thấy liệu pháp hương thơm có thể có lợi cho sức khỏe.

*** Giảm căng thẳng, lo lắng và trầm cảm *Tăng cảm giác thư giãn*Cải thiện giấc ngủ

***Giúp cải thiện chất lượng cuộc sống cho những người có vấn đề sức khỏe lâu dài như chứng sa sút trí tuệ

***Giảm một số loại đau, bao gồm đau do sỏi thận và viêm xương khớp đầu gối

***Chống lại vi khuẩn khi bạn bôi chúng lên da

***Giảm một số tác dụng phụ của điều trị ung thư, như buồn nôn và đau

Liệu pháp hương thơm

Liệu pháp hương thơm nói chung là an toàn. Tuy nhiên, tinh dầu có thể gây ra tác dụng phụ. Một số có thể gây kích ứng mắt, da hoặc niêm mạc trong mũi của bạn. Chúng cũng có thể gây ra các phản ứng dị ứng nhẹ.

Nếu bạn uống một số loại tinh dầu, chúng có thể làm tổn thương thận hoặc gan của bạn. Rất hiếm khi mọi người sử dụng tinh dầu bằng đường uống, và bạn không nên làm điều đó trừ khi bác sĩ của bạn cho phép. Tinh dầu có loại được dùng để uống , có loại không được „**xin khảo sát với chuyên gia**

Nếu bạn chưa quen với liệu pháp hương thơm, hãy làm **việc với chuyên gia trị liệu bằng** hương thơm hoặc bác sĩ của bạn. Và hãy nhớ rằng các loại tinh dầu không được FDA quản lý, có nghĩa là không giống như thuốc, cơ quan này không kiểm tra xem chúng có an toàn hay hoạt động theo cách mà chúng phải làm hay không.

Ví dụ như Camphor (long não) được dùng ngoài da (đau nhứt) vv.vv và chỉ được sử dụng với dung dịch (long não (Heterotheca) 50,5%).

Dưới đây là bảy trong số các loại tinh dầu tốt nhất cho các triệu chứng RA, với bằng chứng khoa học cho thấy hiệu quả của chúng:

1. Bạch đàn (tinh dầu khuynh diệp)
Một số hợp chất trong bạch đàn đã được chứng minh là **làm giảm viêm, sưng và đau.**
Một nghiên cứu năm 2013 liên quan đến những người trải **qua phẫu thuật thay khớp gối.** Những người hít các chế phẩm tinh dầu khuynh diệp trong khoảng thời gian 30 phút trong 3 ngày liên tiếp nhận **thấy sự giảm đau, và do đó họ có mức huyết áp thấp hơn.**
Hầu hết các nghiên cứu đều **khuyên bạn nên hít trực tiếp tinh dầu khuynh diệp hoặc thêm vài giọt vào bồn tắm ấm.**

2. Trầm hương
Các học viên y học cổ truyền đã sử dụng dầu và các loại tinh dầu trầm **hương (Boswellia serrata Linn) trong hàng ngàn năm để điều trị nhiều bệnh khác nhau, bao gồm đau mãn** tính và viêm.
Theo Tổ chức viêm khớp, các axit trong trầm hương có đặc **tính chống viêm và giảm đau.** Axit Boswellic có thể giúp **giảm đáp ứng tự miễn và ngăn ngừa tổn thương sụn.**
60% axit boswellic và lấy 300-400 mg (mg) mỗi ngày

3. Hoa oải hương
Lavender từ lâu đã được sử dụng c sử giảm đau, và trầm cảm. lo lắng Nó có thể được hít vào, bôi tại chỗ, hoặc thêm vào bồn tắm ấm.
Một nghiên cứu năm 2016 đã thử nghiệm ảnh hưởng của hỗn hợp tinh **dầu hoa oải hương 5% pha loãng trong dầu hạnh nhân ngọt trên viêm xương khớp gối.**

4. Dầu hoa anh thảo buổi tối

Dầu hoa anh thảo buổi tối, nho đen và dầu borage được biết là giàu axit gamma-linolenic (GLA), một loại axit béo omega-6. Khi GLA được tiêu thụ, cơ thể chuyển hóa nó **thành một chất chống viêm mạnh.** Nó có thể giúp làm giảm các triệu chứng **RA, chẳng hạn như đau, đau khớp và cứng khớp.**
Dầu hoa anh thảo buổi tối cũng **chứa axit gamma-linolenic và beta-amyrin, do đó là hợp chất chống viêm.**
Tổ chức Arthritis khuyến nghị những người bị RA uống 540 mg và 2,8 gam dầu trong vòng tối thiểu 6 tháng.
Borage dầu nên được chuẩn bị cẩn thận và điều độ để ngăn ngừa tổn thương gan. Nhà máy có chứa các hợp chất nguy hiểm tiềm ẩn được gọi là pyrrolizidine alkaloids.

5. Gừng
Củ gừng thái lát bên cạnh tinh dầu gừng trong chai nhỏ.
Gừng là một phương thuốc phổ biến cho viêm.
Gừng từ lâu đã được khuyến cáo cho những **người bị viêm mãn tính và đau.** Nó có thể được thêm vào bữa ăn hoặc uống bổ sung.

Hóa chất trong gừng biến thành một nhóm mạnh mẽ của các hợp chất chống viêm gọi là gừng khi tiêu hóa.

Tinh dầu gừng có thể chứa các hợp chất khác làm giảm các triệu chứng của RA. Một nghiên cứu năm 2016 cho thấy những con chuột cái đã được đưa ra tinh dầu đã giảm tỷ lệ viêm khớp mãn tính.

6. Tinh dầu nghệ

Các thành phần hoạt **tính trong củ nghệ hoặc chất curcumin** có thể có đặc tính kháng viêm. Nó đã được chứng **minh là giúp cải thiện lưu thông.**

Một đánh giá được công bố trong báo cáo năm 2016 rằng chiết xuất nghệ có vẻ làm giảm các triệu **chứng của viêm khớp**, mặc dù cần nghiên cứu thêm.

(Amy tổng hợp)

BẠCH ĐÀN HAY KHUYNH DIỆP CHỐNG LẠI CÁC VẤN ĐỀ VỀ HÔ HẤP

Bạch đàn có đặc tính kháng khuẩn, chống viêm và long đờm. Do đó, nó rất thích hợp để điều trị cảm lạnh đường hô hấp.

Bạch đàn (Eucalyptus globulus) không chỉ được biết đến là nguyên liệu quan trọng trong ngành gỗ, làm cây cảnh và làm thức ăn cho gấu túi mà còn được dùng làm thuốc chữa bệnh.

Các lĩnh vực ứng dụng điển hình của khuynh diệp là các bệnh về đường hô hấp trên - như viêm mũi -, cảm lạnh, đau khớp và thấp khớp. Tinh dầu khuynh diệp không chỉ có tác dụng kháng khuẩn mà nó còn có tác dụng chống viêm, tuần hoàn và khử trùng.

Các lĩnh vực ứng dụng của bạch đàn trong y học cổ truyền thậm chí còn rộng rãi hơn và bao gồm từ các bệnh đau đầu đến các bệnh ngoài da. Lá hoặc đầu cành của cây bạch đàn được chế biến để chiết xuất tinh dầu. Nó **được dùng bằng đường uống hoặc bôi tại chỗ dưới dạng thuốc mỡ hoặc dầu.**

Trong trường hợp bị viêm ở vùng dạ dày, các chế phẩm từ bạch đàn được dung nạp kém và có thể xảy ra các tác dụng phụ. Chỉ sử dụng các chế phẩm thân thiện với trẻ em trên trẻ sơ sinh hoặc trẻ mới biết đi và tránh vùng da mặt.

Bạch đàn: giải pháp trị ho và cảm lạnh

Kinh nghiệm cho thấy cảm lạnh và ho có tác dụng long đờm và làm mát chủ quan. Việc sử dụng nó được hỗ trợ bởi các nghiên cứu quan sát lâu dài và các thử nghiệm trong phòng thí nghiệm, nhưng dữ liệu lâm sàng vẫn còn thiếu. Công dụng của dầu khuynh diệp để chữa ho, trị ho và như một chất tăng cường lưu thông máu cho bệnh thấp khớp thường được công nhận.

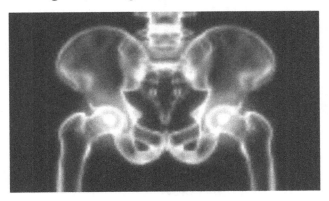

Cảm lạnh đường thở (dầu và lá)

*Nhờ thành phần của nó ("monoterpenes"), khuynh diệp có đặc tính kháng khuẩn, chống viêm, long đờm, di chuyển bài tiết và hóa lỏng. Dầu được hấp thụ tốt bởi sinh vật **trong đường tiêu hóa và một phần được vận chuyển đến phổi. Do đó, nó rất thích hợp** để cảm lạnh đường hô điều trị *hấp. Dầu khuynh diệp không có tác dụng làm thông mũi đáng kể trên màng nhầy của mũi, nhưng việc kích hoạt các thụ thể cảm lạnh một cách chủ quan tạo ra cảm giác mũi tự do. Hít vào kích thích các sợi thần kinh trong đường thở (dây thần kinh sinh ba), kích thích mô liên kết trong đường thở để đẩy nhanh quá trình vận chuyển chất nhầy.*

***Sử dụng bên ngoài
Được áp dụng cục bộ cho da, khuynh diệp **thúc đẩy lưu thông máu và có tác dụng khử trùng.** Được xoa lên thái dương cùng với dầu bạc hà và rượu, nó được cho là làm giảm đau đầu (tác dụng *của dầu bạc hà đối với chứng đau đầu do căng thẳng đã được chứng minh*).

****Hiệu ứng không được chứng minh
Chất chiết xuất từ lá cũng được cho là có *đặc tính lợi tiểu và hạ đường huyết.* Theo truyền thống, bạch đàn cũng được sử dụng để chống lại ký sinh trùng (giun) và để ngăn côn trùng. *Ở Mexico, vỏ cây được nhai để tăng cường lợi. Thiếu các nghiên cứu chi tiết hơn cho các chỉ định được chỉ định.*

(Amy tổng hợp)

LONG NÃO
/CAMPHOR

Long não kích thích tuần hoàn và hô hấp; bên ngoài nó chủ yếu được áp dụng cho ngực và lưng trong trường hợp cảm lạnh, cúm và nhiễm trùng đường hô hấp.

Long não cần thiết để sản xuất thuốc được lấy từ vỏ của cây long não (**Cinnamomum** camphora). Nó chủ yếu được trồng cho mục đích này ở Nhật Bản và Đài **Loan. Long não** thường được sử dụng để chữa cảm lạnh đường hô hấp. Tác dụng co thắt của nó hỗ trợ và kích thích đường hô hấp trên trong các bệnh nhiễm trùng.

Long não còn có tác dụng giải nhiệt, lưu

thông máu, sát trùng và giảm đau. Ngoài ra, các vấn đề về chức năng tim có thể được điều trị bằng long não, theo xác nhận của Ủy ban E. Các loại tinh dầu của **long não thường được bôi bên ngoài. Chúng được chế biến thành thuốc mỡ hoặc hỗn hợp dầu (ví dụ với tinh dầu bạc hà, dầu bạch đàn, dầu kim vân sam hoặc dầu thông núi). Cần hết sức lưu ý khi sử dụng tinh dầu ở trẻ nhỏ. Chúng không được chứa nhiều hơn 5% long não. Trên bao bì phải ghi rõ rằng chế phẩm** dùng được cho trẻ em. Long não có các tác dụng phụ khác.

Long não giúp ích như thế nào?
Long não kích thích tuần hoàn và hô hấp, bên ngoài nó chủ yếu được áp dụng cho ngực **và lưng trong trường hợp cảm lạnh, cúm và nhiễm trùng đường hô hấp. Ngoài ra long não** có tác dụng tuần hoàn, **chống co thắt, chống viêm, giảm đau và hành khí. Ứng dụng được chứng minh bởi truyền thống, các nghiên** cứu khoa học về long não là rất hiếm.

Đảm bảo hiệu quả
Các vấn đề về tim (bên ngoài) bệnh catarrhal của đường thở (bên ngoài, bên trong)
Cơ bắp thấp khớp (bên ngoài) huyết áp thấp (rối loạn điều hòa tuần hoàn giảm trương lực, nội tạng)

Hiệu quả theo y học thực nghiệm
Cho đến nay, không có bằng chứng về hiệu quả, nhưng tiềm năng

Đặc tính chữa bệnh của long não

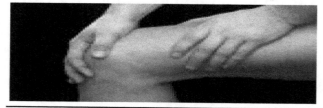

Long não là một monoterpene hòa tan trong chất béo được ưu tiên lưu trữ trong màng tế bào. Điều này ảnh hưởng đến các đặc tính của màng tế bào và hoạt động của các protein màng, ví dụ: Các kênh ion đã thay đổi. Sự phá vỡ các lớp màng là nguyên nhân gây ra tác dụng độc và kháng khuẩn của long não. Tác dụng chống co thắt và làm tê cũng có thể là do thực tế này.

Thuốc ly giải phế quản - Thuốc tan xương
Long não đặc biệt phổ biến trong các chế phẩm chống cảm lạnh, viêm nhiễm và thu hẹp đường thở. Nó làm tan dịch tiết trong ống phế quản và làm giãn ống phế quản để dễ thở. Ngoài ra, nó còn **kích thích trung tâm thở trên não, nhờ vậy mà hô hấp cũng được tăng cường.**

Làm mát
Đặc điểm của các sản phẩm **có long não là có tác dụng giải nhiệt.** Nó dựa trên sự kích ứng của các thụ thể lạnh ở da và niêm mạc. Nếu mũi bị nghẹt, điều này dẫn đến việc cải thiện hơi thở một cách chủ **quan. Ngoài ra, người ta nghi ngờ rằng kích thích lạnh gây ra sự co thắt của các mạch máu và điều này dẫn đến tác dụng thông** mũi. Tuy nhiên, điều này không được đảm bảo.

Thúc đẩy lưu thông máu
Áp dụng bên ngoài, long não thúc đẩy lưu thông máu. Long não được xoa trực tiếp lên vùng bị đau để chữa đau cơ, **viêm khớp dạng thấp, chấn thương và chuột rút.** Tác dụng làm giãn mạch và khử trùng làm cho long não trở thành một phương thuốc hữu hiệu cho các vết lở loét (bedsores).

Chất sát trùng

Long não và dầu long não có tác dụng khử trùng. Hơi nước và có thể cả khí khi đốt nên có tác dụng kháng khuẩn. Nó cũng có thể giúp ngăn ngừa sự phát triển của vi khuẩn trên màng nhầy. Trong quá khứ, long não được sử dụng trong nha khoa để khử trùng ống tủy. Việc bổ sung long não cũng giúp bảo quản mỹ phẩm hoặc thuốc mỡ. Trong ruột, nó ngăn chặn sự hình thành khí và đầy hơi, và tiêu chảy cũng được điều trị theo phương pháp truyền thống

Chất kích thích thần kinh - kích thích

Bên trong, **long não kích thích thần kinh và kích thích trung tâm hô hấp và tuần hoàn. Ở Trung Quốc, người ta hít khói long não để chống ngất.**

Như trường hợp thường thấy trong dược **học: liều lượng tạo ra chất độc.** Với số lượng rất lớn, long não gây co giật và thậm chí động kinh. Ngành tâm thần thường dùng long não để gây sốc cho bệnh **nhân. Ngày nay liệu pháp này bị cấm (lỗi thời). Kích thích tuần hoàn (bên trong)**

Sử dụng bên ngoài:

Long não thường được sử dụng với các loại tinh dầu khác (ví dụ: thymol, tinh dầu bạc hà, dầu bạch đàn, dầu kim vân sam, dầu thông núi). Long não chủ yếu được sử dụng trong thuốc mỡ để **thoa. Mức lương không được vượt quá 25%.** Có những sản phẩm dành cho trẻ nhỏ chứa ít hơn 5% long não. Trẻ nhỏ không nên xoa nhiều lần trên diện rộng. Hít phải cũng có thể gây ra các triệu chứng ngộ độc.

sử dụng cục bộ trong đường hô hấp chế phẩm bán rắn (ví dụ: xoa **vú) với 10 - 20% long não**

Chuẩn bị chất lỏng: cồn long não với 1-10% long não

Ứng dụng nội bộ:

Liều hàng ngày 30-300 mg, liều duy nhất 10-20 mg

Long não cũng phổ **biến ở dạng giọt uống để tăng cường tuần hoàn và chữa chóng mặt.** Ở những người lớn tuổi, các nghiên cứu đã chỉ ra rằng hiệu suất tinh thần được cải thiện.

Hawthorn cũng được trộn vào để tăng cường chức năng tim. Trong cơn đau thắt ngực, Camper nên sử dụng bên ngoài hoặc bên trong để đảm bảo rằng mạch vành giãn nở

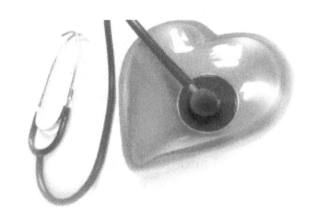

Giảm đau và làm tê

Với số lượng nhỏ hơn - trong dung dịch có hàm lượng 0,1 b.

LONG NÃO: LOÀI CÂY MANG MÙI HƯƠNG VÀ CÔNG DỤNG CHỮA BỆNH

23 CÔNG DỤNG CỦA DẦU BẠC HÀ ĐỂ TĂNG CƯỜNG SỨC KHỎE CỦA BẠN MỘT CÁCH TỰ NHIÊN

Amy tổng hợp

Dầu bạc hà đã được sử dụng hàng ngàn năm trên khắp Hy Lạp, Ai Cập và La Mã cổ đại vì các đặc tính chữa bệnh của nó (1). Dầu bạc hà là một loại dầu cực kỳ linh hoạt mang lại vô số lợi ích. Thành phần chính của nó, tinh dầu bạc hà, đã được nghiên cứu rộng rãi và tìm thấy để giúp giải quyết các vấn đề sau:

***Tiêu hóa,Nhiễm khuẩn,Viêm,Mệt mỏi,Đau nhức cơ bắp,Tắc nghẽn,Dị ứng,Nhức đầu,Hôi miệng
Có nhiều cách khác mà bạn có thể sử dụng tinh dầu bạc hà, bao gồm sử dụng nó như một loại thuốc đuổi côn trùng tự nhiên hoặc như một cách dễ dàng để làm thơm hơi thở của bạn

1. Tăng cường năng lượng
Thay vì tìm đến nước tăng lực bất cứ khi nào bạn cần tăng cường, hãy thử tinh dầu bạc hà.

Các nghiên cứu đã chỉ ra rằng nó cải thiện mức năng lượng thể chất và tinh thần và hiệu suất chỉ năm phút sau khi dùng.
Cách sử dụng: Hít trực tiếp mùi hương của bạc hà để tăng cường năng lượng và tinh thần minh mẫn, hoặc nhỏ vài giọt vào bộ khuếch tán yêu thích của bạn để hít hà suốt cả ngày. Và uống.

2. Loại bỏ gàu
Dầu bạc hà có đặc tính kháng nấm và kháng khuẩn nên nó rất tốt để chống lại gàu .
Cách sử dụng: Thêm 2 giọt vào dầu gội đầu thông thường của bạn và tập trung vào việc xoa bóp da đầu khi bạn tắm.

3. Giảm đau cơ
Menthol, một trong những hợp chất chính trong bạc hà, có tác dụng chống viêm, chống co thắt và giảm đau đáng kể. Các nghiên cứu đã chỉ ra rằng nó có *thể giúp giảm đau nhức cơ và giảm viêm*, đồng thời nâng cao ngưỡng chịu đau của bạn .
Cách sử dụng: Kết hợp 1/4 cốc dầu dừa với 5 giọt dầu bạc hà, sau đó xoa lên vùng cơ bị đau

4. Làm dịu cơn đau khớp
Tác dụng chống viêm và giảm đau của tinh dầu bạc hà trong bạc hà cũng có thể được sử dụng để giảm đau khớp khi bôi tại chỗ .
Cách sử dụng: Thêm 2 giọt dầu bạc hà vào một hộp nhỏ dầu ô liu hoặc dầu dừa, xoa vào nhau trong bàn tay, sau đó xoa lên các khớp bị đau.

5. Kiềm chế Thèm ăn
Nhiều người tin rằng tinh dầu bạc hà là một cách tự nhiên để giảm cảm giác thèm ăn bằng cách giảm sự thèm ăn và giúp bạn cảm thấy no nhanh hơn.
Cách sử dụng: Nhỏ vài giọt vào máy khuếch tán trước giờ ăn, hoặc pha loãng vài giọt trong dầu vận chuyển như dầu ô liu và

xoa lên ngực.

6. Giảm dị ứng

Dầu bạc hà cũng rất tốt cho các triệu chứng dị ứng như tiết dịch và ho do khả năng giúp tống chất nhầy và đờm ra ngoài .

Cách sử dụng: Khuếch tán tinh dầu trong máy khuếch tán(hơi) cùng với *khuynh diệp trong* nhà để giảm các triệu chứng dị ứng suốt cả ngày lẫn đêm.

7. Phát ban mát + ngứa

Các nghiên cứu đã chỉ ra rằng đặc *tính làm mát và chống viêm của* tinh dầu bạc hà có thể giúp làm dịu các vết ngứa nhẹ, từ vết cắn của bọ xít đến cây thường xuân độc .

Cách sử dụng: Pha loãng 2 giọt dầu bạc hà trong dầu ô liu và thoa lên vùng bị ảnh hưởng.

8. Đuổi côn trùng

Tinh dầu đã được sử dụng hàng ngàn năm như một chất đuổi côn trùng tự nhiên. Nhiều hợp chất dễ bay hơi trong dầu (chẳng hạn như bạc hà) gây áp đảo cho côn trùng như muỗi, khiến chúng trở thành lựa chọn tự nhiên hoàn hảo để xua đuổi côn trùng.

Cách sử dụng: Để xua đuổi côn trùng gây hại khỏi cơ thể (như muỗi), hãy pha loãng vài giọt trong dầu mang và thoa đều lên những vùng da tiếp xúc của cơ thể. Để xua đuổi bọ trong nhà, hãy thêm tinh dầu bạc hà vào nước lau sàn hoặc nước lau bàn.

9. Kháng khuẩn và chống vi trùng

Dầu bạc hà có chứa một số đặc tính kháng khuẩn và chống vi trùng, giúp giảm số lượng vi khuẩn trên da của bạn . Chưa kể, tinh dầu bạc hà làm mát cũng sẽ giúp giảm viêm do mụn nang gây đau.

Cách sử dụng: Trộn một giọt dầu bạc hà với dầu jojoba và chấm lên vùng bị ảnh hưởng hai lần một ngày.

10. Giảm đau đầu

Nghiên cứu cho thấy tinh dầu bạc hà có tác dụng thư giãn và giảm đau đáng kể đối với chứng đau đầu. Trong một nghiên cứu, dầu bạc hà làm giảm độ nhạy cảm liên quan đến đau đầu .

Cách sử dụng: Trộn 2 giọt dầu bạc hà vào dầu vận chuyển và xoa lên thái dương. Nếu cơn đau đầu của bạn giống như đau đầu do căng thẳng đến từ vùng cổ, hãy xoa bóp dầu lên vai và cổ.

11. Thúc đẩy mọc tóc

Các nghiên cứu cho thấy rằng xoa bóp dầu bạc hà vào da đầu của bạn có thể giúp thúc đẩy sự phát triển của tóc và khuyến khích tóc trở nên dày hơn, ngay cả khi những người tham gia không thay đổi chế độ ăn uống của họ .

Cách sử dụng: Thêm một vài giọt dầu bạc hà vào dầu gội đầu yêu thích của bạn và massage sâu vào da đầu.

12. Giảm IBS + Bloating

Dầu bạc hà là một trong những phương pháp điều trị tự nhiên tốt nhất khi nói đến hội *chứng ruột kích thích* (IBS). Các nhà nghiên cứu tin rằng khả năng làm giãn thành đường tiêu hóa, cũng như làm dịu chứng viêm đóng một vai trò quan trọng trong hiệu quả của nó . Các nghiên cứu cũng cho thấy dầu bạc hà có tác dụng đáng kể đối với chứng đau bụng và căng tức, cũng như đầy hơi .

Cách sử dụng: Bạn có thể dùng dầu bạc hà ở dạng viên nang (làm theo hướng dẫn liều lượng trên chai) hoặc thoa một vài giọt trộn trong dầu phụ gia , như dầu dừa hoặc dầu jojoba, lên bụng.

13. Giảm buồn nôn

Dầu bạc hà cũng có thể giúp làm dịu cơn buồn nôn và nôn. Các nghiên cứu về chứng buồn nôn sau phẫu thuật cho thấy những người tham gia được cho uống dầu bạc hà có mức độ buồn nôn thấp hơn đáng kể .

Cách sử dụng: Uống một hoặc hai viên dầu bạc hà hay 4-5 giọt dầu bạc hà khi bắt đầu có triệu chứng.

14. Hơi thở sảng khoái

Bạc hà là một thành phần trong nhiều loại kem đánh răng và nước súc miệng, và vì lý do chính đáng. Bạc hà không chỉ có mùi thơm tuyệt vời mà còn có đặc tính kháng khuẩn mạnh giúp hơi thở thơm tho .

Cách sử dụng: Tìm kem đánh răng có thành phần chính là tinh dầu bạc hà nguyên chất, hoặc tự chế thuốc xịt hơi thở bằng cách kết hợp một vài giọt với một cốc nước trong bình xịt. Bạn thậm chí có thể tự làm kẹo bạc hà thơm miệng bằng bạc hà và dầu dừa!

15. Giết nấm móng chân

Đặc tính kháng khuẩn của dầu bạc hà làm cho nó trở nên tuyệt vời để chống lại nấm móng chân .

Cách sử dụng: Nhỏ 4-5 giọt trực tiếp lên móng tay bị đổi màu hàng ngày.

16. Chống nhiễm trùng do vi khuẩn

Các nghiên cứu đã chỉ ra rằng dầu bạc hà có hiệu quả chống lại 22 chủng vi khuẩn và nấm, khiến nó trở thành một lựa chọn tuyệt vời để giúp chống lại nhiễm trùng .

Để sử dụng: Thực hiện theo các khuyến nghị về liều lượng trên dầu bạc hà của bạn ở **dạng viên nang.**

17. Giúp chống lại bệnh ung thư

Nó chỉ ra rằng hợp chất menthol có trong dầu bạc hà cũng có thể ức chế sự phát triển của ung thư. Các nghiên cứu đã chỉ ra rằng nó gây chết tế bào ung thư trong khi cũng giúp bảo vệ khỏi tác hại của bức xạ từ hóa trị liệu .

18. Giảm căng thẳng

Dầu bạc hà rất phổ biến trong liệu pháp hương thơm vì tác dụng thư giãn và sảng khoái. Các nghiên cứu cho thấy rằng nó có

thể là một phương pháp điều trị hiệu quả chống lại các rối loạn thần kinh và mệt mỏi về tinh thần, khiến nó trở thành một lựa chọn tuyệt vời để giúp giảm căng thẳng quá mức .

Cách sử dụng: Hít mùi hương bạc hà để tăng cường năng lượng và tinh thần minh mẫn, hoặc nhỏ một vài giọt vào máy khuếch tán (hơi)yêu thích của bạn để hít hà suốt cả ngày.

19. Tăng cường hiệu suất tập thể dục

Các nhà nghiên cứu đã phát hiện ra rằng các vận động viên bổ sung dầu bạc hà có thể làm tăng đáng kể các thông số về hiệu suất tập thể dục, bao gồm cải thiện khả năng thở và tăng mức oxy .

Cách sử dụng: Thêm 1-2 giọt tinh dầu bạc hà vào một cốc nước lớn hàng ngày.

20. Làm dịu cơn đau họng

Đặc tính làm mát của tinh dầu bạc hà có thể giúp làm dịu cơn đau họng sưng tấy và sưng tấy, đồng thời chống lại bất kỳ bệnh nhiễm trùng nào có thể gây ra nó .

Cách sử dụng: Súc miệng hỗn hợp 2 giọt tinh dầu bạc hà trong nước hoặc thêm vài giọt vào chậu có nước và hít thật sâu hơi nước.

21. Thông Mũi Nghẹt

Dầu bạc hà có thể giúp điều trị nhiều triệu chứng cảm lạnh, chẳng hạn như tắc nghẽn chất nhầy, do đặc tính kháng khuẩn và chống viêm của nó .

Cách sử dụng: Xông tinh dầu bạc hà khắp nhà khi bạn bị cảm lạnh để giảm vi khuẩn trong không khí và giúp giảm nghẹt mũi và nghẹt mũi.

22. Làm dịu vết cháy nắng

Đặc tính làm mát và chống viêm của dầu bạc hà cũng làm cho nó trở thành một phương thuốc tuyệt vời để chữa cháy nắng.

Cách sử dụng: Kết hợp 2 giọt dầu bạc hà với

dầu , (một ít dầu lô hội nếu bạn muốn) và thoa lên các khu vực bị ảnh hưởng.

23. Làm sắc nét bộ nhớ

Các nghiên cứu cho thấy bạc hà có thể giúp cải thiện khả năng tập trung và tập trung đồng thời cải thiện trí nhớ, khiến nó trở thành một lựa chọn tuyệt vời để giúp giảm các triệu chứng của ADHD (22).

Cách sử dụng: Pha loãng 2 giọt trong dầu nền và thoa lên ngực trước khi bắt đầu ngày mới, hoặc mang theo dầu bên mình và hít trực tiếp từ chai khi bạn cần tập trung.

Như bạn có thể thấy, công dụng của tinh dầu bạc hà là vô tận. Với nhiều lợi ích như vậy, đây là loại dầu bạn nên dự trữ trong mọi lúc.
(Amy theo wed medicine und naturtherapie)

23 NATURAL Peppermint Oil USES

Boost Energy

Get Rid of Dandruff

Relieve Muscle Pain

Soothe Joint Pain

Curb Cravings

Reduce Allergies

Cool Rashes + Itching

Repel Bugs

Calm Acne

Relieve Headaches

Boost Hair Growth

Relieve IBS + Bloating

Reduce Nausea

Freshen Breath

Kill Toenail Fungus

Combat Bacterial Infections

Help Fight Cancer

Relieve Stress

Boost Exercise Performance

Soothe a Sore Throat

Clear a Stuffy Nose

Relieve Sunburns

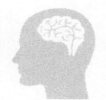
Sharpen Memory

blog.paleohacks.com

Active ingredient

Saw Palmetto Korean Ginseng

Muira Puama

Guarana Seed

Ginkgo Biloba

Far Infrared Powder

Male Enh

100% Natural H

HODAF   14 PATCHES

KIDNEY SUPPORT

Công thức này được sử dụng để tạo điều kiện lưu thông máu tốt hơn và phân tán sự ứ đọng và tích tụ để thúc đẩy vi tuần hoàn của thận để tạo điều kiện chuyển hóa nước lành mạnh, tăng cường và duy trì các chức năng khỏe mạnh của thận.

Công dụng:
1. Giảm đau nhức và đầu gối mềm nhũn
2. Giảm Lumbago (Đau thắt lưng, đau nửa người)
3. Tăng tiết tinh trùng
4. Chữa xuất tinh sớm

Giúp điều hoà huyết áp, cholesterol là nguyên nhân gây ra đột quỵ, công thức ngàn năm từ Âu châu.

178

KÝ GIẢ ĂN MÀY

Ngày nay, trong cộng đồng người Việt ở hải ngoại không mấy người còn nhớ câu chuyện "ký giả ăn mày", hay ký giả đi ăn mày, trừ những người từng sống ở Sài-Gòn vào những năm đầu thập niên 1970.

Khoảng năm 1972, chính quyền VNCH đã cho áp dụng luật báo chí mới, Sắc Luật 007, với quy định số tiền ký quỹ khá lớn làm cho báo không có tiền ký quỹ đành phải tự đóng cửa. Cũng theo luật này, tờ báo nào bị tịch thu lần thứ hai do có bài vi phạm an ninh quốc gia và trật tự công cộng thì sẽ bị đóng cửa vĩnh viễn. Luật này nhằm kiểm soát sinh hoạt báo chí tại miền Nam chặt chẽ hơn và ngăn ngừa sự xâm nhập của VC vào làng báo, đặc biệt là tại Sài-Gòn. Vài tờ báo đã bị đóng cửa, chủ báo bị phạt, bị tịch thu tiền ký quỹ, một số người làm báo còn bị truy tố ra tòa, và bị kết án tù. Trước tình hình đó, giới báo chí tại Sài-Gòn đã tập họp lại để tìm biện pháp đối phó, cùng hành động nhằm chống lại việc thi hành Luật 007.

Ngày 8 tháng 9 năm 1974, một cuộc họp đã được hội chủ báo tổ chức, với ba đoàn thể ký giả tham dự, đã bầu ra Ủy ban Đấu tranh đòi Tự do Báo chí do ông Nguyễn Văn Binh, dân biểu đối lập, đại diện báo Đại Dân Tộc làm chủ tịch.

Hình thức đấu tranh "ký giả xuống đường đi ăn mày" được hội nghị biểu quyết chấp thuận. Ban tổ chức quyết định chọn ngày 10 tháng 10 năm 1974 làm ngày xuống đường biểu tình. Nón lá, bị, gậy (các vật dụng của ăn mày) được chuẩn bị sẵn. Các khẩu hiệu làm sẵn đeo trên ngực, kẻ trên nón lá dòng chữ "10.10.1974, ngày ký giả đi ăn mày". Trong khi chính thức thông báo trước cho chính quyền biết cuộc đi ăn mày để phản đối Luật 007, ban tổ chức cũng còn bố trí lực lượng kín theo vòng trong, vòng ngoài, sẵn sàng đối phó với sự đàn áp của an ninh chìm nổi.

Suốt trong ngày 9.10.1974, nhiều thành phần trong giới báo chí, quần chúng cảm tình với báo chí, nghị sĩ, dân biểu... đã đến Câu lạc bộ Báo chí (số 15 Lê Lợi) để bày tỏ cảm tình, và tiếp tế thức ăn, đồ uống, kể cả thuốc lá.

Tháng 10 năm 1974 cũng là lúc Bộ Chính Trị đảng CSVN tại Hà-Nội nhóm họp do Lê Duẩn chủ tọa để lên kế hoạch cho cuộc tổng tấn công mùa xuân 1975, dồn toàn lực "giải phóng" miền Nam, sau khi Quốc Hội Hoa Kỳ cắt giảm hầu hết viện trợ quân sự cho VNCH từ 1.7.1974. Trên các mặt trận khắp miền Nam cũng đang diễn ra những trận đánh ác liệt, từ Hồng Ngự đến Cửa Việt, Sa Huỳnh, Tống Lê Chân, Bình Long…

Sáu tháng sau, VNCH bị xóa tên vào ngày 30.4.1975, làng báo bất khuất của Sài-Gòn cũng nằm xuống theo cái chết của Tự Do tại miền Nam Việt Nam. Báo chí không còn. Ký giả thất nghiệp nằm nhà, muốn đi... ăn mày cũng chẳng ai cho, dù là... vài điếu thuốc lá, được "Giải phóng" thương tình, cho đi "học tập" trong các trại tù mà có người gọi là "Đại Học Máu", vừa được lao động, vừa được ăn những cao lương mỹ vị như thằn lằn, ếch nhái và rau cỏ trong rừng. "Đại học máu" thường là từ 5 năm tới 10 năm mới tốt nghiệp. Có người không bao giờ ra, vì lỡ ăn phải rau lá hay cóc nhái độc địa, hay chết vì bạo bệnh, vì tai nạn, hay bị đánh đập, hành hạ dã man...

Những khổ đau nhục nhã trong bao nhiêu năm "học tập" đã được những người may mắn... tốt nghiệp, được trả tự do, và được sang Mỹ sang Tây viết ra, thuật lại trên hàng chục cuốn hồi ký, hàng trăm, hàng ngàn bài báo.

Nói cho đúng, những thảm họa, khổ đau mà giới báo chí Sài-Gòn phải trải qua chỉ là một phần của những thảm họa khổ đau to lớn hơn mà dân tộc Việt Nam đã và đang chịu đựng từ ngày 30-4-1975 cho đến nay. Và, có một số người đã chê trách việc "đi ăn mày" của ký giả Sài-Gòn năm 1974 cùng với những rối loạn khác ở hậu phương đã góp phần làm cho miền Nam VN suy yếu và đi đến sụp đổ trước cuộc tổng tấn công của CSBV.

Buộc tội như thế kể cũng không... oan cho giới ký giả Sài-Gòn, nhưng có thể Quân lực VNCH chiến đấu can trường, vẫn bảo vệ được miền Nam Tự Do, nếu (chữ nếu chết người), tại "hậu phương lớn" Hoa Kỳ đừng có bọn nhân danh "phản chiến" nhưng lại hoan hô hcm và cổ võ cho cuộc xâm lăng của CSBV, và, nếu (lại nếu), đừng có bọn ký giả thân cộng đâm vào sau lưng Quân đội Mỹ đang chiến đấu tại VN, hoan hô bọn phản chiến, và gây áp lực trên chính trường Mỹ đưa đến việc Mỹ rút quân, bỏ rơi đồng minh và cúp việc trợ.

Ngày nay, không còn ai tranh cãi về sự thật lịch sử: "Mỹ đã không thua CSBV trên chiến trường Việt Nam, nhưng đã phải tháo chạy vì bị truyền thông báo chí Mỹ đâm sau lưng".

Tiến sĩ Nguyễn Anh Tuấn, một nhà khoa học chính trị tại Mỹ đã nhiều năm nghiên về lịch sử mối quan hệ giữa Hoa Kỳ và Việt Nam, trong một bài được phổ biến vào ngày 12.7.2020 đã viết như sau:

Theo TT Nixon cho biết, những lãnh tụ then chốt của phong trào phản chiến là những người thuộc phe Tân Tả Phái (New Left). Họ là những trí thức trong các viện đại học, truyền thông báo chí, các nghị sĩ và dân biểu tại Quốc Hội, những lãnh tụ chính trị, những quân nhân hay giới sinh viên đại học, các tài tử Hollywood, hoặc các danh ca, cũng như các quan tòa và giới luật sư. Những người này chủ trương tổ chức các cuộc biểu tình bạo động (violent protester) để gây sự hỗn loạn tơi bời trên nước Mỹ. Họ thù ghét nước Mỹ, và mục đích của họ là làm thế nào cho Hoa kỳ thảm bại nhục nhã tại VN. Họ không hề che giấu sự tôn sùng cộng sản. Họ công khai phất cờ Việt Cộng trong các cuộc biểu tình, và hô to: hồ...hồ...hồ chí minh, sẽ chiến thắng. Ngoài ra mục đích của họ là phá cho tan tành hệ thống xã hội dân chủ của Mỹ. Họ phải sử dụng bạo lực và bạo động để đạt mục tiêu ấy.

Các sinh viên biểu tình đã bắn vào cảnh sát và những nhân viên cứu hỏa, bắt làm con tin các viên chức đang điều hành viện đại học, phá hoại các cao ốc, mang súng shotgun, đốt các cao ốc, đập vỡ các cửa sổ, vứt rác vào mặt các viên chức chính quyền, và đặt bom trong các phòng học. Từ niên khóa 1969 đến 1970 đã có tới 1800 cuộc biểu tình. Số biểu tình bị giam giữ là 7500 người, 247 người chuyên đi phóng hỏa đốt nhà, 462 người bị thương, nạn nhân 2/3 là cảnh sát, trong đó có 8 người chết. Bạo động không chỉ giới hạn tại các viện đại học, mà lan tràn khắp quốc gia. Từ tháng 1.1969 đến 1970, đã có 40.000 vụ bom nổ, hoặc dùng bom để đe dọa. những tổn thất về tài sản lên tới 21 triệu, cả trăm người đã bị thương, và có 43 người bị chết. Đám biểu tình gọi Hoa Kỳ là "quốc gia con heo" (pig nation), và họ muốn Hoa Kỳ chấm dứt Chiến tranh VN.

Từ 1969, Nixon và chính quyền của ông phải đối diện với bao nguy hiểm khi các nghị sĩ và dân biểu Tân Tả Phái thuộc đảng Dân Chủ làm luật để buộc TT Nixon phải chấm dứt chiến tranh. Các nghị sĩ và dân biểu chống chiến tranh đưa ra nghị quyết buộc Nixon phải rút quân để đổi lấy các tù binh Mỹ.

Giới truyền thông báo chí Hoa Kỳ, tuyệt đại đa số theo Tân Tả Phái nên tìm mọi cách để đổ dầu vào lửa từ Việt Nam đến Washington. Họ rất bất lương, xuyên tạc và bóp méo tất cả sự thật mọi nguồn tin tức từ Việt Nam. Họ tấn công tàn nhẫn và tàn bạo chính quyền VNCH và Hoa Kỳ.

TT Nixon tuyên bố: Tôi rất cảm phục và yêu mến những người dân miền Nam VN. Miền Nam là một quốc gia can đảm phi thường (courageous nation). Họ đã phải gánh chịu bao đau khổ chồng chất trước kẻ thù quá sức độc ác và tàn bạo, kể cả đối với đàn bà và trẻ em, cũng là những mục tiêu tàn sát của CSBV.

Trong năm 1969, khi đắc cử tổng thống, Nixon muốn chấm dứt chiến tranh, nhưng không phải bằng cách đầu hàng để cho Cộng sản áp đặt lên miền Nam VN một chế độ độc tài vô luân lên đầu người dân Đông Dương. Nixon muốn chấm dứt chiến tranh trong danh dự. Theo TT Nixon, Hoa Kỳ đã tham gia vào Chiến tranh VN để bảo vệ Miền Nam VN không rơi vào vòng nô lệ của Cộng sản.

... Vào cuối 1960 và đầu 1970, tầng lớp trí thức Mỹ đứng lên chống lại mạnh mẽ cái họ gọi là khuynh hướng tư bản Hoa Kỳ. Họ cho Hoa Kỳ là quốc gia "Fát-xít" như Hitler, và là kẻ thù của thế giới. Họ phát động phong trào chống Mỹ trong Chiến tranh VN, và công khai hỗ trợ mạnh mẽ Cộng sản VN và Cộng sản Hoa Lục.

Trong mấy thập niên qua, những lãnh tụ phong trào phản chiến chống Chiến tranh VN như Bill Clinton, Hillary Clinton hay John Kerry, Joe Biden... trở thành lãnh tụ và tổng thống nước Mỹ, vì họ là những anh hùng chống chiến tranh VN. Sự thật lịch sử cho thấy những chính sách sai lầm của phe Dân Chủ Tả Phái từ 1960 tới 2016 đã đưa nước Mỹ càng ngày càng đi xuống trên mọi phương diện chỉ vì không hiểu gì về nước Tàu nên đã nỗ lực không ngừng để giúp cho một nước Tàu nghèo đói và lạc hậu vào 1960, trở thành cường quốc kinh tế. Về quân sự và chính trị thì khuynh đảo cả vùng Á Châu TBD và cả thế giới sau khi Hoa Kỳ tháo chạy và bỏ rơi tiền đồn hiểm yếu Việt Nam." (ngưng trích)

Hiện tình chính trường nước Mỹ trong mấy năm gần đây cũng đang cho thấy có những dấu hiệu tương tự như những năm cuối của cuộc Chiến tranh VN, với sự xuất hiện nổi cộm của những thành phần tả phái cực đoan được sự cổ võ nhiệt tình của truyền thông phe đảng song song với các vụ bạo động, rối loạn kéo dài trên đường phố đang trên đà gia tăng trước ngày tổng tuyển cử 3.11.2020.

Qua Đại hội đảng Dân Chủ kéo dài năm ngày vừa chấm dứt, những khuôn mặt đã nhẵn trong cái "đầm lầy ở Washington", với quá khứ đầy tì vết, đã nối đuôi nhau xuất hiện trước ánh đèn sân khấu không bao giờ biết hổ thẹn, để tự khoe tài, khoe giỏi và nói những điều hay đẹp nhưng trống rỗng, có khi chính mình cũng không tin. Tệ hơn nữa, có những kẻ bất cố liêm sỉ, bất cần sự thật, đã bịa đặt, dựng đứng điều gian để vu cáo, đả kích nặng nề thâm độc người kế nhiệm mình trong chức vụ tổng thống. Chắc không nói tên, người đọc cũng biết kẻ ấy là ai. Ông ta đã uốn lưỡi ca tụng Joe Biden, cựu phó của mình, lên tận mây xanh, dù khi Joe ghi danh ứng cử, ông ta đã công khi can ngăn: "Joe đâu có cần phải ra." Vì sao? Vì ông ta thừa biết Joe mà ra thì chỉ mệt thân già mà chẳng nên cơm cháo gì!

Cựu TT Omaba vừa dứt lời tức thì được các "đại ký giả" của các hệ thống truyền hình phe tả xúm vào xun xoe tăng bốc, nào đúng là một tổng thống vĩ đại, nào một chính khách siêu hạng quốc tế, một nhà trí thức uyên thâm, vân vân và vân vân...

Ngày hôm sau, ông Trump chỉ đáp lễ nhẹ Obama một câu: "Nếu Obama tài giỏi như ông ta nói thì tôi đã không cần ra ứng cử và không đang làm tổng thống."

Bình bút Charles Hurt của Nhật báo The Washington Times thì viết: "Vợ chồng Obama nhắc cử tri Mỹ lý do vì sao họ đã bỏ phiếu bầu cho Donald Trump" (Obamas remind American voters why they elected Donald Trump). Và, ông ta giúp trí nhớ cho Obama:

"Trong tám năm, ông Obama đã phục vụ cho bạn như là một giáo sư kênh kiệu và một ông vua đức độ, khiêu vũ với các minh tinh âm nhạc và mê hoặc thế giới với những bài diễn văn hoa mỹ tạ tội cho quyền lực của nước Mỹ và ngay cả sự hiện hữu.

Và rồi bạn đã bầu cho một tên ngốc.

Về Tổng thống Trump, ông Obama nói: "Bây giờ đã gần hết bốn năm, ông ta không chứng tỏ sự quan tâm tới công việc, không quan tâm tới việc tìm một lãnh vực chung, không quan tâm tới việc dùng quyền lực đáng sợ của chức vụ để giúp đỡ bất cứ ai ngoài chính ông ta và bạn bè ông ta, không quan tâm tới việc xem chức vụ tổng thống như bất cứ cái gì khác hơn là thêm một sự thật để chứng tỏ ông ta có thể dùng để được sự chú ý ông ta cầu xin."

Những lời lẽ trên đây đã phát ra từ mồm của cùng một kẻ mà guồng máy hành chánh của hắn đã tung ra một điệp vụ ở cấp cao nhất của chính quyền liên bang để dò thám nhắm vào những đối thủ chính trị của ông Obama để hủy bỏ một cuộc bầu cử tự do và công bằng.

Những lời lẽ trên đây đã phát ra từ mồm kẻ đã tổ chức những tiệc tùng xa hoa tại Tòa Bạch Ốc với những ông hoàng bà chúa của Hollywood và đã biến chức vụ tổng thống của ông ta thành những hợp đồng với Netflix và những nhà xuất bản sách khác để có những thỏa thuận ngọt ngào lên tới 100 triệu đô-la.

Nói bất cứ điều gì anh muốn về ông Trump, nhưng ông ta đã vào Tòa Bạch Ốc khi là một kẻ rất giàu. Ông Obama chưa bao giờ kiếm được bạc triệu cho đến khi ông ta rời Tòa Bạch Ốc. (ngưng trích)

Charles Hurt là một trong số ít nhà báo chân chính và đã can đảm vạch trần những sự thật mà cái gọi là "truyền thông dòng chính" cố bưng bít. Về phía truyền hình, hầu như chỉ có Fox News là loan tin trung thực và bình luận vô tư, khách quan. Trong thời gian qua, những "cây nói" như Tucker Carlson, Sean Hannity, Laura Ingraham…đã liên tiếp tố cáo đám MSM (mainstream media) truyền thông dòng chính Mỹ là thiên lệch, che đậy và bóp méo sự thật, bình luận một chiều. Những đài CNN, MSNBC, ABC…đã bị nêu đích danh cùng với những đoạn phim tài liệu cho thấy các "bình luận gia" của các đài này xúm nhau tâng bốc những "thần tượng" xã nghĩa trong mơ của họ, những chính trị gia chuyên nghiệp yêu nước thương dân bằng mồm, những kẻ mà Tổng thống Reagan lúc sinh thời đã so sánh với những cô nàng đưa người cửa trước rước người cửa sau trong giới thanh lâu.

Chính những "chính trị gia thanh lâu" và những "ký giả ăn mày" này đã giết chết Tự Do tại Việt Nam 45 năm trước và đang mưu toan mở cửa nước Mỹ để rước Tàu cộng vào.

"Ký giả ăn mày" đây không phải là ký giả Sài-Gòn đi ăn mày vào năm 1974, nhưng là đồng nghĩa với "trí thức ăn mày" như trong bài của ông Nguyễn Văn Thông viết cách đây không lâu.

Ký Thiệt

TRIẾT LÝ VỀ TIỀN

Sư Cô Suối Thông

Cuộc đời này vì rất nhiều thứ cần đến sự có mặt của đồng tiền, nên rất nhiều người bị nó khuất phục.
Tiền làm bao người thương mà không thể bên nhau
Tiền buộc người không ưa cũng phải ngồi chung bàn
Tiền giúp đời sống tình cảm trở thêm phong phú
Tiền đẩy biết bao mối tình đi vào tuyệt lộ.
Tiền khiến quan chức tham ô lãng phí
Tiền biến người thường trở thành tội phạm
Tiền xúi thương nhân trốn thuế quỵt đò
Tiền đẩy đàn ông xa vợ mất con
Tiền bắt phụ nữ xoay tròn quanh nó…

TRIẾT LÝ VỀ TIỀN

Sư Cô Suối Thông

Đàn ông nếu có tiền, với ai cũng có duyên; Phụ nữ nếu có tiền, bên cạnh luôn náo nhiệt

Đàn ông có tiền dễ làm bậy, Phụ nữ làm bậy dễ có tiền

Có tiền, có thể đi khắp thiên hạ; Không tiền, mỗi bước chân ra đều vướng víu

Sự đời lên xuống thất thường, nếu không có tiền thì không ổn

Có tiền, người ta dễ mến yêu; Không tiền, khó làm người lương thiện

Có tiền mặc gì cũng đẹp; Không tiền mặc gì cũng ngại

Có tiền tha hồ hô mưa gọi gió; Không tiền nhờ cậy người quen cũng khó khăn…

TRIẾT LÝ VỀ TIỀN

Sư Cô Suối Thông

Nhưng nếu tỉnh táo một chút bạn sẽ nhận ra: khi một người cảm thấy vô cùng cần tiền, kỳ thật thứ họ thật sự cần chỉ là muốn dùng nó để chứng minh sức mạnh và bù đắp những trống vắng trong lòng.

Nên đừng để đồng tiền mê hoặc rồi điều khiển lại mình

Đừng vì tiền mà phản bội lương tâm
Đừng vì tiền mà làm việc không phải
Đừng vì tiền mà buông bỏ ước mơ
Đừng vì tiền mà sống đời giả tạo
Đừng vì tiền mà chấp nhận đau thương
Đừng vì tiền mà phản bội tình cảm
Đừng vì tiền mà đánh mất bạn bè
Đừng vì tiền mà cắt đứt tình thân…

Người quân tử tuy vẫn dùng tiền bạc nhưng điều họ tôn trọng là đạo lý. Vì họ hiểu:

Lương thực dù có đầy kho, một ngày cũng chỉ ăn ba bữa

Tiền của chất đống, thời gian cũng chỉ sáng với tối

Nhà rộng thênh thang, ngủ nghỉ cũng một phòng

Đi xe quý giá cũng có điều lo nghĩ

Chức to lộc lắm cũng đi làm mỗi ngày

Thê thiếp đầy nhà cũng vui vẻ một đêm

Sơn hào hải vị cũng chỉ chứa một bụng
Vinh hoa phú quý chớp mắt cũng thành áng mây bay…
Chỉ những gì lưu lại được cho người, cho những đời sau mới thật sự quý giá!

Suối Thông biên dịch

TRUHERBS USA

Kim Điền Thảo Dược

www.truherbsusa.com

ĐỂ CÓ MỘT SỨC KHỎE VẸN TOÀN, MỖI TỐI TRƯỚC KHI ĐI NGỦ HÃY THẢI ĐỘC TỐ RA KHỎI CƠ THỂ BẰNG FOOT PATCH TRUHERBS

👍 Trị đau nhức rất hiệu quả.

👍 100% nguyên liệu từ thiên nhiên.

👍 Tuyệt đối không hóa chất và phản ứng phụ.

👍 Sử dụng dễ dàng, nhẹ nhàng.

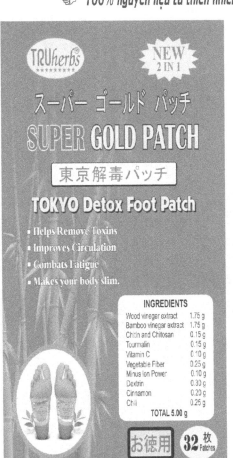

CÁC VÙNG TRỊ BỆNH TRONG LÒNG BÀN CHÂN

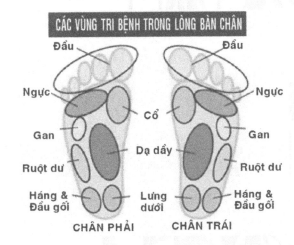

CHÂN PHẢI   CHÂN TRÁI

Foot Patch Truherbs cảm ứng mạnh mẽ qua các vùng trị bệnh trong lòng bàn chân, thải toàn bộ các độc tố tồn đọng nơi đầu, cổ, ngực, phổi, gan, dạ dày, sống lưng, ruột v.v...

Đặc biệt Foot Patch Truherbs giúp gan tiêu hao lượng mỡ dư, kiện toàn bộ máy tiêu hóa đem lại làn da tươi đẹp và cơ thể cân đối.

Do đó, chỉ cần dùng Foot Patch Truherbs một thời gian, tất cả những độc tố trong cơ thể sẽ bị thải ra ngoài, đem lại một sức khỏe bình thường thoải mái, một tâm lý yển on, yêu đời ...

VIỆT NAM ƠI...
KHÓC NHỮNG NIỀM ĐAU

Hãy khóc đi, hỡi quê hương yêu dấu
(Cry, The Beloved Country – Alan Paton)

Saturday October 26 2019

'I'm dying because I can't breathe. I'm sorry Mum'

Last words of lorry migrant, 26, revealed as new arrests made in trafficking case

John Simpson, Richard Ford
Adam Sage, Neil Johnston

A young woman who texted her mother to say "I can't breathe" is feared to be one of a number of Vietnamese citizens among the 39 migrants found dead in a freezing lorry.

The family of Pham Thi Tra My, 26, said they had paid £30,000 for her to travel to Britain via China. They worry that she was sealed inside the refrigerated container when she sent a series of desperate messages saying: "I'm sorry Mum.

Sáu mươi năm trước...
Từ cảm xúc của trái tim mới lớn,
Tôi hồn nhiên yêu tận đáy lòng:
Yêu quê hương như những sớm mai hồng,
Yêu rất Huế chiều mùa thu chợt tím,
Yêu Quốc Học thương học trò Đồng Khánh,
Yêu... xóm nghèo quê tôi khi nắng lên!

Lòng yêu nước lãng mạn thuở hoa niên...
Như giấc mộng lành không gối đầu thù hận.
Dẫu dòng lịch sử phong ba dẫy đầy cay đắng,
Ước vọng huy hoàng yêu nước vô tư,
Không phải là mộng là mơ,
Mà sống bằng tận cùng chân thật.

Cũng xuống phố xuống đường đòi hoà bình, tự
do, độc lập;
Cũng biểu tình bãi khoá,
Lý tưởng dấn thân vì nghĩa quên mình,
Cho hết nhiệt tình,
Ngày mặt trời thấy rõ ánh bình minh...
Đuôi sao chổi là đám bùn phế tích!

Bốn mươi năm qua
Tàn cơn mộng mị:
Thời khẩu hiệu xả đầy sân đạo lý,
Có tâm hồn không chết cũng vong thân!

Cho đến một ngày tôi là Thuyền Nhân:
Vượt đại dương trên chiếc ghe nan đan bằng tre
thiếu dầu sơn quét,
Trốn quê Mẹ giữa hai đầu sống chết.
Boat people! Nhân loại thốn tâm...

Bao nhiêu cánh hải âu đã gãy.
Bao thân tàn ma dại vượt biên.
Bao thân xác tiêu diêu trong bụng cá,
Dưới đáy biển sâu,
Sóng ngùi chưa lặn,
Người về đâu,
Xương trắng vẫn còn.

Rồi nửa thế kỷ sau,
Cứ tưởng vạn niềm đau đã khép,
Từ quê người nghe tiếng vọng... lao xao:
"Có bao giờ quê hương ta đẹp như thế này
đâu!"
Ai đã nói hãy cúi đầu tự hỏi:
"Nước bốn nghìn năm có thời nào đến nỗi,
Quê Mẹ rốn lìa sinh tử ra đi!"

Có bao giờ quê hương ta nghe lời nhắn Trà My,
(Hăm ba, tháng mười, hai không một chín):
"Con xin lỗi bố mẹ nhiều,
Con đường đi nước ngoài không thành.
Con đang chết vì không thở được."

Ba mươi chín mạng người chết trong thùng xe
vì không thở được:
Nhân loại rụng rời tiếng nói Việt Nam!
Chết đau thương như số phận mấy cùi hàng,
Không gian rộng thân phận người khép lại,
Việt Nam ơi... hãy khóc những niềm đau:
Quê hương ta có khi nào tức tưởi thế này đâu!

Thuyền Nhân trước nay thành "Thùng Nhân"
Việt...
Boat People hoá thành "Load People".
Xin cầu nguyện cho những linh hồn vừa khuất
bóng.
Giải oan khiên nầy thức tỉnh tận lương tri,
Chết là hết, hết hận thù sướng khổ,
Nguyện sớm về yên nghỉ cõi an vi.

Sacto, Cali Thu 2019
Trần Kiêm Đoàn

- *Quá khó để diễn tả "*
Nỗi Đau " bằng lời . .
.
- *Thế nên cứ "Mỉm Cười"*
thay
câu trả lời cho tất cả...

THƠ
LÊ TRỌNG NGHĨA

Hoàng Hạc Lâu

Hoàng hạc lâu vẫn còn đây
Mà người xưa cũ từ nay xa rồi
Hán dương vẫn lặng lờ trôi
Ngàn năm bến cũ chờ người
phương xa

Trường giang sóng nước bao la
Cỏ cây xanh biếc, thướt tha
bóng chiều
Tha hương trên bến cô liêu
Nhớ về cố quốc một chiều
buồn tênh

Lê Trọng Nghĩa
Một chiều chớm Thu

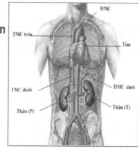

Thơ Duy An Đông

Làng Tôi

Duy An Đông

Làng tôi có luỹ tre xanh
Có con sông lớn nổi danh" Thu Bồn"
Con đường quốc lộ thẳng bon
Xuyên qua Nam Phước mãi còn đẹp xinh
Cây đa rợp bóng trước đình
Chung quanh là sạp chợ Đình bấy lâu
Có cầu dài nhất Câu Lâu
Rồi qua Bà Rén địa đầu Quế Sơn
Con đường Nam Phước – Nông Sơn
Hai hàng dương liễu xanh mơn bốn mùa
Dưới trên chợ Quận, chợ Chùa
Trường Trung, Tiểu học trẻ đua học hành
Nhân tài nhiều khắp nổi danh
Chõng lều đỗ đạt Kinh thành xưa nay
Con đò Bến Giá hằng ngày
Dân đi phố Hội vẫy tay nhau về
Bến xe Nam Phước tê tề
Đường xe Nam Bắc ghé về thường xuyên
Mỹ Tây quận lỵ Duy Xuyên
Rộn ràng thị trấn vui miền canh tân
Cánh đồng Vĩnh Lại – Trung Lương
Lúa đương con gái dễ thương thế nào
Mỹ Xuyên lắm lựu, lê, đào
Khách du tới viếng ghé vào vườn mơ
Dân làng cày cấy khai mương
Hàng năm lúa bắp thường thường có dư
Ngoài giờ đồng áng nương dâu
Ngồi chằm nón lá để cầu thơ tình
Ươm tơ nghề nghiệp gia đình

Dệt hàng xo, lụa, nuôi tằm, hái dâu
Những nàng thiếu nữ Mã Châu
Vui nghề truyền thống nay lâu đời rồi
Cái nghề thanh nhã người ơi
Khi điều khung cửi khi ngồi kế canh
Dáng người cân xứng thanh thanh
Y trang thường mặc lụa mình làm ra
Mặn mà tươi mát làn da
Má hồng mắt phượng nét hoa mỹ miều
Hàng tơ sản xuất bao nhiêu
Được mang xuất khẩu khá nhiều hàng năm
Bao chàng du khách tới thăm
Luyến lưu cô gái tơ tằm Duy Xuyên
Dẫu đi đây đó khắp miền
Quê hương tôi nhớ sao quên ngày về ./-

Xuân Canh Tý

Duy An Đông

Đông qua Xuân đến bà con ơi !
Phong cảnh xanh tươi mát mẽ rồi
Cổ thụ nhô mầm đà mướt lá
Vườn đào rồi nụ đã xanh đồi
Làng trên trang trí mai vàng lối
Xã dưới biện bày cúc khắp nơi
Hy vọng Tết này nhiều hạnh phúc
Nước mình đầy đủ tự do thôi ./-
01/01/ 2020.

VÌ SAO KHI BỆNH LẠI NÊN ĂN SÚP GÀ?

Người ta thường nói cụm từ "Súp gà cho tâm hồn", tại sao lại thế?

Súp mì gà được coi là một món ăn điều trị bệnh ở nhiều nền văn hóa, trong đó có cộng đồng người Do Thái-Mỹ và Trung Quốc, nơi y học cổ truyền khá phổ biến. Mặc dù các nhà nghiên cứu vẫn chưa thể xác định những tác động tích cực của súp gà, nhưng một số nghiên cứu đã xác nhận rằng nó giúp **ngăn chặn tắc nghẽn đường mũi họng**.

Súp gà truyền thống phương Tây (Âu châu)

Tại Germany thường dùng súp gà tại các viện dưỡng lão để giúp những vị mất trí nhớ và cảm cúm. Họ đang nghiên cứu tại sao súp gà lại kỳ diệu cho sức khỏe như vậy.

Các bằng chứng khảo cổ cho thấy con người bắt đầu sử dụng **gia cầm** để làm súp ngay sau khi họ phát hiện ra cách để đun sôi nước. Các bằng chứng ghi lại việc súp gà được sử dụng như một món ăn chữa bệnh xuất hiện từ thời cổ đại Trung Quốc. Trong thế kỷ thứ hai trước Công nguyên, các văn bản y tế Trung Quốc tuyên bố rằng súp gà là một "món ăn có khí dương" - một món ăn nóng - cộng với thảo dược trị liệu khác nhau được thêm vào để tăng khả năng chữa trị các bệnh khác nhau.

Ở Trung Quốc, súp gà được phụ nữ sau khi mang thai và người cao tuổi dùng. những đối tượng này đều cần năng lượng của món ăn có khí dương, nó sẽ cung cấp thêm năng lượng quanh cơ thể và tiếp thêm sinh lực. Một trong những công thức nấu ăn sớm nhất cho món mì Trung Quốc, "lamian", là vào khoảng thế kỷ thứ hai. Trong văn hóa Trung Quốc, mì đại diện cho một cuộc sống trường thọ. Theo truyền thống, mì được kết hợp với súp gà để nhấn mạnh sự thịnh vượng của gia đình. Trong thời nhà Tống (960-1279), cửa hàng mì và mì gà đã trở nên phổ biến rộng rãi khắp nơi. Bí quyết làm nên món mì gà cũng đã được lan rộng đến các nước khác của châu Á.

Văn hóa người Do Thái

Văn hóa dân gian của người Do Thái về súp gà được gắn chặt với lịch sử y học châu Âu. Các thầy thuốc Hy Lạp vào thế kỉ 2 cho rằng súp gà là một cách **chữa đau nửa đầu, bệnh phong, táo bón và sốt**.

Đến cuối thời Trung cổ, các triết gia Do Thái và thầy thuốc Moses Maimonides (1135-1204), đề nghị súp gà cho những người đang yếu và những bệnh nhân. Nhưng súp gà vẫn là một món ăn không phổ biến cho đến thế kỷ thứ 15. Sau thời gian đó là thời kì bùng nổ của việc chăn nuôi gà để bù đắp cho sự thiếu hụt loại thịt khác và mọi người bắt đầu ăn súp gà thường xuyên.

Tương tự truyền thống của Trung Quốc, người Do Thái có món "caldo de gayina Vieja" - nước dùng gà già - cho những người phụ nữ đã sinh con và những người bị bệnh. Họ cũng đã dùng món súp gà với cơm có tên gọi là "soupa de Kippur". Sau thế kỷ thứ 15, súp gà từ từ trở thành một món ăn truyền thống trong văn hóa Do Thái có ảnh hưởng từ nên văn hóa Đông Âu. Sau Thế chiến II, những người dân Do Thái đã phổ biến nó đến Mỹ, dẫn đến biệt danh cho nó ở Mỹ là "thuốc penicilin của người Do Thái".

Bằng chứng khoa học

Dù luôn tin rằng súp gà có đặc tính chữa bệnh, các nhà nghiên cứu đã không thể xác định chính xác điều đó.

Ông **Marvin Sackner** vào năm 1978 đã tiến hành một nghiên cứu cho thấy rằng dùng súp gà giúp giảm tắc nghẽn mũi so với uống nước nóng hoặc lạnh. Năm 1980, ông Irwin Ziment cho thấy nước dùng gà giúp tan dịch nhầy trong phổi và hiệu quả sẽ tăng khi nước dùng được tẩm gia vị. Nghiên cứu của ông đã được tiếp tục bởi Stephen Rennard vào năm 2000, người đã lập luận rằng súp gà hỗ trợ bạch cầu trong việc chống virus cảm lạnh.

Nhìn chung, lượng canxi trong súp sẽ tăng lên nếu thời gian nấu kéo dài và, tùy thuộc vào thành phần, nó còn có thể có thêm tác dụng chống viêm nhẹ. Súp gà cũng được cho là có tác dụng làm dịu, khiến một số người cho rằng nó có thể là **phương pháp chữa nhiều bệnh.**

KHOAI TÂY LUỘC

Ăn vài củ khoai tây luộc khi thức dậy sau bữa nhậu có thể giúp giảm acid uric có hại cho cơ thể. (Ảnh: theyankeechef)

Sau hết, luộc vài củ **khoai tây** để ăn sáng hôm sau bữa nhậu. Phải là khoai tây mới được vì tác dụng hạ acid uric của hoạt chất trong khoai lang tây đã được xác minh từ lâu. Tác dụng này không có trong khoai lang ta.

Về mặt khoa học, không quá khó để ngăn chặn tình trạng tăng acid uric trong máu do rượu bia. Cái khó là ở chỗ làm sao thuyết phục người uống bia tuân thủ các biện pháp phòng bệnh tương đối đơn giản như trên.

TÁC DỤNG CHỮA BỆNH CỦA TINH DẦU

Tinh dầu được dùng chế các loại thuốc bôi, xoa, làm tan những vết tụ máu bầm tím, làm dịu cơn đau. Tinh dầu còn làm thuốc chống cảm cúm, sát khuẩn và kích thích tiêu hóa.

Ngoài tác dụng chữa bệnh, tinh dầu còn dùng để chế mỹ phẩm, dầu gội và làm gia vị trong công nghệ thực phẩm. Tinh dầu là chất lỏng, dễ bay hơi, có mùi thơm, tùy theo từng loại thảo mộc có thể chế biến thành tinh dầu.

Tinh dầu có ở đâu?

Tinh dầu có ở trong hoa như: hoa hồng, hoa bưởi, hoa hồi, đinh hương.

Tinh dầu có ở trong vỏ quả như: vỏ cam, vỏ quít, vỏ chanh, vỏ bưởi....

Tinh dầu có ở trong lá như lá bạc hà, hương nhu, khuynh diệp, húng chanh, tía tô, kinh giới, đại bì, cúc tần, lá tràm, lá chổi, lá sả, long não, cam, chanh, quýt...

Tinh dầu có trong vỏ cây như quế, trong gỗ như trầm hương, long não.

Tinh dầu có ở trong rễ, củ như: củ gừng, riềng, hành, tỏi, xuyên khung, bạch chỉ, bạch truật, đương quy...

Tinh dầu có ở trong quả như sa nhân, xuyên tiêu, màng tang, thảo quả, phật thủ...

Muốn có tinh dầu, người ta thường dùng phương pháp cất, cất khô hoặc cất tươi vì tinh dầu không tan trong nước, người ta phải dùng máy móc chưng cất tinh dầu với nhiệt độ khác nhau để được lấy tinh dầu tinh khiết.

Tác dụng chữa bệnh của một số loại tinh dầu

Tinh dầu sả: Có tác dụng sát khuẩn trong bệnh viện, tẩy uế nơi ô nhiễm, làm thuốc kích thích tiêu hóa ăn ngon miệng. Ngoài ra, tinh dầu sả còn dùng để đuổi muỗi, làm nước hoa, xà-phòng thơm và dầu gội đầu.

Tinh dầu quế: Tác dụng kích thích tuần hoàn máu tăng lên, hô hấp mạnh lên, kích thích tăng bài tiết, tăng cường co bóp tử cung, tăng nhu động ruột. Tinh dầu quế còn dùng xoa bóp vùng đau, bầm tím do chấn thương, dùng đánh gió khi bị cảm mạo.

Tinh dầu chanh: Là chất lỏng màu vàng nhạt, có mùi thơm của chanh. Tác dụng làm thơm các thuốc phiến, thuốc ngậm hay thuốc bột để uống cho dễ (viên C chanh). Ngoài ra, còn dùng để chế nước gội đầu.

Tinh dầu bạc hà: Dùng làm thuốc sát khuẩn xoa bóp nơi sưng, đau như các khớp, đau đầu do cảm nắng, chữa đầy bụng khó tiêu. Tinh dầu bạc hà bốc hơi nhanh, gây cảm giác mát và tê tại chỗ. Kẹo bạc hà dùng điều trị ho, điều trị đau dây thần kinh ngoại biên.

Không dùng tinh dầu này để nhỏ mũi và bôi họng, dễ gây hiện tượng ức chế, có thể ngừng thở, ngừng tim đột ngột.

Tinh dầu hương nhu: Cây hương nhu trắng và tía đều có tinh dầu, tỷ lệ tinh dầu hương nhu trắng cao gấp đôi hương nhu tía. Nước ta trồng nhiều hương nhu để chiết xuất tinh dầu xuất khẩu. Tác dụng của tinh dầu hương nhu chế thành chất ơgenola, một vị thuốc rất cần trong nha khoa và tổng hợp chất vanilin

Tinh dầu long não: Tinh dầu long não phân đoạn sẽ được tinh dầu long não trắng (dùng chế xineola). Tinh dầu long não đỏ chứa safrona. Tinh dầu long não có thể dùng ngoài xoa bóp thay long não đặc chữa cảm lạnh, tiêu viêm, giảm sưng nề, ngoài ra còn có tác dụng chế thuốc trừ sâu, hòa tan sơn nhựa làm dung môi.

Tinh dầu đinh hương: Có tác dụng diệt sâu bọ và sát khuẩn, tinh dầu đinh hương được dùng trong nha khoa làm thuốc tê diệt tủy răng, nước ta chưa trồng được đinh hương nên phải nhập từ nước ngoài.

9 MÓN ĂN CÒN BỔ NÃO HƠN CẢ ÓC LỢN

Vào thời điểm thi cử "khôn 3 năm, dại 1 giờ" thế này thì việc ăn uống sao cho đầu óc luôn minh mẫn là điều rất quan trọng đối với các sinh viên tương lai. Người làm các ngành nghề văn phòng hay nghiên cứu cũng không phải ngoại lệ.

Dân gian có câu: *"Ăn gì bổ nấy"*, óc lợn là món ăn phổ biến được thừa nhận có thể bổ sung dinh dưỡng cho não người khi phải làm việc quá tải. Tuy nhiên, nếu bạn chỉ ăn *"óc lợn"* mà bỏ qua 9 món sau thì đúng là thiệt thòi quá lớn cho não bộ.

1. Lạc (đậu phộng)

Đậu phộng rất giàu **lecithin và cephalin**. Đây là những chất rất cần thiết cho hệ thần kinh, có thể giúp trì hoãn sự suy giảm chức năng não, ức chế sự kết tập tiểu cầu, ngăn ngừa tụ huyết khối não. Ăn đậu phộng có thể cải thiện lưu thông máu, tăng cường trí nhớ, chống lão hóa. Do đó, có thể nói, đậu phộng là *"thần dược"* giúp kéo dài tuổi thọ.

2. Sữa

Sữa là nguồn cung cấp chất dinh dưỡng gần như hoàn hảo. Sữa rất giàu protein, canxi, và các axit amin thiết yếu cho não bộ. Uống sữa không chỉ là cách hấp thụ canxi trực tiếp và hiệu quả nhất mà còn cung cấp cho não bộ những dưỡng chất quan trọng. Ngoài ra, trong sữa còn chứa nhiều vitamin B1 có ích cho các tế bào thần kinh. Nếu bạn thường xuyên bị mất ngủ, uống một cốc sữa nóng trước khi đi ngủ có thể giúp bạn dễ ngủ và ngủ sâu hơn.

3. Cá

Cá cung cấp lượng protein cao và nguồn canxi dồi dào cho não. Trong những loại cá sống ở môi trường nước ngọt có chứa axit béo không bão hòa, không chỉ giúp ngăn ngừa xơ cứng động mạch mà còn có thể bảo vệ các mạch máu não, thúc đẩy sự hoạt động của tế bào não một cách hiệu quả.

4. Trứng

Theo nhiều nghiên cứu, các chức năng não và khả năng ghi nhớ của con người có liên quan chặt chẽ với nồng độ **acetylcholine** trong não. Các thí nghiệm đã chỉ ra rằng, chất lecithin có trong lòng đỏ trứng chứa một lượng enzyme vô cùng phong phú, giúp sản sinh lượng acetylcholine, tác động vào mô não, cực kì tốt cho não bộ.

5. Thực phẩm từ hạt kê

Trong hạt kê có nhiều vitamin B1, B2 và protein. Các nghiên cứu cho thấy, ăn những thực phẩm chế biến từ hạt kê có thể ngăn ngừa bệnh xơ cứng động mạch, chống lão hóa thần kinh, axit glutamic có trong kê còn giúp tăng cường trí nhớ.

Ngoài ra, cháo kê giúp lợi tiểu, bổ thận, ngừa sỏi mật, đau dạ dày và tiểu đường. Nước kê rang còn giúp chữa khỏi các bệnh tiêu chảy, kiết lị.

6. Ngô (bắp)

Trong ngô chứa rất nhiều axit linoleic và các axit béo không bão hòa khác, có tác dụng bảo vệ mạch máu và não bộ. Đặc biệt, ăn ngô còn giúp thúc đẩy sự trao đổi chất của các tế bào não, ngăn ngừa suy giảm chức năng não, giúp bộ não khỏe mạnh hơn.

7. Nấm kim châm

Nấm kim châm có 16 loại axit amin, trong đó có 8 loại cần thiết cho cơ thể con người. Loại nấm này chứa nhiều lysin và kẽm giúp tăng cường trí nhớ và trí lực, cho nên được gọi là "nấm ích trí". Ngoài ra, do chứa nhiều kali nên nấm kim châm rất thích hợp với người bị tăng huyết áp, phòng chữa tai biến mạch máu não. Thường xuyên ăn nấm kim châm có thể phòng và trị bệnh gan, bệnh viêm loét dạ dày, có tác dụng chống mệt mỏi, tăng sức đề kháng, chống khuẩn tiêu viêm, bài tiết các kim loại nặng khỏi cơ thể...

8. Cam quýt

Cam quýt chứa nhiều vitamin A, B1,

và C, là thực phẩm tính kiềm điển hình, có thể tiêu trừ lượng lớn các thực phẩm tính a-xit có hại cho hệ thần kinh. Trong thời gian thi cử, ăn một lượng cam quýt thích hợp giúp tinh lực thêm dồi dào.

9. Rau chân vịt

Rau chân vịt là loại rau tốt cho trí não, bởi hàm lượng vitamin A, C, B1 và B2 cao. Đây cũng là 1 trong những loại thực phẩm cung cấp dưỡng chất tốt nhất cho não bộ. Ngoài ra, trong rau chân vịt còn có lượng lớn chất diệp lục, cũng mang lại hiệu quả kiện não ích trí.

Amy tổng hợp

CPSIA information can be obtained
at www.ICGtesting.com
Printed in the USA
BVHW010605100321
602118BV00010B/953